A CRITICAL HISTORY OF JAFFNA: THE TAMIL ERA

A CRITICAL
HISTORY OF JAFFNA:
THE TAMIL ERA

NALLOOR, SWAMY GNANAPRAKASAR

GYAN

Published by

GYAN

Gyan Publishing House
5, Ansari Road
Daryaganj, New Delhi-110002
Phone: 011-47034999, 9811692060
E-mail: books@gyanbooks.com

Distribution Network
gyanbooks.com
India, USA, Canada, UK, Australia, France

ISBN : 978-81-212-2063-7 (HB)
First Published, Achehuvely, 1928

2nd Impression 2020

Printed at: Gyan Press, Delhi.

A CRITICAL HISTORY OF JAFFNA:

THE TAMIL ERA.

யாழ்ப்பாண வைபவ விமர்சனம்:

தமிழரசர் உகம்

ஆக்கியோன்

நல்லூர், சுவாமி ஞானப்பிரகாசர்

Achchuvely
The Gnanaprakasa Yantra Salai
1928

Permissu Superiorum

உபோற்காதம்

“யாழ்ப்பாண வைபவ விமர்சனம்” என்னும் இச்சிறுநூல் யாழ்ப்பாண இராச்சியத்தின் ஆதிகால உண்மைச் சரித்திர ஆராய்ச்சியையும், “யாழ்ப்பாண வைபவமாலை” எனப் பெயரிய நூலின் உள்ளுறை ஆராய்ச்சியையும் கையாளுவது.

“சன்மார்க்கபோதினி”ப் பத்திரிகையில் அவ்வப்போது பாகம் பாகமாய் வெளிப்பட்டவைகளை இருந்தவிருந்தபடி இப் புத்தகமாக அச்சிடப்பட்டமையால், முற்ற எழுதிமுடித்துப் பிரசுரஞ்செய்வதோர் நூலுக்குரிய சிறப்புக்கள் சில இதனிடம் இல்லாது கிடத்தலை வாசிப்போர் மன்னிக்குக.

யாழ்ப்பாணத்துப் பண்டைநாள் வரலாற்றின்கணுள்ள சிக்கல்களையெல்லாம் இந்நூல் அறுத்துவிடும் எனக்கூற அமையாது. எமது ஆராய்ச்சி அறிஞர்களால் மேலும் ஆராயப்படவேண்டுவதொன்று. எல்லாத்துறைகளிலும் முடிந்தமுடிபை எடுத்தோதுவதன்று, பலப்பல அருந்துறைகளில் புது ஆராய்ச்சியின்மேல் ஊக்கத்தைக் கிளர்த்திவிடுவதே இந்நூலின் கருத்தாமென அறிக.

ஆக்கியோன்

விஷயசூசிகை

யாழ்ப்பாண வைபவ விமர்சனம்.

ஆரம்ப அதிகாரம்.

யாழ்ப்பாண வைபவமாலையின் முதனூல்கள்.

வட இலங்கையின் சரித்திரத்தை வரையறைசெய்யச் சமீபகாலத்திற் தலைப்பட்டாரெல்லாம் தமக்கு முதனூலாகக்கொண்டது, மாதகல் மயில்வாகனப் புலவர் என்பார் இயற்றிவைத்த "யாழ்ப்பாண வைபவமாலை" எனுங் கத்தியநூலேயாம். அந்நூல் இயற்றப்பட்டது கி. பி. 1736-ம் ஆண்டுவரையிலாமென்பது அதன் சிறப்புப்பாயிரமாயுள்ள பாவடிகளிற் சுட்டப்படுகின்ற மேக்கெறூனென்னும் ஒல்லாந்த தேசாதிபதியின் காலத்தைக்கொண்டு நிச்சயிக்கப்படும். அப்பாயிரக்கவிகளிரண்டனுளொன்று பின்வருவது:

உரராசர்தொழுகழன்மேக் கெறுனென்றோது
மூலாந்தேசமன்னன் உரைத்தமிழாற்கேட்க
வரராச கைலாயமாலை தொன்னூல்
வரம்புகண்ட கவிஞர்பிரான் வையாபாடல்
பரராசசேகரன்றனுலாவும்,காலப்
படிவழுவாதுற்றசம்பவங்கடேட்டும்
இராசமுறை களுந் தேர்ந்தியாழ்ப்பாணத்தின்
செய்திமயில்வாகனவேள்செப்பினனே.

இப்பாவடிகள்தாமே மயில்வாகனப்புலவர் தமது வைபவமாலைக்கு ஆதாரமாய்க்கொண்ட முதனூல்களிவையெனவும் நமக்குத் தெரிவிக்கின்றன. அவை (1) கைலாயமாலை, (2) வையாபாடல், (3) பரராசசேகரனுலா, (4) இராசமுறை என்பன. இந்நூல்கள் நான்கும் தமிழரசர் காலத்தையே விபரிப்பவை. பின்வந்த பறங்கியர்காலமும் ஒல்லாந்தர்காலத்தின் முற்பகுதியும் எனுமிவைகளைப்பற்றிய சம்பவங்களை, மயில்வாகனப்புலவர், யாதோர் முதனூலின் துணைகொண்டன்று கன்னபரம்பரையின் துர்ப்பெலமான உதவியோடுமட்டும் வரைந்துள்ளாரென்பது அவர் இவையிரண்டு காலங்களையுஞ் சுட்டிப்பேசுமிடத்து நிகழ்த்தும் பல சரித்திர மாறுபாடுகளால் விளங்கும். இது சின்னாட்களின்முன் வெளிப்பட்ட "பறங்கியர்காலத்து யாழ்ப்பாண அரசர் சரித்திரம்" எனும் ஆங்கிளநூலைப படிப்போர்க்குக் காதலாமல

கமாகும். தமிழரசர்காலத்தை விபரிக்கும் முதனூல்கள் நான்கனுள்ளும் இன்னதின்னது வைபவமாலையின் இன்னின்னபாகத்துக்கு ஆதாரமாயிற்றென ஆராயுமிடத்து: (1) யாழ்ப்பாடியின் குடியேற்றம்வரைக்கும் பேசப்படுமவற்றுக்கு வையாபாடல் ஆதாரம். (2) கூழங்கையாரியச் சக்கிரவர்த்தியின்கீழ் மீண்டும் நடந்ததாகக் கூறப்படும் யாழ்ப்பாணக் குடியேற்ற வர்ணனைக்கு கைலாயமாலை ஆதாரம். (3) யாழ்ப்பாண அரசர்களின் வரிசையையும் பரராசசேகரனையும் சுட்டிய விபரங்களுக்கு இராசமுறையும் பரராசசேகரனுலாவும் ஆதாரமாகும் எனக் காணலாம். இம்முதனூல்களுள் வையாபாடலின் வழுநிறைந்த ஒரு ஏட்டுப்பிரதி இப்போதே யாழ்ப்பாணம் மத்தியகல்லூரியாசிரியருளொருவராகும் ஸ்ரீ அருட்பிரகாசம் அவர்களாற் கண்டெடுக்கப்பட்டது. வையாபாடல் வழு நிரம்பியிருப்பினும் அதன்சாரத்தைப் பண்டை அறிஞரொருவர் வசனரூபமாக்கித்தந்த "வையா" எனும் நூல் * நமது ஆராய்ச்சிக்குப் போதிய ஆதாரமாகும். அவ்வசனநூலே இங்கு எம்மாலெடுத்தாளப்படுவது. கைலாயமாலை நல்லூர் ஸ்ரீ கைலாசபிள்ளையவர்களால் அச்சிடுவிக்கப்பெற்றது. இராசமுறையும் பரராசசேகரனுலாவும் எங்கேனும் மறைந்துகிடக்கின்றனவோ, அன்றி, இறந்துபட்டனவோ அறியோம். இவையிரண்டு அரியநூல்களும் வெளிப்படுவதற்கு முன் வைபவமாலையின் அரசர்வரிசை சம்பந்தமாக நாம் யாதும் கூற அமையாது. ஆதலால் அப்பாகத்தை யொழித்து அதற்கு முந்திய பாகங்களினையே இங்கு ஆராய்ந்து செல்லுவோம்.

வையா, கயிலாயமாலை.

வையாவிலிருந்து மயில்வாகனப்புலவர் எவ்வாறு தமது நூலின் முதற்பாகத்தை, அதாவது யாழ்ப்பாடியின் குடியேற்றம் வரையுமுள்ள சம்பவங்களை, எடுத்து வழங்கினரென்பது இப்போது ஆராயத்தக்கது. வையா இராமாயணத்திலுள்ள விபீஷணனது உபாக்கியானத்தோடு தொடங்குகின்றது. இவ்வுபாக்கியானத்தின்படி தசரத இராமர் இராவணனைக்கொன்று இலங்கையை அடிப்படுத்தியபின்னர், விபீஷணனுக்கு அவ்வரசுரிமையைக் கொடுத்துப் பட்டங்கட்டிவைத்துப்போயினர். அவ்விபீஷணன்சபையில்வாழ்வாசித்துக்கொண்டிருந்தாரொருவள் அந்நாளில்மணற்றிடல் என்றறியப்பட்ட வடஇலங்கைக் குடாநாட்டைக் காடுவெட்டித் திருத்தித் தோப்புகளும் தோட்டங்களும் வகுத்

* இது வட்டுப்பிரதிகளினின்றெடுத்து நம்மால் அச்சேற்றப்பெற்றது. அச்சுவேலி, ஞானப்பிரகாச யந்திரசாலை 1921.

னுக்கொண்டு, வடநாடுசென்று ஓராயிரங் குடிகளை அழைத்துவந்து அங்கு குடியேற்றியபின், அக்குடிகளையாள அரசனொருவன் வேண்டுமென்னவுன்னி, வடநாடு மதுரைக்குப்போய் தசரதனின் மைத்துனனாகிய குலகேதுவினிடம் ஓர் அரசகுமாரனைக் கேட்டலும், அவன் ஒருகை கூழையனாயிருந்த தன் மகனொருவனை மகிழ்ந்து அளிக்க, இவ்வரசமைந்தன் விசய கூழங்கைச் சக்கரவர்த்தி எனும் பெயரோடு யாழ்ப்பாணத்தை ஆண்டான் என்றுகிறது. இது கலியுகம் 3000 (அதாவது கி. மு. 101-ம் ஆண்டில் நடந்ததென்பது வையா.

மயில்வாகனப்புலவர் இக்கதையைத் தமது நூலிற் புகுத்தியுள்ளார். ஆயின் விபீஷணனே புராதனகாலத்தின் புராணகோதிகளில் ஒருவனாவான். சிங்கள மகாவமிசமூலமாய்ப் புலவர் அறிந்திருந்த சிங்களர்காலத்து யாழ்ப்பாண வரலாறுகளுமோ தள்ளிவிடப்பாலனவல்ல. ஆதலால் புலவர், வையாவின் வரலாற்றுக்குள்ளே சிங்களர் சரித்திராம்சங்களையும் சொருகி, விபீஷணனின்பின் விசயராசன் இலங்கைக்கு வந்தமையையும், அவன் யாழ்ப்பாணத்தில் ஓர் கோயில் கட்டினனெனவும், சீயத்தினின்று * சிங்களரைக்கொணர்ந்து யாழ்ப்பாணத்திலும் பிறண்டும் குடியேற்றினான் எனவும் சொல்லப்பட்ட ஐதிகங்களையும் எடுத்தோதி அதன்பின்னே யாழ்ப்பாடியின் வரலாற்றை முன்வரலாறுகளுக்கிணங்க இசைத்துக் கூறுகிறார்.

வன்னியர்கள் வரவு.

அப்பால் யாழ்ப்பாடியினது குடியேற்றத்தின்பின் மாருதப்பிரவல்லி கீரிமலைத்தீர்த்தத்திற் படியவந்தனளெனவும் அவள் உக்கிரசிங்கனை மணந்து பெற்ற வாலசிங்கன் எனும் புதல்வனுக்குப் பாரியாகுமாறு வடநாட்டுக் கன்னிகை யொருத்தியை வன்னியர் அறுபதின்மர் இட்டுக்கொண்டு வந்தனரெனவும் வையா கூறும்.

வையாவின் சரித்திரப்படி இவ்வன்னியருள் ஒருவன் தம் பதிகளோடு கண்டிநகரிற் றங்கிவிட, ஏனையோர் அடங்காப்

* சீனர் கள்ளர் எனுமிருசொற்களும் சிங்களராயின என்பதும் ஒரு பொருத்தமில்லாத ஐதிகம். (இடப்பெயர்வரலாறு பக். 19) சிலாபத்தில் கப்பற்சேதமடைந்து கரைபிடித்த சீனர் சிலர் தங்கள்மொழிக்கிசையச் சிலாபத்தைச் சினிலம் என அழைத்ததினால் சிங்களம் எனும் பெயரீடு உண்டாயிற்று எனும் மற்றொரு நாடோடிக்கதையைப் போர்த்துக்கீசர் குறிப்பிட்டுள்ளார். (Queiros பக். 3.)

பறரை வெற்றிகொண்டு யாழ்ப்பாண அரசனுக்குக் கப்பங்கட்டி அதனையாண்டனர். அன்னோரே யாழ்ப்பாணம்முதல் கொட்டியாரமீறுக இந்நாளில் நாம் காணும் குடிமைகள் அடிமைகள் என்னும் சாதிவர்க்கங்களை இந்தியாவினின்றும் வரித்தனர். ஆயின் காலகதியில் பறங்கியரோடு (!) மூண்டபோரில் வன்னியருள் ஐம்பத்துநால்வர்மாள ஐவர் வடகரைக்கு மீள வெளிப்பட்டார். அவர் வழியில் ஆழியிலாழ்ந்து உயிர்நீத்தனர். இதற்கிடையில் இலங்கைக்குச்சென்றிருந்த தம் நாயகர்களைத்தேடி வன்னிச்சிகள் அறுபதின்பரும் தங்கள் கத்திக்காரர் ஆதியாம் மெய்க்காப்பாளர்கள் சகிதமாய் இத்துவீபத்தைநோக்கி வரும்வழியில், ஐம்பத்துநால்வர் வன்னியர்கள் இறந்துபட்ட அமங்கல செய்தியைக் கேள்வியுறுதலும், அத்துணைப்பட்ட வன்னிச்சிகள் தீய்ப்பாய்ந்து உயிர்மாய்த்துக்கொண்டனர். எஞ்சியவர்களுள் ஒருத்தி கண்டிமாநகர்சென்று தன் பர்த்தாவைச்சேர, ஐவரும் தங்கணவர்கள் ஆழிவாய்ப்பட்டமையறியாது வன்னியையடைந்து பின் மறுமணம் புரிந்துகொண்டு அப்பாகங்களைப் பிரித்து வன்னிபம் என்னும் பெயரோடு அரசுசெலுத்தி வாழ்ந்தனர். அன்னோரின் புதுநாயகர்கள் அயுதாந்திகள் எனப்பட்டார்.

தமிழரசர்காலத்தையும் பறங்கியர்காலத்தையும் அடிதலை மாற்றிப் புரட்டி ஓதும் இக்கதையூடே வெடியரசன் மீரா எனும் இருவர் கடற்கொள்ளைக்காரரின் கதையும் சொருகப்பட்டுள்ளது. மதுரையரசன் கண்ணகைக்குக் காற்சிலம்புசெய்ய (!) மீகாமனெனும் கரையாரத்தலைவனை இலங்கைக்கனுப்பினன். இவன் வெடியரசனையும் மீராவையும் வெம்போரில் முதுகிடச்செய்து ஐந்தலை நாகத்தினிடம் நாகரத்தினங் கவர்ந்துசென்றபின், வெடியரசன் மட்டக்களப்பிலும் மீரா விடத்தற்தீவிலும் குடியேறி, முந்தியவிடத்தில் ஓர் மூக்குவக்குறிச்சியையும் பிந்தியதில் ஓர் மகம்மதிய குறிச்சியையும் உண்டாக்கினர்.

இதுகாறும் கூறிய காலவரம்பற்ற செய்திகள் வையாவில் உள்ளவைகள். மயில்வாகனப்புலவர் இவைகளை வேறொரு முதனூலிற்கூறிய செய்திகளோடு பொருத்தி ஒருவாறு காலநியதிக்குட்படுத்தவேண்டியவரானார். அது கோணேசர் கல்வெட்டு என்னும் பழையவரலாறு. இக்கல்வெட்டு தக்ஷிண கைலாசபுராணத்தின் இரண்டாம்பதிப்பில் உடன்பதிப்பித்திருத்தல் காண்க. கல்வெட்டு பத்தியரூபமும் கத்தியரூபமுமானது. பத்தியரூபமே முற்பட்டதுபோலும். இனி, கல்வெட்டின்படி இலங்

முகைக்கு வன்னியர்களை ஆதியில்கொணர்ந்தவன் கோணேசர்கோவிலை ஜீர்ணோத்தாரஞ்செய்த குளக்கோட்டன் என்னும் அரசனும். ஆதலால், மயில்வாகனப்புலவர் இவ்வரசனே வன்னியர்களை அழைப்பித்தானென்று ஒத்துக்கூறி வையாவின் கூற்றையும் இதனோடு பொருத்துகிறவராய், "பாண்டியநாட்டிலிருந்து ஐம்பத்தொன்பது வன்னியர்களும்வந்து அவர்களுடன்கூடிக்கொண்டார்கள்" என வரைகின்றார். கல்வெட்டின்கூற்றை மேற்கொண்டதினால், வையாவுக்குமாறாய் வன்னியர்வரவை மாருதப்பிரவாக வல்லியின் வரலாற்றுக்குமுன் வைக்கவேண்டியதாயிற்று. வன்னியரின் முதல்வரவோடு குளக்கோட்டன் புதுக்கிய கோவிற் செய்தி சம்பந்தப்பட்டுவிட்டது. ஆயின் மயில்வாகனப்புலவர்க்கு கோணேசர் கோவிலைப்போல நகுலேசர்கோவிலும் பழமையுடையது எனத் தோன்றினமையால், இதன் பழமையை நிலைநாட்டும்பொருட்டு குளக்கோட்டன் வரலாறு கூறுமுன் கீரிமலைக்கோவிலோடு கன்னபரம்பரையாய்ச் சம்பந்தப்பட்ட நகுலமுனிவர் கதையைக் குறித்துவிட்டுப் போகின்றார். கல்வெட்டின் வன்னியரையும் வையாவின் வன்னியரையும் பொருத்திக்காட்டியபின், வையாகூறிய கடற்கொள்ளைக்காரர் கதையையும் எடுத்தாள்கின்றார். ஆயின் அவரிருவர் நாமங்களும் மாறிவிட்டன. உசுமன்றுறை சேந்தன்களம் எனும் இரு இடப்பெயர்களுக்கும் ஓர் சப்த உற்பத்தி கூறுமுகத்தாற்போலும் இருவர்பெயரும் முறையே உசுமனும் சேந்தனுமென்றாகி உசுமன் மட்டக்களப்பிலுள்ள முக்கியக் குடியேற்றத்துக்குக் காரணனானான். சேந்தன் கீரிமலைக்கு அதிதூரமான வொருகரையில் குடிகொண்டான். வையா வன்னியர்களைச் சுட்டிக்கூறிய மற்றைய வரலாறுகளும் எடுத்தாளப்பட்டிருக்கின்றன. ஆயின், அவைகள் மிகத் திரிவுற்று சங்கிலியரசன் காலமளவில் இறக்கிவைக்கப்பட்டன. வையாவின் வரலாறு ஆதிவன்னியருள் ஐவர் கடலில் ஆழ்ந்தமையையும, அறுபதின்மர் வன்னிச்சியர் அத்துணை கத்திக்காரர் ஆகியயோடு புறம்போந்து வந்தமையையும், அவருள் ஐம்பத்துநால்வர் தற்கொலை புரிந்தமையையும்கூறும். மயில்வாகனப்புலவர் இவற்றைப் பின்வருமாறு மாற்றிச் சங்கிலி காலத்தில் வைப்பர்: வன்னியர் நாற்பத்தொன்பதின்மர் தம் வன்னிச்சிகளோடு இலங்கையிற் றங்குலத்தாரை அடையவருகையில் ஒருவனையொழிந்த வன்னியர் ஏனையோரெல்லாம் ஆழிவாய்ப்பட்டனர். வன்னிச்சிகளும் ஒழிந்த கரைப்பிட்டி வன்னியனும் யாழ்ப்பாணத்தைச்சேர்ந்து அங்கங்கே குடியேறினர். பின கரைப்பிட்டி வன்னியன் குற்றுண்டிறக்க, அவன் வன்னிச்

சியும் தற்கொலைசெய்து உயிர்நீத்தாள். அவர்களுழியத்திலமர்ந்திருந்த நம்பிகள் அறுபதின்மரும் நழுவிகளாய்க் குலப்பிரஷ்டமடைந்தனர். இவ் வன்னியர்வரலாறு வையாவிலும் கல்வெட்டிலுமிருந்து எப்படிக் கூட்டியும் பிரித்தும் திரித்தும் வைபவமாலையில் வரையப்பட்டிருக்கின்றதென்பது வன்னியர், வன்னிச்சிகள், கத்திக்காரரின் தொகையும் செய்திகளும் என்னும் வரலாறுகளை ஒப்புநோக்கி உய்த்துணரும்போது தெற்றென வெளிப்படும். அறுபதின்மர் வன்னியர்கள் அரசகுமாரத்தியொருத்திக்குப் பரிவாரமாய் இலங்கையரசனொருவனிடம் அவளை அழைத்துப்போந்தார் எனும் வையாவின்கதை, விசயராசனுக்குப் பாண்டிநாட்டினின்று பெண்வரிக்கப்பட்ட கதையின் ஓர் திரிபாகலாம் என்பதும் அறிஞர் பரிசீலனைசெய்யத்தக்கதொன்று.

மாருதப்பிரவாகவல்லி.

வையாவில் மாருதப்பிரவாகவல்லியைச் சுட்டிக் கூறப்பட்டது மிகச் சிறிதேயாம். இவள் கூழங்கைச் சக்கரவர்த்தியின் மாமனான திசைஉக்கிரசோழனின் குமாரி. தன் சகோதரனான சிங்ககேதுவோடுங்கூடக் கீரிமலையருவியிற் தீர்த்தமாடப் புறப்பட்டுவந்தவள், அங்கு தன் குதிரைமுகம் மாறுண்டு அச்சுனையிருந்தவிடத்திற்கு மாவிட்டபுரமெனும் பெயர்வழங்கக்காரணமாயினள். அதற்பின் இருவரும் கதிர்காமதலயாத்திரைசெய்து மீளும்வழியில் உக்கிரசேனசிங்கனெனும் இலங்கையரசனுக்கு சிங்கமுகமும் வாலும்பொருந்திய ஓர் மைந்தனைப் பெற்றனள். இவன் பெயர் வரராசசிங்கன். இவனை மணம்புரியவந்த சோழநாட்டு அரசகுமாரிக்குப் பரிவாரமாகவே முன்கூறிய வன்னியர் அறுபதின்கள் இலங்கையைச் சேர்ந்தனர்.

ஆயின் கைலாயமாலை மாருதப்பிரவாகவல்லிகதையில் ஒரு சிறுமாற்றத்தைச் செய்திருக்கின்றது. "மன்னர்மன்னனெனுஞ் சோழன்மகளொருத்தி" சேடியர்களோடும் சேனையோடும் வந்திறங்கிக் கடலருவித் தீர்த்தத்திற்படிந்தபின், மிகு காவலரண் பரப்பிக் கூடாரமமைத்துக்கொண்டு சப்பிரமஞ்சத்தின்மீது துயில்கொள்ளும்போது, குமாரக்கடவுளது மலையாகும் கதிரைமலையில்வாழும் சிங்கமுகம்வாய்ந்த அரசன் அர்த்தசாமத்தில் கீரிமலைசேர்ந்து காவல்கடந்துவந்து அம்மாதைக் கைப்பிடித்துக்கொண்டு தன் பழைய மலைமுழைஞ்சிற்சேகி அங்கவளை மணம்புரிந்து நரசிங்கராசன் எனுந் துரைசிங்கத்தையீன்றான். பிந்தியோ

ரு பெண்பிறந்தாள். இருவருக்கும் நன்முகூர்த்தமிட்டு மணஞ்செய்துவைத்தனர். இந் நரசிங்கராசன் செங்கோலரசு செலுத்துநாளிலே பாவலர்கள் வேந்தனாகும் யாழ்ப்பாணன் காவலன் மீது கவிதைசொல்லி பின்னாள் யாழ்ப்பாணமென்னப்பட்ட மணற்றிடலைப் பரிசிலாகப் பெற்றனன். இது கைலாயமாலை. ஆயின் வையாவில் யாழ்ப்பாணன்கதை மாருதப்பிரவாகவல்லிக்கு முற்படவைத்துள்ளது என்பதை நினைந்துகொள்க.

வையாவையும் கைலாயமாலையையும் முதனூல்களாகக்கொண்டெழுந்த வைபவமாலையில் இக்கதை மேலும் பலகூட்டி விரித்தெழுதியிருக்கிறது. மயில்வாகனப்புலவர் உக்கிரசிங்கனுக்கு முதனூல்களிலில்லாத முற்சரித்திரமொன்று ஆக்கிக்கொண்டார். அவன் விசயராசன் சகோதரன்மரபிற் பிறந்தவனாகிறான். வடதிசையினின்று வெகு திரளான சேனைகளுடன்வந்து போராடி, (விசயராசன்மரபிலுள்ளோர்) சிலகாலமாய் இழந்துபோன இவ்விலங்கையில் அரைவாசியைப் பிடித்துக்கொண்டு கதிரைமலையிலிருந்தரசாளுகிறான். அப்பால் தன் சிங்கமுகமும் மாற்றுவிக்கப்போலும் கீரிமலைச்சாரலில் வந்திறங்கி முற்காலம் சோழராசனொருவன்வந்து பாளையமிட்டிருந்த காரணத்தால் வளவர்கோன் பள்ளமெனப் பெயர்தாங்கிய ஓரிடத்திற் தானும் பாளையம்போட்டிருக்கிறான். உக்கிரசிங்கன் வட இலங்கையை ஆண்டனனென வைத்துக்கொண்ட மயில்வாகனப்புலவருக்கு இத்தருணம் தொண்டமானாறு எனும் இடப்பெயர்க்கு ஓர் சப்தோற்பத்தி கொடுக்க வாய்ப்பாயிற்று.* தொண்டமானாறு தொண்டைமானால் அகழ்விக்கப்பட்டது என முற்காலத்தாருள் ஓர் ஐதிகம் வழங்கியிருக்கலாம். அதனைத் துணையாய்க்கொண்டு தொண்டைமான் என்னுமரசன் கரணவாய் வெள்ளப்பரவை எனுமிடங்களிலிருந்து மரக்கலங்களில் உப்பேற்றிச்செல்ல ஓர் ஆறுவெட்டும்பொருட்டு உக்கிரசேனன் கீரிமலையிலிருக்குநாளில் உத்தரவு கேட்கவந்தான் எனப் புலவர்வரைகிறார். அப்பால் குளக்கோட்டன்கதையை முன்வைத்து வன்னியர்வரவை அன்னோன் புதுக்குவித்த கோணேசர்கோவிலொடு சம்பந்தப்படுத்திக்கொண்டமையால், கல்வெட்டின்படி வன்னியர்கள் அக்கோவிலுக்குப் பணிவிடைசெய்ய உரிமைபூண்டுள்ளமையையும் வன்

* மனோகரற்பனையில் மயில்வாகனப்புலவரையும் புறங்கண்டாரொருவர் தொண்டமானாற்றுப் பெயர் உற்பத்தியைத் தமது யாழ்ப்பாணச் சரித்திரத்தில் விளக்கியிருக்கின்ற விசித்திரத்தை அந்நூல் 2-ம் பதிப்பு 12—13 பக்கங்களிற் காண்க.

ணியநாடு எஞ்ஞான்றும் வடஇலங்கை அரசருக்குச் சேர்ந்த தாயிருந்த ஐதிகத்தையும் ஒற்றுமைப்படுத்துமாறு, உக்கிரசிங்கன் வன்னிமார்க்கமாய்ச் செல்லுகையில் வன்னியர்கள் எழுவருமெதிர்கொண்டு திறையளிக்க அத்திறையைக் கோணேசர் கோவிலுக்குச் செலுத்த உடன்படிக்கை பண்ணுவித்துச்சென்றான் என எம்புலவர் இசைப்பர்.

இதன்பின் மாருதப்பிரவாகவல்லி என்பாள் மாருதப்பிரவிகவல்லியென்னும் பெயரோடு களரியிற் தோற்றுகிறாள். இவள் குமாரத்திபள்ளத்திற் பாளையமிறங்கி நகுலமுனிவரைத்தரிசித்து அவர்சொற்படி தீர்த்தமாடிக் குதிரைமுகம் மாறப்பெற்றாள் என்பது பழைய வைபவமாலை. ஆயின், வேறு பிரதிகளில் ஆதியிற் பரமசிவன் பார்வதியம்மன் சகிதமாய்த் திருத்தம்பலப் பதியில்வசித்து அம்மன் ஸ்நானஞ்செய்தற்கு அதனருகில் கண்டகிநதியையழைத்துக் கீரிமலைத் தீர்த்தமாயமைத்த பெற்றியையும் அதில் கிரேதயுகந்தொட்டுத் தேவர் இருடிகள் ஆகியோரெல்லாம் தீர்த்தமாடியதையும் நகுலமுனிவர் மாருதப்பிரவிகவல்லிக்கு அறிவுறுத்தியகதையும் விரிவாய்ப்புகுத்தியிருக்கிறது. அப்பால் மாவிட்டபுரப் பெயர்க்கு ஊர்க்கதைப்படி உற்பத்தி சொல்லியபின், அவள் கட்டுவித்த கந்தசுவாமிகோவில்வரலாறு வருகிறது. கோவிலோடு, அக்கோவில் அருச்சகராகும் பெரியமனத்துள்ளர் அற்புதமாய் வடகரையினின்று அனுப்பப்பெற்ற வரலாறும், காசி தில்லை பிராமணக்குலங்களின் ஐதிகமும் இசைக்கப்பட்டிருக்கின்றன. பெரியமனத்துள்ளர் வரவோடு காங்கேசன்துறைப்பெயர்க்கு ஊர்க்கதை யுற்பத்தியுங் காட்டப்படுவதாயிற்று. உண்மையில் அது காங்கேயன்சீமா (மாவிட்டபுரத்தில்) காங்கேயன்கலட்டி (தையிட்டியில்) எனும் இடங்களுக்கு அண்டையிலுள்ளதாதலால், ஓர் அதிபன்பெயரோடே சம்பந்தப்பட்டதாதல்வேண்டும் என்பது ஒருதலை. இதன்பின்னே, கீரிமலையில் கட்டப்படும் கோவிலின் பிரக்கியாதியைச் செவிமடுத்துப்போலும், உக்கிரசிங்கன் அங்குவந்துற்று மாருதப்பிரவாகவல்லியை வரித்துக்கொண்டமை முன்னில்லாத பல வரலாறுகளோடு சொல்லப்படுகிறது. கோவில்கட்டியசெய்தி சொல்லவெடுத்துக்கொண்டமையால், உக்கிரசிங்கனை அத்திருப்பணி முடியும்வரையும் தம் புதுப் பத்தினியோடு மணற்றிடலிற் றங்குகிறவனாகக்காட்டவும் வேண்டியதாயிற்று. பின் கதிரைமலைசென்று விவாகக்கிரியைகளை முடித்துக்கொண்டனன். விரைவில் அரசன் இராசதானியைமாற்றிச் செங்கடநகரிக்குவர அங்கு அர

சர்ணி வாலசிங்கராசா எனும் பேருள்ள குமாரனையும் பின் செண்பகவதியெனும் குமாரியையும் பயந்தாள். இருவரும் தம்பதிகளாய் விவாகம்முடித்து வாழுநாளில், தந்தையிறக்க மைந்தனே சயதுங்கவர்ராசசிங்கமென்னும் பட்டநாமத்தோடு அரசுபுரிந்து யாழ்ப்பாடிக்கு மணற்றிடரை நல்கினன்.

தாடகை, தடாதகை, ஆடகசவுந்தரி; பிரவாகவல்லி

வையாவிற்கண்ட மாருதப்பிரவாகவல்லிகதை, கைலாயமாலையில் ஒருசிறிதும் வைபவமாலையில் மிகப்பெரிதும் மாற்றமடைந்து, பல புதுவிபரங்கள்விரவி வழங்கக்கண்டோம். வைபவமாலையாசிரியர் தமது புதுவரலாறுகளை எங்கிருந்துபெற்றார்? மீண்டும் கல்வெட்டினின்றே அதிகவரலாறுகளையும், இடப்பெயர்களுக்குச் சப்தோற்பத்திகாட்டும் முகத்தால் சிலவற்றையும், பரவைவழக்கில் காணப்பட்ட கதைரூபங்களின்று சிலவற்றையும் எடுத்துக்கொண்டு இவற்றையெல்லாம் தமது நுண்மதியால் ஒழுங்குபடுத்து கோவைசெய்து அற்புதம்வாய்ந்ததோர் கதையாகத் தமது நூலின்கட் பெய்திருக்கின்றார்.

இந்திய அரசகுமாரத்தியொருத்தி அங்கவிரூபம்மாறி ஆரோக்கியமடைந்ததும், இலங்கையிற் பிரக்கியாதிபெற்ற கோவிலொன்று இந்திய ராசகைங்கிரியமாய்ச் சமைக்கப்பெற்றதும் என்னும் இவையிரண்டு பிரதான அம்சங்களும் குளக்கோட்டனைச் சுட்டிய கல்வெட்டு வரலாற்றில் அடுக்காய்க் காணப்பட்டன. குளக்கோட்டன் என்ற நாமகரணமும் ஓர் அரசனின் சிறப்புப்பெயரன்று. குளத்தோடும் கோட்டத (ஆலயத்) தோடும் சம்பந்தப்பட்டானொருவன் எனும் அர்த்தமுள்ள காரணப்பெயரேயாம். இதுவரை யாரென்று துணியக்கூடாத இச்சோழ அரசன் திரிகயிலையில் (கோணேசர்கோயிலில்) தொழுதுகொள்ளவந்தனன். இவனுக்குமுன்னர் வரராமதேவன் எனும் வளவனொருவன் அப்பதியைத் தரிசித்துப்போயிருந்தான். குளக்கோட்டன், கோவிலையும் மதில்களையும் எடுத்தும் கோபுரங்களை அமைத்தும் பாவநாசச்சுனையைவகுத்தும் கந்தளாய்க்குளத்தைக் கட்டுவித்தும் கோயிலைப் பராமரிக்க வன்னியர்களை அழைத்தும் அதில் பூசைபண்ணப் பாசுபதர்களை வரித்தும் இன்னன திருப்பணிகளை இயற்றிக்கொண்டிருக்கும் அவதரத்தில், பெண்ணொருத்தி தோற்றுகின்றாள். இவள் ஆடகசவுந்தரி என்

னும் காலிங்க அரசகுமாரி. இவள்பெயர் முன்முலை ஆடக சவுந்தரி. "மும்முலைத்தாடகையன்று, பிறக்குமுன் தனபாரமிருந்தமையால் முன்முலையாடகசவுந்தரியென்று பெயராயிற்று" எனக் கல்வெட்டில் குறித்திருத்தல் கவனிக்கத்தக்கது. மும்முலைத்தாடகையும் முன்முலையாடக(சவுந்தரி)யும் எப்படி ஒரே கன்னபரம்பரையினின்று உண்டாயிருக்கலாம் என்பதும் ஊகிக்கத்தக்கது. இனி மும்முலைத்தாடகையையும்

முகவிந்து நிலவொழுக வருபெண்ணு முலைமூன்றாய் முகிழ்த்து

உதித்தாள் எனத் திருவிளையாடற் புராணங்கூறும் தடாதகைப் பிராட்டியையும் ஒப்புநோக்கும்போது ஆடக, தாடகை, தடாதகை என்னும் பெயர்களும் மும்முலை முன்முலை என்பதும் ஒற்றுமைப்பட்டிருத்தல் புலப்படும். இவையெல்லாம் முற்பட்ட ஓர் பழஞ்சரித ரூபத்தினின்று கிளைத்த வரலாறுகள்போலும். அதுகிடக்க, ஆடகசவுந்தரி "வார்ந்துகட்டின சிகையும் எயிறுகுறையாத லட்சணமும் அழகு சவுந்தரியமான தனபாரமும் அலங்கிருதமான வசனமுமாகப் பிறந்ததை"க்கண்ட பிதா உளம்வெருவிப் பிள்ளையைப் பேழையொன்றில் அடைத்துப் பெருஞ் சமுத்திரத்தின் திரைகள்மீது செல்லவிட, அது இலங்காபுரியையடைந்து உண்ணுசகிரி (அனுராசபுரம்) அரசனிடங் கொண்டுபோகப்பட்டது. அதற்கிடையில் அவள் அங்கவிரூபம் மாறிவிட்டதுபோலும். பாலிகையை அரசனே வளர்த்துத் தனக்குப்பின் இராச்சியபாரம் வகிக்கவைத்து இறந்தனன். ஆடகசவுந்தரி அரசாளும்நாளிலேயே குளக்கோட்டன் திரிகயிலைச் சிலம்பின்மீது திருபபணி இயறறுவிப்பவனானன். இம்முயற்சியைக் கேள்வியுற்ற அரசி, அவன் முற்றுவித்த வேலையை அதிசீக்கிரமாய் அழித்து அவனையும் துரத்திவிட்டுவருவீரெனப் பணித்து ஓர் பலத்த சேனையை அனுப்பினாள். சேனைத்தலைவன் திரிகயிலையை அடைதலும், குளக்கோட்டனின் சதுரங்கசேனைப் பராக்கிரமத்தையும் திருப்பணித் திறத்தையுங்கண்டு அஞ்சி, தான்சென்றிருந்த நோக்கத்தை மறைத்துத் தன் அரசிக்கு அவ்வரசகுமாரனை மணமும்பேசிக்கொண்டு திரும்பினான். பின் குளக்கோட்டன் ஆடகசவுந்தரியை உண்ணுசகிரியில் பாணிக்கிரகணஞ்செய்துகொண்டு சிலநாட் டங்கியிருந்து திரிகயிலைக்குமீண்டு அங்கு சிங்ககுமாரன் எனும் மகனைப் பெற்றான். ஈற்றில் உண்ணுசகிரிக்குத்திரும்பி அங்கு அக்குமாரனை அரசனாக்கித் தான் தவத்தின்மேற்சென்றான்.

இதுவரையும் கல்வெட்டு. வைபவமாலையின் கீரிமலை வரலாறும் இத் திரிகயிலை வரலாறும் ஒன்றற்கொன்று சம்பந்தப்

பட்டவை என்பது நோக்கியமாத்திரையே விளங்கும். உள்ளபடி இருவரலாறுகளும் ஒன்றின் திரிபேயாம். இடப்பெயர்களிலும் ஆட்பெயர்களிலும் சிறிது மாறாட்டம்நேர்ந்திருத்தலை ஒப்பிக்கொள்ளுவோமாயின், இருவரலாறுகளும் ஒன்றேயெனக் காண்போம். திரிகயிலைவரலாற்றில், சோழ அரசகுமாரனொருவன் கோயில்கட்டி காலிங்க அரசகுமாரியொருத்தியை மணம்புணர்கின்றான். கீரிமலைவரலாற்றில், சோழ அரசகுமாரியொருத்தி கோயில்கட்டி காலிங்க அரசகுமாரனொருவனுக்குப் பாரியாகின்றாள். இருவரலாற்றிலும் குமாரி ஓர் அங்கவிரூபத்தினிமித்தமே இலங்கைக்கு அனுப்பப்படுகிறாள். இரண்டிலும் இலங்கையில் விரூபம்மாறுகின்றது. இவையெல்லாவற்றிலும் முக்கியமாய், இருவரலாற்றிலும் பட்டத்துக் குமாரன்பெயர் ஒன்றேயாய்த் தொனிப்பது கவனிக்கத்தக்கது. ஒன்று வாலசிங்கன். மற்றது சிங்ககுமாரன். வாலசிங்கனுக்கு வாலொன்றைக்கட்டிவிட்ட வையா முதலாம் விற்பன்னர்களின் சமர்த்தை நீக்கிப்பார்க்குமிடத்து, வாலசிங்கன் பாலசிங்கன் எனநிற்கும். அதுவும் சிங்ககுமாரனும் சந்தேகமின்றி ஒன்றேயாம். இரு வரலாற்றிலும் இக்குமாரன் வடலங்கையையாண்ட புதுராசவமிசத்தலைவனாய் விளங்குதல் இருவரும் ஒருவனேயென்பதைக் கிரிதீபமென நாட்டிவிடும் என்க.

ஆயின் கல்வெட்டிலிருந்து குளக்கோட்டன் வரலாற்றின் முற்பாகத்தை எடுத்துவரைந்த மயில்வாகனப்புலவர், அக்குளக்கோட்டன் உண்ணாசகிரி யரசகுமாரியை மணந்து சிங்ககுமாரனைப்பெற்ற பிற்பாகத்தைக் காட்டாமல், அப் பிற்பாகத்திற்குப்பதிலாய், உக்கிரசிங்கன் மாருதப்பிரவாகவல்லியை மணந்து வாலசிங்கனைப் பெற்றகதையை வைக்கின்றார். குளக்கோட்டனை எதிர்க்கப் படையனுப்பிய குமாரிக்கு வேறொரு கணவனையும் தமது மனோகற்பனையாற் சிருட்டித்துக் கொடுத்துவிடுகின்றார். அவளை (ஆடகசவுந்தரியை) பாண்டு எனும் சிங்கள அரசனின் இராணியென்றாக்குகின்றார். ஆக்கியதினால், சிங்கள அரச சரித்திரத்திற்கண்ட சில ஆண்டுகளை எடுத்துக்கொண்டு இன்ன சகாப்தவருஷம் இன்னது நடைபெற்றது எனச் சில திகதிகளைக் காட்டிக்கொண்டுபோவது அவர்க்கு எளிதாயிற்று. இவ்வாறே உக்கிரசிங்கன் சாலிவாகனசகாப்தம் 717 இல் இலங்கையிற் படையெடுத்துவந்தான் எனவும், அங்கு 8 வருஷங்களின்பின் மாருதப்பிரவாகவல்லி வந்தனளெனவும் உண்மைச்சரித்திரம்போல நன்றாய்த் தொனிக்கின்ற குறிப்புகளை ஆங்காங்

கு பெய்துவிட்டார். ஆயின் மாருதப்பிரவாகவல்லி உள்ளபடி மாறுதலடைந்த ஆடகசவுந்தரியேயாம். மாருதப்பிரவாகவல்லி அலைகளின்மே லுந்தப்பட்ட பேழையில் வந்தவள் எனும்பொருட்டே என்பது வழுவாகாது. (பிரவாகவல்லி, பிரவல்லி என்றும், பிரவிகவல்லி என்றும் ஆங்காங்கு மாறுதலடைந்துநிற்கும்.) உக்கிரசிங்கனும் குளக்கோட்டனும் ஒருவனே. இவன் சரித்திரசம்பந்தமான ஒரு வட இலங்கை அரசனுகலாம் என்னும் மதம் பின்னுற் தெரிக்கப்படும்.

ஆடகசவுந்தரிவரலாறும் மாருதப்பிரவாகவல்லிவரலாறும் ஒன்றேயென வைத்துக்கோடினும், ஆடகசவுந்தரி வரலாறுதான் முந்தியதாகவேண்டுமா? மாருதப்பிரவாகவல்லி வரலாறு முந்தியதாதல்கூடாதா? எனில்: ஆடகசவுந்தரி வரலாறு அடங்கிய கல்வெட்டு மற்றவரலாறடங்கிய வையாபாடலுக்கு முற்பட்டதாகையால், இது அதன் திரிபாதலே சகசம். வையாபாடல் பறங்கியர் வருகையின்பின்னே இயற்றப்பட்டதற்குப் பல அகச்சான்றுகளுள. கல்வெட்டின் பிரதான அம்சங்கள் அதற்கு முற்பட்டவைகள். அன்றியும் கல்வெட்டுச் சம்பந்தம்பூண்ட கோணேசராலயம் வைபவமாலை கூறுகின்ற நகுலேசராலயத்திலும் அதிக பழமையுடையது என்பதும் ஒன்று. முந்தியது கி. பி. ஏழாம் நூற்றுண்டில் விளங்கிய திருஞானசம்பந்தரால் திருக்கேதீச்சுரத்தோடுகூடத் தேவாரப்பாவாற் புகழப்பட்டதொன்று. பிந்தியது அக்காலத்தில் இருந்ததாகக்காணவில்லை. தக்ஷிணகயிலாயபுராணந்தானும் கீரிமலையை, நகுலேசர்கோயிலைக் குறிக்கக்காணேம். அதிற் பிரக்ஷிப்தமாய்ப் பிற்காலத்தாராற்சேருகப்பட்டுள்ள காந்தருவன்கதை*யிலும் நகுலேசராலயமாவது மாருதப்பிரவாகவல்லி வரலாருவது காட்டப்படவில்லை. இன்னன பிரபல நியாயங்களால் ஆடகசவுந்தரிகதையே முந்தியதெனத் துணியக்கிடக்கின்றது.

மாவிட்டபுரம், கீரிமலை

கீரிமலையில் மாருதப்பிரவாகவல்லிகதை எழுந்தமை பின்வருமாருகலாம். யாழ்ப்பாணத்திலும் வடலங்கையின் பிறபாகங்களிலும் இன்றைக்கும் அழிந்துபட்டுக்கிடக்கும் பழங் கட்டடங்களைக்காட்டி முதியோரிடங் கேட்குமிடத்து: இது அல்லியரசாணிகட்டடம், அதுஇராசாத்திகட்டடம், இது குமாரத்தி

* 1916-ம் ஆண்டுப்பதிப்பு 78-ம் பக்கங்காண்க.

ட்டி, அதுகன்னிமார்கிணறு எனப் பூராயக்கதைபுகன்றிடுவார்கள். கீரிமலையிலுள்ளகுமாரத்திபள்ளம்எப்படியோ, அப்படியே அங்கு ஒருகால்அழிந்துகிடந்த பழந்தளியும் குமாரத்திபெயரால் வழங்கப்பட்டதுபோலும். இது, திரிகயிலேயின் பழங்கோயில் சோழ அரசகுமாரனொருவனால் நிருமாணிக்கப்பட்டதெனச் சொல்லப்பட்ட ஐதிகத்தையொட்டி, குமாரத்திபள்ளத்துக்கணித்தாயுள்ள ஆலயம் சோழ அரசகுமாரத்தியொருத்தியால் எடுக்கப்பட்டகதையா யெழுந்திருத்தல் சாலும். குமாரத்திபள்ளத்தில் வந்திறங்கிய அரசகுமாரியின்கதை இவ்வாறு உருவாகியதற்பின், அக்குமாரி அங்குற்ற நோக்கத்தைத் தெரிக்க மாவிட்டபுரம் கீரிமலை என்னும் இடப்பெயர்கள் பேருபகாரமாயின. மாவிட்டபுரமென யாழ்ப்பாணச் சரித்திராசிரியர்கள் தமிழுடைவு கொடுத்தெழுதிய பெயர், பரவைவழக்கிலுள்ளபடி மாவட்டபுரம் என்றிருத்தலே பொருத்தமானது. நம் குடாநாட்டில் பெரவிந்துள்ள இதனைப்போலும் பிற அனேக சிங்கள இடப்பெயர்களை நோக்குவார்க்கு இது எளிதிற் புலமாகும். சிங்களத்தில் மாவட்டம் என்பது "மஹாவட்ட" அதாவது பெரிய ஆலமரம் எனப் பொருள்தந்துநிற்கும். மா என்பது மாவத்தை முதலிய சிங்கள இடப்பெயர்களிலும் வருவது. "வட்ட" எனுஞ் சிங்களச் சொற்பகுதி அச்செழுவிலுள்ள வட்டக்கலட்டி முதலிய வேறு இடப்பெயர்களிலும் வருதல்காண்க. இனி "புரம்" என்பது தமிழிற்போலச் சிங்களத்திலுந் தற்சமமாய் வழங்குகின்ற நகர் என்னும் பொருளுள்ள சமஸ்கிருதச் சொல்லாகலாம். அல்லது "வேற" (விகாரை) எனும் சிங்களச்சொல்லின் மரூஉ ஆகலாம். "வேற" என்பது புர, புரம் என மருவிநிற்றற்குச் சுட்டிபுரம் தொல்புரம் சுளிபுரம் எனும் இடப்பெயர்கள் சான்று. சுட்டிபுரம் கொடிகாமத்துக் கணித்தாயுள்ள ஓர் அம்மன் கோயிற்றலம். அது பழங்காலத்து உறுதிச்சாதனங்களில் சிட்டிவேரம் என அழைக்கப்பட்டுள்ளது. சிட்டிவேரம் சிங்களத்தில் "சிட்டியேவேற" பிட்டியிலுள்ள விகாரை எனப்பொருள்படும். ஓர் பழைய விகாரை யிருந்தவிடத்தில் இப்போது அம்மன் கோயிலிருப்பதுவும் இயல்பானதோர் மாற்றமே. அச்செழுவைச்சார்ந்துள்ள போயிட்டி (இது போசிட்டிய = அரசம்பிட்டி) அம்மன்கோயிலடியும் செட்டிபுரம் எனப்படுதலைக் கவனிக்குக. தொல்புரம் சுளிபுரம் என்பன "துலவேற" "சுளுவேற" எனநின்று, பெரியவிகாரை, சின்னவிகாரை எனும் அர்த்தங் கொடுத்த இடப்பெயர்களாம். வேற எனுஞ் சிங்களப்பகுதி வேரக்காடு, வேரவிளான், வேரக்கை எனும் இடப்பெயர்களி

னும் வழங்குதல்காண்க. வேரம் எனத் தனிப்பெயராய் வழங்கும் இடங்களும் அளவெட்டியில், மயிலிட்டியில் உள்ளன. இவற்றால் மாவட்டவேரம் (மஹா--வட்ட--வேற) அன்றேல மாவட்டபுரம் என்பதுதான் அவ்விடப் பெயராதல்வேண்டுமென்பது தோன்றும். ஆயின் "நவாலி" எனுஞ் சிங்களப்பெயரைத் தமிழ்ப்பெயரென் றெடுத்துக்கொண்டு அதற்கு ஒன்பதின்மர் கண்ணீர்விட்டழுத தலமெனப் பொருளமைத்து அதற்கேற்ப அங்கு மனைவியரையிழந்த ஒன்பதின்மர் வன்னியர் குடியேறியிருந்தனரெனக் கதையியற்றியோரைப்போலவும், "நாரந்தனை" யெனும் சிங்களப்பெயரை யுய்த்துணராது நாராயணன் தானைநின்றஇடம் அதுவெனக் கற்பித்துக் கதைரூபமொன்று ஆக்கினோரைப்போலவும், மாவிட்டபுரத்தையொட்டி வையா பாடலாசிரியர் முதலாயினோரும் குதிரைமுகம்விட்டகதையைச் சிருட்டித்துப்போயினர். "மாவிட்ட" எனும்போது குதிரைவிட்ட எனப்பொருள்படுமேயன்றிக் குதிரைமுகம் மாறிய என வராதென்பதையும், 'சாமானிய சனங்களாலுற்பத்தியான புராதன இடப்பெயராயின் "மா" எனும் அரிதுணர் பொருள்கொண்ட ஓர் சொற்பகுதி அதில்வருதல் இயல்பன்று என்பதையும் அன்னோர் ஆராய்ந்திலர்.

குதிரைமுகம்மாறிய வரலாற்றோடு கீரிமுகம்மாறிய வரலாறும் ஒன்று சம்பந்தப்பட்டிருத்தல் கவனிக்கத்தக்கது. ஸ்ரீ ச. குமாரசுவாமிப்பிள்ளை; இயற்றிய வடமாகாண இடப்பெயர்வரலாற்றினை ஆராயும்போது, "கீரிமலை" எனும் இடப்பெயர் சிங்கள உற்பத்தி உடையதாதல் வெளிப்படும். கீரி என்பது "கிரி" என்னும் சிங்களப் பெயர்ப்பகுதியின் சிதைவே என்பதை "நவக்கிரியவத்தை" "நவக்கிரி" எனும் பெயர்களிற் காணலாம். இனிக்; "கிரிமலை" என்பது இருபெயரடுக்காகலாம். அன்றேல் இங்கு "மலை" "சுதுமலை" என்ற இடப்பெயரிற்போல "வல்ல" என்னும் சிங்களத்தின் சிதைவாகலாம். எவ்வாறாயாயோ கிரிமலை கீரிமலையாய் நின்றகாலத்தில், சப்தோற்பத்திக்காரர், கீரிமலையெனுமிடத்திற் பிரசித்திபெற்றதோர் தீர்த்தமிருந்தமையால் கீரிமுகம்மாறிய முனிவர் ஒருவரது கதையை உண்டாக்கிவிட்டார்கள். கீரிமலையினின்று கீரிமுகம்மாறிய வரலாறு வந்ததேபோல, மாவிட்டபுரத்தினின்று குதிரைமுகம்மாறியவரலாறும் எழுந்தது. கீரிமுக முனிவரின்கதை எவ்வாறு புதுப்புது அம்சங்களைச்சேர்த்துப் பெருகிக்கொண்டுபோகலாம் என்பதற்கு, இம்முனிவர் மாருதப்பிரவாகவல்லிக்குச்செய்த பிரசங்கம் என வை

பவமாலையின் சில பிரதிபேதங்கள் கூட்டியெழுதியிருக்கின்ற இடைச்சொருகுதல் தக்க எடுத்துக்காட்டு. கீரிமுக முனிவரின் தமிழ்க்கதையினின்றுதான் நகுலேசமுனிவர்கதை சமஸ்கிருதத்தி லெழுந்ததெனக் கொள்ளக்கிடக்கின்றது.

மாருதப்பிரவாகவல்லியும் உக்கிரசிங்கனும் என்போரின் வரலாறுமுழுதும் ஆடகசவுந்தரி குளக்கோட்டன் என்போரினது வரலாற்றினைக்கொண்டுதித்தது என்பதோ எவ்விதத்தினும் நிச்சயமாம். குளக்கோட்டன் தம்பலகாமத்தில் திருப்பணி செய்வித்தமைகூடக் கீரிமலைத் திருத்தம்பலேசுரன் கோயிலில் வைத்து அநுசரிக்கப்பட்டிருக்கின்றது. ஸ்ரீ ச. குமாரசுவாமிப்பிள்ளை திருத்தம்பலையை தம்பலா (ஒருசாதிக்கீரை) எனுஞ் சிங்களமொழியின் திரிபேபோலும் எனக் கூறுகின்றார். (பக். 37) இதற்குத் தம்பிலாவத்தை எனும் காணிப்பெயர் அவர்தரும் ஓர்சான்று. ஆயின் இவ்வுற்பத்தியும் அடித்தளத்திலிருப்ப, இவ்வுற்பத்தியுள்ள ஊர்ப்பெயரேகொண்ட தம்பலகாமத்துக் கோவிலும் திருத்தம்பலேசுரமும் சம்பந்தப்பட்டனவேயன்றோ என்பது பரியாலோசிக்கத்தக்கது.

யாழ்ப்பாடி.

ஆடகசவுந்தரியையும் குளக்கோட்டனையும் மாருதப்பிரவாகவல்லியும் உக்கிரசிங்கனுமாக மாற்றிய கதா அம்சம் யாழ்ப்பாண வைபவமாலையில் வருவது யாதுக்கோவெனில், யாழ்ப்பாடிக்கு வடஇலங்கையைப் பரிசிலென வழங்கிய அரசனைக்காட்டும்பொருட்டேயாம். குளக்கோட்டனே உக்கிரசிங்கனே தந்த சுதனே, யாழ்ப்பாடிக்கு யாழ்ப்பாணத்தை நல்கினான் என்பது வைபவமாலை. இது வைபாவின் கூற்றுக்குமாறு. அந்நூல், நாம் முன்னுரைத்தவாறு, விபீஷணனின் சேவகத்தமர்ந்திருந்த யாழ் வல்லோனொருவன் வடஇலங்கையைக் காடுவெட்டித் திருத்திக் குடியேற்றியபின் கூழங்கைச் சக்கரவர்த்தியை அழைத்துவந்து அரசாக்க, அதன்பின்னால் மாருதப்பிரவாகவல்லிவர, அவள்பெற்ற மைந்தனுக்கு மணம்புணர்விக்க ஓரசிளங்குமரியைக் கொணர்ந்த வன்னியர்களால் இந்நாடு மீண்டும் பூர்த்தியாய்க் குடியேற்றப்பட்டதெனக் கூறும். மயில்வாகனப் புலவர் இந்நிகழ்ச்சிகளை மாற்றிவைத்தது கயிலாயமாலையை அநுசரித்தாம். இம்மாலையே முதற்கண் மாருதப்பிரவாகவல்லியின்மகன் யாழ்ப்பாடிக்கு யாழ்ப்பாணத்தைப் பரிசிலாக்கினனென

னுஞ் செய்தியைச் செப்பலுற்றது; வன்னியர்கள் யாழ்ப்பாணத்தைக் குடியேற்றினமையை மாற்றி, கூழங்கைச் சக்கரவர்த்தியின் அமைச்சன் வடதேசக்குடிகளை வரித்தமையை வழுத்தலுற்றது. வைபவமாலை யாசிரியர் கயிலாயமாலையை அநுசரித்தலோடு அமையாது, தாமும் பலவரலாறுகள் கூட்டிவரைகின்றார். வையா, யாழ்ப்பாணம் எனும்பெயர்க்குச் சப்தோற்பத்தி கொடுக்குமுகத்தாற்போலும், யாழ்வல்லோனொருவன் அதன் குடியேற்றத்துக்கும் அரசுக்கும் அடியிட்டானென்பது மாத்திரையே கூறிப்போந்தது. கயிலாயமாலை, நரசிங்கராசன் (வாலசிங்கன், செங்கோலச்செலுத்துநாளில், பாவலர்கள் வேந்தனுக்கும் யாழ்ப்பாணன் காவலன்றன்மீது கவிதைசொல்லி யாழினைமைவுற வாசித்திடலும், அவன் சிந்தைமகிழ்ந்து பரிசிலாகத் தேசமொன்றை வழங்க, அது அன்றுமுதல் யாழ்ப்பாணமெனப் பெயர்பெற்றது என விஸ்தரித்தது. வைபவமாலை, அவ்யாழ்ப்பாணனுக்குக் கவிவீரராகவனென ஓர் பேரும்புனைந்து அவனைக் குருடனுமாக்கிப் பிறவரலாறுகளுஞ் சேர்க்கின்றது. இவ்வரலாறுகள் எங்கிருந்து பெறபபட்டன? அதுவும் நாம் அறிந்ததொன்று. மயில்வாகனப்புலவர், உள்ளபடி ஈழநாட்டரசனொருவனைத் தரிசித்துக் கவிபாடிச் சன்மானம்பெற்ற அந்தகக் கவிவீரராகவரெனும் இசைவல்லோனையெடுத்துக்கொண்டு வையா கூறிய யாழ்வல்லோனில் இவ்வீரராவகரை ஒட்டிக்கட்டுரைக்கின்றார். ஆயின் இந்த அந்தககவி யாழ்ப்பாணத்துக் கடைசி அரசர்களுளொருவனாகிய பரராசசேகரன் காலத்தவராகவே; அவரை யாழ்ப்பாணப் பெயர்க்காரணனை யாழ்ப்பாடியாகத் தருவது அந்தோ பரிதாபம்! கவிவீரராகவரே ஈழநாட்டரசனை

வாழு மிலங்கைக்கோ மானில்லை மானில்லை
ஏழு மராமரமோ விங்கில்லை — ஆழி
அலையடைத்த செங்கை அபிராமா வின்று
சிலையெடுத்த வாறெமக்குச் செப்பு

என்பது முதலான பாக்களாற் பாடினவரென்பதும், அரசன் அவர்க்கு யானைக்கன்றும் அது வளரும்படியான நாடுங்கொடுத்து

இன்னங் கலைமகள் கைமீதிற் புத்தக மேந்தியந்தப்
பொன்னம் புயப்பள்ளி புக்கிருப் பாளென்ன புண்ணியமோ
கன்னன் சயந்தன் கவிவீர ராகவன் கச்சியிலே
தஞ்சென்ஞ்ச மேடெனக் கற்றான் கண்முத் தமிழையுமே

என்றது முதலாகப்பாடி அவரை வியந்தனனென்பதும் நன்கு தாபிக்கப்பட்ட நிகழ்ச்சிகள். இதனை முன்சுட்டிய இடப்பெயர்வரலாற்றின்கண் காண்க.

ஆதலால் வைபவமாலையின் யாழ்ப்பாடிவரலாறு சரித்தி
ரமாருட்டமே யென்க. இற்றைக்கு ஏறக்குறைய மூந்நூறுவ
ருஷங்களின்முன்

அந்தக் கவிவீரராவகமுதலியார் பரிசில்பெற்ற கதை யாழ்ப்பாண
மெங்கும் பரவிப் பிரபலமானகாலத்திலேயே, யாழ்ப்பாணம் என்னு
ஞ் சொல்லுக்கும் யாழ்ப்பாணம் என்னும் இடப்பெயர்க்குமுள்ளதொ
டர்பை உற்றுநோக்கின நாவலர் யாரோ, காலவரையறையைச் சற்று
முணராது, தானாமத்தைத் தந்தவர் மேற்படி அந்தகரேஎன்று அநு
மானித்து அவரைப்பற்றிய விகற்பமானகதையைக் கோர்த்துவிட்ட
னர்போலும். (இடப்பெயர்வரலாறு பக். 127)

கயிலாயமாலையின் யாழ்ப்பாணன்பாடு எப்படி? அதுவும்ப
ழங்கதைரூபமாயெழுந்தகற்பிதமே. யாழ்ப்பாணன், யாழ்ப்பாடி,
என ஊர்க்கதை கட்டியவர்கள், கவிபாடிப் பரிசில்பெறற கதை
யைவிட்டு மூவகைப்பாணருள் ஓர்சாரராகிய யாழ்ப்பாணர் என்னு
ஞ்சாதியார் வசித்தவிடம் யாழ்ப்பாணம் என முடிக்க அறியாது
போயினமையும் ஒன்று. ஸ்ரீ குமாரசுவாமிப்பிள்ளை கூறியாங்கு

இயக்கன் இயக்கர்கோமான் கின்னரேசன் கின்னரபிரான் என்னு
ம்பரியாயப்பெயர்களையுடைய குபேரன், வீணைகானஞ்செய்வதிற் தன
க்கிணையில்லையென்று விளங்கின இராவணன் ஆதியோர் அரசுபுரிந்த
காலந்தொட்டு ஈழமண்டலம் யாழ்ச்சிறப்பினுன் மேம்பட்டது. மது
ரையிலே பிரபல பாடினியாக விளங்கின பாணபத்திரன் பத்தினியை
யாழ்வித்தையில் வெல்லத்தக்க பாடினியென்று இராசராச பாண்டிய
ன் மதித்து மரக்கலத்திலே வரவழைத்த விறலிக்கும் அன்னுள் குழா
த்தினர்க்கும் இசைவல்லோர் எனும் நல்லிசைபெற்ற இயக்கர்க்கும்
இருக்கையாய் இருந்ததும் இவ்வீழமண்டலமேயாம். இப் பழஞ்செய்
திகளைச் செவ்வனேயறிந்த வித்தியாவினோதரான தமிழரசர் தாம்
கைக்கொண்ட ஈழநகர்க்குப் பண்டைப்புகழ்தோன்ற யாழ்ப்பாணி
என்றேனும் யாழ்ப்பாணம் என்றேனும் நாமம் நல்கினுர் எனல் ந
வையுற்ற உத்தேசமாகாது.

அவ்வுத்தேசமும் ஆதாரமற்றதெனத் தற்கால ஆராய்ச்சி
யாற் பெறப்படுகின்றது. யாழ்ப்பாண அரசர்காலத்தில் வட
லங்கைத்தலைநகரி தமிழ்நூல்களில் யாழ்ப்பாணமென் றழைக்க
ப்பட்டதாகத் தோன்றவில்லை. அந்நூல்களெல்லாம் சிங்கைந
கரையே பெரும்பான்மையும் நல்லூரைச் சிறுபான்மையுங் கு
றிக்கின்றன. யாழ்ப்பாணம் எனும்பெயர் 15-ம் நூற்றுண்டுச்
சிங்கள நூல்களிற்றான் முதன்முதற் காணப்படும். செலலிகினி
சந்தெசய (28) கோகிலசந்தெசய (9) எனும் இரு நூல்களி

லும் அது யாப்பாபட்டுன எனப் பெயரிடப்படுகின்றது. இத் ஞல் யாழ்ப்பாணப்பெயர் யாப்பா-நெ எனும் சிங்களப்பெயரீட் டினின்று உண்டானதென்பர் ஆராய்ச்சிவல்லோர். இதுவே எ ம்மதமுமாம். யாப்பா (யகபத்) எனும் சொற்பகுதி "நல்ல" எ னும் பொருளுள்ள ஓர் மொழியாம். நெ என்னும்பகுதி "ஊர்" எனப் பொருள்படும். ஆகவே யாப்பா-நெ நல்லூர் எனும் தமி ழ்ப்பெயர்க்குச் சரியான சிங்களமாம். (இது ஸ்ரீ ஏ. எம். கு ணசேகரமுதலியார் முதற்கண் எடுத்துக்காட்டியது. இடப்பெ யர்வரலாறு· 130ம் பக்.) எனவே யாப்பா-நெ, யாப்பா பட்டுன என்பனவையிரண்டும் நல்லூர் நல்லூர்ப்பட்டணம் எனுந் தமிழ்ப் பெயர்களையே காட்டிநிற்கும். யாப்பா-நெ எனும்பெயர் யாழ்ப் பாணம் எனமருவி வழங்கியநாட்களிலேயே நம்புலவர்கள் யா ழ்ப்பாணன்கதையை உருப்படுத்திவைக்க, அன்னோரைப் பின் பற்றிய மயில்வாகனப்புலவர் காலவரையறையிகந்து கவிவீரரா வகரெனும் சமீபகாலத்து யாழ்ப்பாணனை பழையகாலத்துக் க ற்பனையிலுள்ள யாழ்ப்பாணனோடுசேர்த்து வைபவமாலையிற்புகு த்திவிடுகின்றவரானர். யாழ்ப்பாணப்பெயரே வீணகானபுரம் எனச் சமஸ்கிருதமாயிற்று. இதனோடு காந்தருவ நகரப்பெயரு ம், சித்திராங்கதன் எனும் காந்தருவன் இராவணனின் வீணை யைக்கவர்ந்து கொண்டுசென்று கீரிமலைச்சாரலில் வாசித்துப் பின் காடுவெட்டித் திருத்திக் காந்தருவநகரத்தை (யாழ்ப்பாண த்தை) நாடாக்கியகதையும் காலக்கிரமமாய் எழுந்தன. இராவ ணனின் வீணைக்கதையும் மற்றோர்புறத்தில் விரிந்து அவனது தலைகளிலொன்றே வீணைக்கொட்டாகி அவன்தான் யாழ்ப்பாடி யென வருகின்றான்.

காலமும் அனேகஞ்செல்ல நிருதனுங் கடனுள்நின்று
கோலவெங் கண்கள்தன்னிற் சிலகண்கள் குளிர்பூவென்னச்
சீலமோ டடந்துவெற்பின் திருவடிக்கிட்டு: "ஞான
மூலமே அபயம்! தீயேன் முழுப்பிழை பொறுத்தி" என்றான்,

என்றொரு சிரத்தைவாங்கி எரிபுரை குஞ்சிநீக்கிக்
குன்றவில் குருகுதள்ளிக் குடிகென வீக்கிமுன்கை
நன்றெனு உளகுதாங்கி நாம்பினைக் கம்பியாக்கி
வென்றிசேர் வீணைஏந்தி மிழற்றினன் கீதநாதம்

(தக்ஷிணகயிலாயபுராணம் /6)

இது நம் நாட்டுப் புராணகற்பனைகள் எவ்வாறு விரிந்து வி

ரிந்து பரிணாமம் அடைந்துள்ளன என்பதற்கு ஓர் சிறந்த உதாகரணமாம்.

இதுகாறுங் கூறியவற்றால், யாழ்ப்பாடியின் வரலாறு சமூலமாய் நிஷேதிக்கப்படல்வேண்டும் என்பது தெளிவு. அப்பால் வைபவமாலையாசிரியர் எடுத்தோதும் விசய கூழங்கைச் சக்கரவர்த்தி வரலாறே சரித்திரசம்பந்தமான நிகழ்ச்சியாம். இது சிறுபான்மை வையாவிலும் பெரும்பான்மை கயிலாயமாலையிலும் அவர்கண்டது. கூழங்கைச் சக்கரவர்த்தியோடு பொருத்திச் சொல்லப்படும் யாழ்ப்பாணக் குடியேற்றத்தைச்சுட்டி இத்தருவாயில் நிச்சயமாய் யாதுஞ்சொல்ல அறியோம். அது பின்னால் ஆராயத்தக்கது. அதன்பின்வரும்அரசர் ஆவலி, இராசமுறை எனும் நூலிலிருந்தெடுக்கப்பட்டதாம் என்பது வெளிப்படை. அந்நூல் கைக்கெட்டாதிருத்தல் பெருங்குறையே. இராசமுறையும் சங்கிலியனுக்குமுன்னிருந்த பரராசசேகரனோடுநின்றுவிட்டதாகத் தோன்றும். அப்பால் மயில்வாகனப்புலவர் எழுதியனவெல்லாம் கர்ணபரம்பரையைத் துணைக்கொண்டவைகளாம் என்பது போர்த்துக்கேசர்காலத் தமிழரசர்களின் சரித்திரத்தில் அவர் வரைந்திருக்கின்ற பெரும்பிழைகளால் விளங்கும், இது அன்னோர் சரிதங்கூறும் அமயத்தில் இந்நூலில் எடுத்துக்காட்டப்படுவது காண்க.

ஆரம்ப அதிகாரம் முற்றும்.

முதலதிகாரம்.

பண்டைநாள் வரலாறு

இதுகாறும் தமிழ்மொழியில் யாழ்ப்பாணச்சரித்திரம் வகுத்தோரெல்லாம் எம்தீபகற்பம் கூழங்கையாரியச்சக்கரவர்த்திகாலத்துக்கு ஒரு சிறிது முற்படத்தான் குடியேற்றமடைந்தது எனவும், அதற்குமுன் சனசஞ்சாரமற்றுக் காடடர்ந்த மணற்றிடராய்க் கிடந்ததெனவுங் கூறுவர். செவ்விய ஆராய்ச்சியில் இக்கூற்றுப் பொருந்தாதென மறுக்கப்படும். இலங்கைமுழுதும் முன்னொரு கற்பத்தில் பரதகண்டமெனும் இந்தியாவுடன் ஒன்றுப்க் கூட்டுண்டிருந்ததெனவும், இந்நிலப்பரப்பு தனக்குத் தென்பாலினும் மேல் கீழ் திசைகளிலும் மிகவிரிந்து பெருங்கண்டமாய்ப் பரந்திருந்ததெனவும் வரையறுத்துக்கூறும் மேதாவியரின் கருத்தைநோக்க, யாழ்ப்பாணம் பண்டைக்காலத்தில் குடிகளின்றியிருந்ததெனக் கொள்ளுமாறில்லை. தென்னிந்தியாவில் ஆதிதொட்டு இடங்கோலியிருந்த குலங்களைச்சார்ந்தனவாய், அக்குலங்கள் பயின்றமொழிகளைப் பயில்வனவாய் இலங்கையிலும் தொல்குலங்கள் விளங்கின. அவற்றுள் யக்கர் நாகர் எனும் இருகுலங்களும் தலைசிறந்தவை. யக்கராவார் புராணகாவியங்களில் யக்ஷர், ராக்ஷசர், அரக்கர், அவுணர் எனப் பலவாறு கூறப்படும் பழைய முரட்டுச்சாதிகளுள் ஒருகுலத்தவராம். இவர்கள் மிகத் தோள்வலிபடைத்தோரெனவும், அரண் செய்த கோட்டைகளை உடையோரெனவுந்தோன்றும். புராண இதிகாசங்கள் எடுத்திசைக்கின்ற இராவணன் ஆதியோரும், விசயராசன் முதற்கண் மணந்தவளாக மகாவம்ச நூல்கூறும் குவண்ணாவும் இவ் யக்கர்குலத்தினரேயென்ப. யக்ஷர், ராக்ஷசர் முதலானோர் இந்நிலவுலகவாசிகளாகாது மேலுலகில் வாழ்வோராமெனக் காட்டும் கதைகள் புராணகற்பனையேயென்க. இவ்வாறு நாகரும் பாதாளலோகத்திற் குடிகொண்ட பாதிமானுட வடிவுவாய்ந்த சர்ப்பங்களல்லர், உண்மை மானுடரேயாம். இவர்கள் ஓர்காலம் பரதகண்டத்துத் தக்கிணப் பள்ளத்தாக்குகளிற் றங்கினமையினாற்போலும் பாதாளவாசிகளெனப்பட்டார். இச்சாதியார் இந்தியாவிற் குடியேறிய கோளாரியர் திராவிடர் ஆரியர் எனும் மூன்றுகுலப்பிரிவுகளுள் முந்திய கோளாரியப் பெரும்பிரிவினுட்பட்டவர்கள்; பரதகண்டத்துக்கு வடகிழக்கிலுள்ள மலைப்பிரதேசங்களிலிருந்து கீழிறங்கி ஓர்காலம் அக்கண்டத்தின் கீழ், தென்பாகங்களில் எங்கணும்பரவி மிக நாகரீகமுற்

றுத் திகழ்ந்தவர்கள். சூடியநாகபுரம், நாகபட்டினம், நாகர்கோயில் ஆதிய இடப்பெயர்கள் இவர்களாலுற்பத்தியானவை. இவர்களெல்லாம் நாக அதாவது சர்ப்பவழிபாட்டாளராயிருந்தமை பற்றி நாகர் எனப்பட்டனரென்பது பண்டைச்சரித்திர ஆராய்ச்சிவல்லோர் மதம். இவர்களது சர்ப்பவழிபாடு இன்றைக்கும் தென்னிந்தியாவில் முக்கியமாய் நாகர்களினுறைவிடமாயிருந்த மலையாளத்தில் நிலைகொண்டிருத்தல் கவனிக்கத்தக்கது. நாகருள் சர்ப்பத்தின் விரித்தபடத்தின் சாயலான தலையணிகளைச்சூடும் வழக்கமுமிருந்ததென்பது அமராவதிச் சித்திரங்களில் பொறித்திருக்கும் நாகர்ரூபங்களாற் பெறப்படுவதாகலாம்.

யாழ்ப்பாணத்துத் தொல்குடிகள்

இலங்கையில், நம் தீபகற்பம் நாகர்களுக்கு ஓர் வாசஸ்தானமாயிருந்ததெனத் தோன்றும். இதற்குத் தென்மேற்கிலுள்ள கல்யாணி அல்லது களனியாவிலும் அவர்கள் மிக்கு உறைந்தனர்போலும். (மகாவமிசம் 1,63) யாழ்ப்பாணத்தான் அவர்களது முக்கிய இருப்பிடமாயிற்றென்பதை அதற்குள்ள நாகதீபம் எனும் பழம்பெயர் விளக்குகின்றது. நாகவழிபாடும் யாழ்ப்பாணத்தில் ஒருகாலம் உறைத்துநின்றது என்பதிற் சந்தேகமில்லை பத்தினிக்கடவுள் ஐந்தலைநாக வடிவுகொண்டு அரைந்துசென்று சுறட்டுப்பனை, சீரணி, அங்கணைக்கடவை, முத்துமாரியம்மன்கோயில், சுளுவில் ஆதிய இடங்களிற் தரித்து நாககோயில்கள் அமைத்தமையைச் சுட்டிய ஐதிகத்தையும், பத்தினி கோயில்களிலெல்லாம் பெரும்பான்மை நாகவழிபாடு நடத்தினமையையும் நோக்குக. நாகர்கோயில் எனும் இடப்பெயர் நன்கு அறியப்பட்டதொன்று. நயினாதீவில் இன்றைக்கும் நடக்கின்ற சர்ப்பவழிபாட்டை யாரே அறியாதவர்? இந் நயினாதீவு கி. பி. பதினைந்தாம் நூற்றாண்டைச்சேர்ந்த சிங்கள "நம்பொத்த" எனும் புத்தகத்தில் "நாகதிவயின" என அழைக்கப்பட்டுள்ளது. நாகதீவு நயினாதீவு எனப் பெயர்மாறியது நயினாபட்டர் எனும் பிராமணரொருவர் அங்கு குடியேறிக் கிலமாய்க்கிடந்த நாகதம்பிரான்கோயிலைப் புதுக்கியதன்பின் என்ப. ஆயின் "நாகநயினாதீவு" என வையாபாடலில் வருகின்றது. நாகதம்பிரான் நாகநயினார் எனவும் அழைக்கப்பட்டதேயோ? யாழ்ப்பாணம் "நம்பொத்த"வில் "தெமளபட்டனம" எனப்படுகிறது. இங்கு அக்காலம்விளங்கிய புத்த திருத்தலங்கள் பின்வருவன. அவற்றைச் சிங்களத்திலுள்ளபடி இடதுகைப்பக்கத்தி

னும் தற்காலவழக்குப்படி வலதுகையிலுங் காண்க. இவ்வொப்புமையை முதற்கண் எடுத்துக்காட்டினர் ஸ்ரீ ச. குமாரசுவாமிப்பிள்ளை.

நாககோவில — நாகர்கோயில்
கதுறுகொடவிஹாரய — கந்தரோடை
தெலிபொல — தெல்லிப்பழை
மல்லாகம — மல்லாகம்
மிணிவங்கொமுவிஹாரய — வீமன்காமம்
தன்னிதிவயின — தனதீவு, ஊர்காத்துறை
நாகதிவயின — நயினதீவு
புவங்குதிவயின — புங்குடுதீவு
காரதிவயின — காரைதீவு

நயினதீவுமட்டும் பதினைந்தாம் நூற்றாண்டில் நாகதீவு என அழைக்கப்பட்டபோதிலும், நாகர்கோயிலுக்கும் அத்தீவுக்கும் இடைப்பட்ட நம் குடாநாடுமுழுவதும் அதன்முன் பல நூற்றாண்டுக்ளாய் நாகதீவுப்பெயர் கொண்டிருந்தமை மறுக்கப்படுவதன்று. சிங்கள மகாவமிசநூல் இப்பெயரையே பலவிடங்களில் யாழ்ப்பாணத்துக்குச் சூட்டுகின்றது. நாகதீவுப்பெயர் முதற்கண் அந்நூலின் முதல்அதிகாரத்தில் கௌதமபுத்தரின் இரண்டாம் இலங்கைத் தரிசனையைச் சார்ந்துவருவது. மஹோதரனும் அவன் மருகன் குலோதரனும் என்னும் இருவர் நாகஅரசர்கள், ஓர் மணியிழைத்த ஆசனத்தைத் தனது தனது என உரித்தாடிக் கொடுஞ்சமர் நிகழ்த்திக்கொண்டிருப்ப, அப்போரினைவிலக்கி இருவரையுஞ் சமாதானப்படுத்துவான் கௌதமபுத்தர் வட இந்தியாவினின்றும் விசும்பாறாக எழுந்தருளிவந்து அவர்களுக்குப் பஞ்சசீலத்தினை உபதேசிக்க, அவர்களும் எண்பது கோடி நாகப்பிரசைகளும் புத்தரைச் சரணடைந்துகொள்ளுதலும், அரசரிருவரும் ஒத்தமனத்தினராய் மணியாசனத்தைப் புத்தருக்குக் காணிக்கையாகச் சமர்ப்பிக்க அவர் அதைத் தமது ஞாபகார்த்தமாய் ஸ்தாபித்து அதனை வழிபடுமாறு பணித்துப்போயினர் என்பது மகாவமிசநூற்கதை. (அதி. 1) புத்தவழிபாட்டுக்குரித்தான இம்மணியாசனத்தையும் நாகஅரசர்களின் முற்பட்ட வெம்போரையும் சுட்டியசெய்தி மணிமேகலை எனும் புத்த தமிழ்க்காவியத்திலும் நிலவுகின்றது. இந்நூல் மணிபல்லவம் எனுந்தீவில் அச்செய்தி நிகழ்ந்ததாகக்கூறும். ஆயினும் மணிபல்லவத்தின் இடச்சம்பந்தங்களை நுணுகி ஆராயுமிடத்து, நாகதீபமே இக்காவியத்தில் அப்பெயர்பெற்றது என்பது தெற்றெனப் புலப்படும். மணிபல்லவத்தை "நாகநாடு"

என மணிமேகலைநூல்தான் சொல்லுதலும், நாகதீபந்தானும் சில சிங்கள நூல்களில் மணிநாகதீபம் எனக் கூறப்பட்டுவருதலும் கவனிக்கற்பாலன. மணிமேகலைநூலில், கோவலனின் காமக்கிளத்திமகளாகிய மணிமேகலை மணிபல்லவத்தின்கண் விளங்கிய அற்புத புத்தராசனத்தைத் தரிசித்துத் தன் முற்பிறப்பு வரலாறுகளை அறியப்பெற்றாளென்றொரு கதாமிசத்தைப் புனைந்துரைக்குமுகத்தால், அத்தீவின் விபரம் பின்வருமாறு காட்டியிருக்கிறது.

இருங்கடல்
வாங்குதிரையுடுத்த மணிபல்லவத்திடைத்
தையாவோவென் றழுவோண்முன்னர்:
விரிந்திலங்கவிரொளி சிறந்துகதிர்பரப்பி,
உரைபெறுமும்முழ நிலமிசையோங்கித்
திசைதொறுமொன்பான் முழநிலமகன்று;
விதிமாணாடியின் வட்டங்குயின்று
பதுமசதுர மீமிசைவிளங்கி,
அறவோற்கமைந்த வாசனமென்றே
நறுமலரல்லது பிறமரஞ்சொரியாது
பறவையுமுதிர்சிறை பாங்குசென்றதிராது
தேவர்கோனிட்ட மாமணிப்பீடிகை
பிறப்புவிளங்கவிரொளி யறத்தகையாசனங்
கீழ்நிலமருங்கில் நாகநாடாளும்
இருவர்மன்னவ ரொருவழித்தோன்றி
யெமதீதென்றே யெடுக்கலாற்றார்,
தம்பெரும்பற்று நீங்கலுநீங்கார்,
செங்கண்சிவந்து நெஞ்சுபுகையுயிர்த்துத்
தம்பெருஞ்சேனையொடு வெஞ்சினம்புரிநாள்
இருஞ்செருவொழிமின் எமதீதென்றே
பெருந்தவமுனிவன் இருந்தறமுரைக்கும்
பொருவறுசிறப்பிற் புரையோரேத்துந்
தருமபீடிகைதோன்றியது......

(மணிமேகலை VIII 1-2, 43-63)

இம் மணிபல்லவத்தைக் காவிரிப்பூம்பட்டினத்திலிருந்து அடைய "ஆறைந்தியோசனைத்தென்றிசைமருங்கில்" செல்லவிருப்பதாலும் (மணிமேகலை VI. 211-12), புத்தரின் அடியிணை பதிந்த சமந்தம் என்னும் சமனொளிச்சிலம்பு இதற்கு "அயலகத்து" இரத்தினதீவத்திலுள்ளதெனப்படுவதாலும் (மணிமேகலை XI. 21-26), அச்சிலம்புச்சியிற்சேர்ந்து புத்தரை வழிபாடாற்றினோர் பரதகண்டத்துக்கு மீளும்வழியில் மணிபல்லவத்தையுங் கடந்துசெல்வர் என்னப்படுவதாலும் (மணிமேகலை

XXVIII. 107-109) மணிபல்லவம் நாகதீபமாகிய யாழ்ப்பாணமே என்பது மலேயிலக்கு. (இதனை முன்னவரா யெடுத்துவிளக்கினர் முதலியார் C. இராசநாயகமவர்கள் Journal R. A. S. C. B. No. 70)

நாகதீபப் பூர்வகுடிகளாகிய நாகர், தம் புத்தசமயப் பிரவேசத்தின்பின்போலும், சற்றுச் சற்ருகப் பிறகுலங்களோடு கலந்தும் ஒற்றுமைப்பட்டும் போயினர். போயும், அன்னோரது பண்டைப்பெயரிடு நாகன், நாகி, நாகம்மாள், நாகமணி, நாகமுத்து, நாகலிங்கம், நாகநாதன் ஆதிய ஆட்பெயர்களில் இன்றைக்கும் நிலவுவது காணப்படும். அவரது நாகவழிபாடு இன்றைக்கும் நாகதம்பிரான் நாகம்மாள் வழிபாட்டில் விளங்குகின்றது. நாகபாம்பை நல்லபாம்பென மங்கள நாமகரணஞ்செய்தலும், அதனைக் கொல்லுவது தோஷமெனக்கொள்ளுதலும், அதன்புற்றில் கோழியறுத்தல், பால், நெய் ஊற்றல் ஆதிய வழிபாடு இயற்றுதலும் நாமெல்லாம் நன்கு அறிந்துள்ள செய்திகளாம்.

சிங்களக்கலப்பு

கௌதமபுத்தர் பரிநிர்வாணமடைந்த ஆண்டு கிறீஸ்தாப்தத்திற்குமுன் 543-ஆம் என, ஓர் காலவரையறைவழுவினல், இதுவரையும் கொள்ளப்பட்டது. ஆயின் அம்மகானின் தேகவியோகம் உள்ளவாறு கி. மு. 483 இலேதான் நிகழ்ந்தது என ஆராய்ச்சிவல்லோர் அறைவர். (Cf Geiger: Mahavamsa Introd.) ததாகதரது நிர்வாணத்தன்றே இலங்கையின் பிரதம சிங்கள அரசனுன விசயனும் இத்துவீபத்திற் சேர்ந்தனனென மகாவமிச நூல்சொல்லும். (6; 47) இவ்விசயனுவான் வங்கதேசப் பிதிர்வழியிலும் கலிங்கதேச மாதிர்வழியிலும் உதித்த லாடநாட்டு அரசனுன சிங்கவாகு என்பவனின் மகன். சிங்கவாகு எனும் பெயர்க்குக் காரணந் தேடுதற்குப்போலும், அன்னேன் மிருகேந்திரனை சிங்கத்துக்குஓர் மானுட அரசகன்னிகை பெற்ற புதல்வனுமென்ன மகாவமிசநூல் கட்டுரைக்கின்றது. ஆயின் இச் சிங்க உற்பத்தியினை நாம்கோடாது, லாடநாடு ராசபுத்தானப்பகுதியிலிருந்ததாயின், ராசபுத்திரர்க்குள் இந்நாளிலும் வழங்கும் சிங்கு, சிங்க எனும் பெயரடைதான் அந்நாளில் விசயனின்தந்தை பெயரோடிணைந்திருந்ததெனக் கொள்ளலாம். இதனுல் விசயனும் அவனேடு வெளிப்பட்ட சிங்கர்களும் சிங்களரென, அவர்கள் பெரும்பாலும் குடிகொண்டபூமி சிங்க

ளாரெடென ஆகியிருத்தல் அமைவுடைத்தாகும். இதில் சிங்களனும்பதம் சிங்கப்பெயருடையாரது எனும்பொருள்தர, ‘ல’ என்பது பிரத்தியயமாகும். விசயராசன் முன்னும் ஈழமண்டலம் சிங்களத்தீபமென் றழைக்கப்பட்டது எனக் கொள்கின்றவரான ஸ்ரீ ச. குமாரசுவாமிப்பிள்ளை, நம் துவீபத்தின் சிங்களப்பெயர், நாகவழிபாட்டாளராயிருந்த நாகரையொப்பச் சிங்கவழிபாடுள்ள ஓர் சாதி மாக்களிலிருந்து உண்டானது என அனுமானிப்பர். (இடப்பெயர்வர. பக். 19) அல்லது சில்லோர் பிறரது மதத்தின்படி, சிறீ ஈழம் என்னும் இலங்கைப் புராதனப்பெயர் திரிந்து சிங்களமாகி, அதனால் இலங்கைவாசிகள் சிங்களராகி, அப்பால் இவ்வுண்மையை அறியாதாரால் விசயனின் பிதாவுக்கு மிருகேந்திர உற்பத்தி படைக்கப்பட்டிருத்தலும் சாலும். விசயன் தனது துர்க்கிருதமான சீவியங் காரணமாகத் தந்தையால் நாட்டைவிட்டு ஓட்டப்பட்டுத் தன் கூட்டாளிகளாயினோர் எழுநூற்றுவரோடும் நாவாயேறி, முன்பு இந்தியாவின் மேல் கோடியில் பம்பாய்க்கு வடக்கிலுள்ள சூர்ப்பாரக (தற்காலச் சொப்பார) வெனுமிடத்தி லிறங்கினவன், மறித்தும் ஓடமேறி இலங்கையையடைந்து தம்பபண்ணி எனுமிடத்திற் கரைபிடித்து, குவண்ணா அல்லது குவேனி எனும் யக்ஷயாதை வதுவைசெய்து, யக்கரிற் பலரைச் சங்கரித்துக் குடியேறினன். விசயன் இறங்கியது பெரியதுறையிலாமென்பது மற்றொரு பழைய ஐதிகம். (Queiroz). சிலகாலஞ்செல்லுதலும், குவண்ணாவையும் அவள் பயந்த மகார் இருவரையும் புறம்போக்கி, தனக்கும், மனைமக்களையிழந்துவந்த தன் துணைவர்கட்கும் பாண்டிநாட்டினின்றும் பத்தினிகளை வரித்து மன்றல்புரிவித்தான். தமிழ் மொழியாளரான இக்கன்னியர்களும், இவர்களைப் புடைசூழ்ந்துவந்த தமிழ்ப் பரிசனங்களும் பிராகிருதமொழியாளரான விசயனாதியோரோடு கலந்துபேசிய “அடுவல்” மொழியே பிற்காலத்துச் சிங்களமென வருவதாயிற்று. விசயனாதியோரது பிராகிருதம் முன்னமே யக்கராதியோரது பேச்சோடும் கலப்புற்றுத் திரிவுபட்டிருந்தது. நாகரைமான, யக்கரும் பேசியது தமிழின் ஓர் பாகதமேபோலும். அல்லது நாகரது தாய்ப்பாஷை தமிழோடு புணர்ந்து மருவி இடைக்காலத்தமிழாய் நின்றது எனலும் ஒன்று. இவ்வாறாய்ச் சிங்களம் உண்டானமைதான் அது வசனக்கட்டளவில் முழுதும் தமிழ்போலவும், சொற்றொகுதியளவில்மட்டும் பெரும்பான்மை பாலி எனும் பிராகிருத பாஷைபோலவும் இயங்குதற்குக் காரணம் என்க. சிங்க

ளச்சாதியார், காற்திட்டம்மாத்திரை லாடநாட்டாரும் முக்காற்திட்டம் தமிழர், நாகர், யக்கரும் கலந்து ஆக்கப்பட்டவர்களே என்க. லாடநாடு இராசபுத்தானத்திலுள்ளதெனில், சிங்களரில் சேர்ந்துள்ள லாடநாட்டிரத்தமும் ஆரியவிரத்தமாகாது, ஸ்கீத்திய இரத்தமேயாகும். இதனால் சிங்களர் திராவிடரான தமிழரோடு மிக்குப் பாந்தவமுள்ளோரும், ஆரியரோடு சிறிதும் சேர்த்தியில்லாதோருமாவர். சிங்களமொழி, சொற்பொலிவில் ஆரியஉற்பத்தியுடைத்தாய் நிற்பது மாத்திரையால் சிங்களவர் ஆரியராகவறியார். பூகோளத்தில் பலசாதியார் இடைக்காலத்துத் தம் தாய்மொழியை மறந்து பிறமொழிகளை மேற்கொண்டவராகின்றனர். ஓர் சாதியார் இக்காலம் பேசும்பாஷை அன்னோது ஆதிச் சாதிவர்க்கத்தைவிளக்கும் அறிகுறியாய் எஞ்ஞான்றும் அமைவதில்லையெனும் உண்மை கவனிக்கப்படத்தக்கது.

சிங்களர் எனும் இப்புதுச்சாதியார் இலங்கையெங்கணும் சிறிதுசிறிதாய்ப் பரந்து, ஆங்காங்குவசித்த யக்கர் நாகர்களையும் விழுங்கித் தம்முளடக்கி, நாடுமுழுவதையும் சிங்களநாடாக்கினர். இத்தருவாயில் யாழ்ப்பாணத்துப் பழங்குடிகளான நாகரும் சிங்கள மகாவெள்ளத்திலமிழ்ந்து அன்னோரோடு ஒற்றுமைப்பட்டுப்போயினர். இம்மாற்றம் பூர்த்தியாகப் பலநூறாண்டுகள் சென்றிருத்தல்வேண்டும். தேவாணம்பியத்திசன் காலத்திலேயும் (கி. மு. 247-207), இலங்கையில் நாகரோடு யக்கரும் வேற்றுச்சாதிகளென இருந்தமை மகாவமிசத்தால் தெரிகின்றது. அவ்வரசன் பாடலிபுரத்தினின்று புத்தரது வெள்ளரசின் ஓர் கிளையையும், தர்மாசோகன் மகள் சங்கமித்தையையும் அழைத்துவரும்பொருட்டு தூதுபோக்கிய அமைச்சனோடுசென்ற பரிவாரங்களுள் நாகரும் யக்கரும் விளங்கக் காண்கின்றோம். (மகாவமி. 19: 4) அரசங்கிளையைக் கொண்டுவரும்வழியில் அதனை அபகரிக்க முயற்சித்தாரெனவும், பின் அவ்வரசிற்கு "நாகர்களின் அரசபெருமான்" எனும் பட்டங்கட்டி அதனை நமஸ்கரித்தாரெனவும் அந்நூல் காட்டும் நாகர்கள் யாழ்ப்பாணத்துக் குடிகளேயோ? (மகாவ. 19-11: 22) இங்கு அந்நாளில் திவக்கன் எனும் பிராமணரின்கிராமம் ஒன்றிருந்ததெனவும் விளங்குகிறது. (மகாவ. 19: 37) நாகர்களது சமயமும் பிராமணர் சமயமும் பின்னைக்காலத்தில் ஒன்றுபட்டுப்போயினவாகவே, அந்நாளில் நாகதீபத்திற் பிராமணரிருந்தமையையும் வியப்பன்று.

சம்புகொலத்துறை

வெள்ளரசு வந்திறங்கிய சம்புகொலம் எனுந்துறையும் யாழ்ப்பாணத்திற்றனுள்ளதென்பது, இப்போது சந்தேகமறத் தாபிக்கப்பட்டதொன்று. அத்துறையைக் கொளும்புத்துறையெனக் காசிச்செட்டித்துரை நம்பினர். (R. A. S. C. B. Jl.) காங்கேசன்துறையெனப் பவுல் பீரிஸ்துரைவாதித்தார். (R. A. S. C, B. Jl. No. 70. pp. 17. 19.) ஆயின் ஸ்ரீ குமாரசுவாமிப்பிள்ளை சுட்டிக்காட்டியாங்கு (Ceyl Antiq) அது மாதகற்கரையிலுள்ள சம்பல்துறையேயென்பதில் மயக்கமின்று. சம்புகொலத்துறை, சம்பகலத்துறை எனவும், சம்பல்துறையெனவும் பாவைவழக்கில் எளிதின் பருவுகல் வெளிப்படை.* அன்றியும் மகாவமிசத்துச் சம்புகொலம் கங்கைநதி முகத்துவாரத்தில் அமைந்த தாமலித்தி (தாமிரலிப்தி) எனும் தமிலுக்கிலிருந்து ஏழுநாட் கப்பல் தூரத்திலும், அனுராதபுர வடக்குக் கோட்டை வாசலிலிருந்து பதினாலுநாள் நடைத்தூரத்திலுமுள்ளதாய் நாகதீபத்தில் விளங்கியது. (மகாவமிச. 19, 35; 22, 23; 40, 35.) இவ்விபரங்கள் சம்பல்துறைக்கு நன்றாய்ப்பொருந்தும். மகாதொட்ட எனும் மாதோட்டத்துறை தக்கிண இந்திய துறைமுகங்களோடு சம்பந்தப்பட்டிருந்தபடி, சம்பல்துறை உத்தர இந்திய துறைமுகமாகும் தமிலுக்கோடு சம்பந்தப்பட்டிருந்தமை ஏற்புடைத்து. இத்துறை ஓர்காலம் பிரசித்திபெற்றிருந்ததென்பதற்கு இதற்கருகிலிருந்து மாதகல் சில்லாலை பண்டத்தெருப்பு கந்தரோடை எனுமிடங்களூடாகச் செல்லுகின்ற பழைய இராசபாதையும், அதன்மருங்கே ஆங்காங்கு ஆழ்ந்துவிடப்பட்ட கேணிகளின் பழம் படிக்கட்டுகளும் தக்கசான்று. தேவானம்பியதிசன், தான் வரவழைத்த வெள்ளரசிலிருந்து உண்டான கன்றுகளுளொன்றைச் சம்புகொலத்தில் ஆதிவெள்ளரசு இறக்கிவைத்தவிடத்தில் நாட்டி, சம்புகொல விகாரை, திசமகாவிகாரை பாசீனாராம எனும் கட்டடங்களையும் நிருமாணித்தான். (மகாவமி. 20; 25) அரசுநின்றவிடம் இன்றைக்கும் போதுமலுவை (போதிமலுவை) என்றும், திசமகாவிகாரைநின்றவிடம் திசைமலுவை என்றும் கூறப்படுவனவாய்ச் சம்பல்துறைக்கணித்தாயுள்ளன என்பர் குமாரசுவாமிப்பிள்ளை. சம்பல்துறையில் தற்காலத்தார் அங்கிரியஷ்டிசெய்யும்

---

* அன்றி. சம்புதுறை சம்பல்துறை என ககர ஓடையீடு பெற்றது என்றலும் ஒன்று. சீந்தி (சமஸ்கிருதத்தில் ஜீவந்தி) சீந்தில் என வழங்குவதுபோல.

தலமாயுள்ள திருவடிநிலை புத்தசம்பந்தத்தினையே உணர்த்துமென்பது இராசநாயகமுதலியாரின் அபிமதம். (loc cit. p. 35)

பிரதம கல் ஆலயங்கள்

தேவாநம்பியதிசன் பௌத்த நிர்மாணங்களை அமைத்ததோடு உள்ள நிறைவெய்தாது, யாழ்ப்பாணத்தைக் கௌதமபுத்தர் முன்னொருகாலம் இருவர் நாகர்களின் சமரைச் சமன்படுத்தும்பொருட்டுத் தரிசித்த ஐதிகத்தையுணர்ந்து, அத்தரிசனையாற் கீர்த்திவாய்ந்த தலங்கடோறும் தாதுகர்ப்பம் (தகோபா) எனும் தூபிகளையும், பௌத்தர் ஆச்சிரமங்களாகிய விகாரைகளையும் எடுப்பித்தான். (மகாவம். 19; 36) இத்தலங்களுள் விசேஷித்தது 15 ஆம் நூற்றாண்டில் கதுறுகொட எனவும், போர்த்துக்கீசர் காலத்தில் கந்தரக்குட எனவும் பெயர்வழங்கிய தற்காலக் கந்தரோடையேபோலும். யாழ்ப்பாண வைபவமாலையுடையார் சுட்டுகின்ற கதிரைமலையும் கந்தரோடையேயாகலாம். இவ்வூருக்கணிமையில், சுன்னாகத்தில், கதிரைமலை எனும் ஓர் மேடு (அயரகல்தானத்துக்கும் சந்தைக்குமிடையில்) இருந்ததையுங் கவனிக்குக. கந்தரோடை ஓர் விசேஷித்த புத்தஸ்தலமாய் விளங்கிற்றென்பது அங்கு காணப்படும் பல தூபிகளின் அடித்தளங்களாலும் அவற்றுட் கண்டெடுக்கப்பட்ட புத்தசிலைகள் ஆகியவற்றாலும் பெறப்படும் என்பர். அந்நாளிலல்லாவிடில் பின்னாளிலாதல் கந்தரோடை முக்கிய பௌத்ததலங்களிலொன்றாயிருந்ததென்பது "நம்பொத்த"விலிருந்து நன்றாகத் துணியப்படும்.

பௌத்தர் கட்டிய தூபிகள் விகாரைகளே யாழ்ப்பாணத்தில் முதற்கண் எடுக்கப்பட்ட கல் ஆலயங்களாம். இந்தியாவிலும் பௌத்தமத எழுச்சியின் பின்னன்றி கல்லால் எழுப்பப்பட்ட ஆலயங்கள் அறியப்பட்டவைகளல்ல. ஆரிய சமயவழிபாட்டில் யாகசாலைகள் என அவ்வவமயத்தில் வகுக்கப்பட்ட இடங்கள் வழங்கின. திராவிடர் சமயவழிபாடுகளில் ஆற்றிடைக்குறைகள், மரங்கள், நடுகற்கள், கல்லடுக்குகள் தாம் ஆலயங்களாயின. பௌத்தசமயத் தொழும்பர்களே முதற்கண் புத்தரின் என்புமுதலியவைகளை (தாது) அடக்கிவைக்கும்பொருட்டுத் தாதுகர்ப்பங்களைக் கல்லாற்கட்ட ஆரம்பித்தனர். இத் தாதுகர்ப்பத்தின் வட்டாகாரமான வடிவம், ஆரியர்கள் தந்தலைவர்களின் வட்டக்கொட்டில்கள்போன்ற குகைகள்குடைந்து (கர்ப்பம்)

இறந்தோர் என்புகளை அடக்கி, அக்குகைகளினுட் சிராத்தஞ் செய்யும்பொழுது உண்டாகும்புகை வெளிக்கொள்ளுமாறு முகட்டிற் குழாய் (தூபி) அறுத்து விடும் வழக்கத்தினின்று உண்டானது. முன் குகைவடிவமாயிருந்த தாதுகர்ப்பம் பின் புத்தர்களாற் கற்கள் அடுக்கி எடுக்கப்படுவதாயிற்று. புத்தர்கள்தாம், உன்னுன்சைகள் சங்கமாய்க்குழுமி வாழுவதற்கு இருப்பிடம் வகுக்குமுகத்தால், மலைச்சாரல்களிற் குடைந்தெடுத்தும் கற்களடுக்கிச் சிவர்களை வகுத்தும் விகாரைகள் ஆக்கத் தலைப்பட்டனர். ஓர்காலம் பௌத்தமதம் பரதகண்டமுழுதும் பரந்ததாகவே, ஆங்காங்கு அளவிறந்த தகோபாக்கள் எடுத்தும் கல் விகாரைகள் குடைந்தும் விடப்படுவனவாயின. பின், வைதிகசமயங்கள், சிறிதுகாலம் மறைந்துகிடந்தவை, அரசர்களதுமுயற்சியால் தலைநிமிர்த்து பௌத்தசமயத்தோடு சமர்புரிந்து அதனைப் புறங்கண்டபோது, அப் பௌத்தசமய நிர்மாணங்கள் சைவ வைஷ்ணவ சாக்த ஆலயங்களாக யாற்றப்பட்டன. அதன்பின்னரோ பௌத்த தூபிகள், விகாரைகளின் உருவத்தை அநுசரித்துக் கல்லடுக்கி ஆலயங்கட்டும் வழக்கமும் தலைப்பட்டது. தற்கால சைவ வைஷ்ணவ சாக்த ஆலயங்களெல்லாம் பௌத்தரின் தாதுகர்ப்பமும் (கர்ப்பக்கிரகம்) தூபியும் (விமானம்) ஒன்றித்து உருவானவைகளாம் என்க. இலங்கையில் தேவானம்பிபதிசனின் நாட்களுக்குமுன் பௌத்தமதம் பரந்திராதவகையில், கற்கட்டடமான தேவாலயங்களும் இல்லாதவையாயின.

சிங்கள இடப்பெயர்கள்காட்டும் பழஞ்செய்திகள்

தற்காலத் தமிழரின்முன் சிங்களர்தாம் யாழ்ப்பாணத்தில் குடிகொண்டிருந்தனரென்பது இந்நாடெல்லாம் மல்கியிருக்கும் சிங்களப்பெயர்த் தானங்களாலும் பெறப்படும். ஞாபகசின்னங்களெல்லாம் பெயரீட்டுச் சொற்களைப்போலும் பழமைவாய்ந்தவைகளில. பண்டைநாள் ஓர்சாதியார் ஓர்தானத்தில் வசித்துப்போயினர் என்னுஞ் செய்திக்கு வேறு சாசனசாட்சிகள் இல்லாமற்போகலாம்; சாட்சிகளிருப்பினும் அவை மயக்கமுள்ளவைகளாகலாம்; அன்னோர் அத்தானத்துக்கு இட்டுவழங்கிய பெயர்மட்டும் நிலைப்பதுண்டாயின், அதுவோ அவர்கள் ஒருநாள் அங்கு குடிகொண்டிருந்தமைக்கு என்றுமழியாத, சந்தேக விபரீதமில்லாச் சாட்சியாகும். இவ்வாறே யாழ்ப்பாணத்துத் தானப்பெயர்களுட் பெரும்பாலானவை, அந்நாடு ஆ

தியில் சிங்களராட்சியிலிருந்து, பின்னர்தான் அன்னோரோடு முதற்கண் சிறுகக் குடியேறிச் சற்றுச்சற்றாக அவர்களைப் புறத்தகற்றி இடங்கோலிக்கொண்ட தமிழர்கைப்பட்டதென்பதற்குக் குன்றாத சாட்சியாகின்றன. யாழ்ப்பாணத்திற் சிறுபான்மை தக்கிண இந்தியாவினின்று குடியேறிய தமிழராற் பெயரடைந்த ஊர்களுமுள்ளன. இவை நலலூர், திருநெல்வேலி, புத்தூர், இடைக்காடுமுதல் இன்னுஞ்சில. இவ்வூர்கள் தம்முள்ளுங் காணிப்பெயர்கள் பெரும்பான்மை சிங்களமாகவே விளங்குதலின், முன் சிங்களவூர்களா யிருந்தனவற்றைப் பின் தமிழர் பிடுங்கியெடுத்து அவற்றுக்குத் தாந் தாம் எங்கிருந்து புறம்போந்துவந்தனரோ அவ்வத் தென்னிந்திய ஊர்ப்பெயர்களைச் சூட்டினரெனக் கொள்ளக்கிடக்கிறது. ஊர்ப்பெயர்கள் சில தமிழ்ப்பெயர்களாயிருப்பினும் காணிப்பெயர்கள் பெரும்பான்மை எங்கணும் சிங்களமாயிருத்தலின், சிங்களரே பண்டைநாளில் நாடுமுற்றும்பரவி, அந்நாட்டின் நிலத்தன்மையைப் பரீட்சித்தறிந்து அவ்வந்நிலத்திற்குரிய பெயரைவழங்கி வாழ்ந்தனரென்பது வெள்ளிடைவிலங்கலாம்.

யாழ்ப்பாணத்து இடப்பெயராராய்ச்சி பல அரிய பழஞ்செய்திகளை விளங்கத்தருவதொன்று. நாம் முன்னும் பலகாற்சுட்டியதாய் ஸ்ரீ குமாரசுவாமிப்பிள்ளை இயற்றியதாயுள்ள "வடமாகாணத்துள்ள சில இடப்பெயர்களின் வரலாறு" என்னும் விலைமதித்தற்கரியநூல் இவ்வாராய்ச்சிக்குச் சிறந்த சாதனமாய்ப் பிரகாசிக்கின்றது. இப்பிரிவில் நாங்கூறுவன பெரும்பாலும் அந்நூலையே ஆதாரமாய்க்கொண்டனவெனவறிக.

சிங்களர்தாம் நந்தீபகற்பத்தில் நெல்வேளாண்மையையும் சிறுதானிய விதைப்பையும் தோட்டச்செய்கையையும் ஆதியில் நிகழ்த்தினர் என்பது வயல்நிலங்களுக்குக் "கும்புற" "தெணிய" "தூ" ஆதிய பெயர்களும், சிறுதானிய விளையுள்களுக்கு "புலவு" "புலோ" ஆதிப பெயர்களும், பழந்தோட்டக்காணிகளுக்கெல்லாம் "வத்தை" முதலிய பெயர்களும் பயிலுவதாற் பெறபபடும. "கமம்" எனுஞ்சொற்கு "நிறைவு" எனும் பொருளன்றி விளைநிலம் எனும்பொருள் தமிழிலுள்ளதன்று. சிங்களத்தில் மட்டும், கம(க்ருப) என்பது கிராமத்தையும், அதற்குவிசேஷஅங்கமாயுள்ள விளைநிலத்தையும், சிறுபான்மை குளத்தையும், அப்பால் கிருஷித்தொழிலையும் உணர்த்துவதாம். சிங்களர் நாட்களின் கமங்களிலும் கமருளோமாரிலும் ஞாபகமே இன்றைக்கும்

கமக்காரன் எனும் நாமகரணத்திற் காந்துகிடக்கின்றது. கமக்காரர் ஆதியாம் உயர்ந்தோரை இழிந்தோர் "நயிந்தை" என அழைப்பதும் சிங்களர்கால வழக்கமேபோலும். போர்த்துக்கீசர்நாட்களிலும் வன்னிநாட்டுவயல்கள் கமம் என அழைக்கப்பட்டன. (Foral of Jafanapatao 1645) "கம" எனும் சிங்களப்பகுதி கிராமம் என்னுங்கருத்தில் சுன்னாகம், பன்னாகம், காம்பகம் ஆதியவூர்ப்பெயர்களில் வழங்குகின்றது. "கம்புற" என்னப்பட்ட வயற்பெயர் இந்நாளில் மார்க்கம்புரை, திக்கம்புரை, அளக்கம்புரை, கம்பரவுடை ஆதிய காணிப்பெயர்களில் காணப்படுகிறது. "தெணிய" எனப்பட்ட வயல்கள் கொட்டுவதெணி, வட்டத்தெணி ஆதியவற்றில் விளங்குகின்றன. "தூ" பெயருள்ள வயல்கள் பச்சிலைப்பளியில் அனந்தம். அப்பால் "புலவு" எனும் சொல்வழக்கை நோக்குக. அது பொலவ, பொல எனுஞ் சிங்களத்தினின்றே எழுந்ததென்பது தேற்றம். மறவன்புலோ எனும் ஊர்ப்பெயருங் காண்க. துறட்டிப்பளை, செம்பளை, கிராம்பளை ஆதிய பல காணிப்பெயர்களில் சிங்கள "பொல"ச்சொல்லு வேறோர்வகையாய் மருவிநிற்கின்றது. காடுவெட்டிச் சுட்டுப்பின் சிறுதானியம் வாழை கிழங்கு ஆதியன பயிரிடும் "ஹேன" எனும் காணிப்பெயர், அல்வாயிலுள்ள சீர்வளச்சேனையில் மீந்திருக்கிறது. இனி நம்நாட்டில் ஆதிதொட்டுச் செய்கைபண்ணப்பெற்ற "வத்தை"கள் எண்ணிறந்தன. ஒவ்வோரூரிலும் காணிப்பெயர்களுள் அவற்றைக்காணலாம். இத்தோட்டங்களைப் பண்டைக்காலத்து ஆண்ட சித்தா, சாத்தனா, கீறியா, கிரா, வயிரா, தம்பா, அவலியா, சிங்கா, களுவா ஆதியாம் சிங்களர்களின் நாமங்கள் அவரவர் வத்தையோடு பிணைப்புண்டு, சித்தாவத்தை, சாத்தனாவத்தை, கீறியாவத்தை என்றற்றொடக்கமாக இன்றைக்கும் வழங்குகின்றன. தம்மையாண்டோரின் தனிப்பெயர்களையன்றி அன்னோர் குலம் தொழில் நிலைமை ஆதியவற்றையும் இவ்வத்தைகள் நமக்குக் காப்பாற்றித்தந்திருக்கின்றன. இவ்வாறே அந்நாட்களின் வடுவா (தச்சன்), பத்தா (பதுவாவெனுமிழிகுலத்தவன்), ஆம்பட்டயா (மயிர்வினைஞன்), அறுவ (குயவன்), கம்புறு (கன்னான்), கொவ்வா (பசுக்காப்போன்), கொவி (வேளாளன்), வமுணா (பிராமணன்), வல்லியா (உறோடியசாதியான்), வண்டா (அரசகுலத்தோன்), கமறாளை (கிராமத்தலைவன்) ஆதியோர் வடுவாவத்தை, பத்தாவத்தை என்றற்றொடக்கமாக அவ்வவருடைய வத்தையின்பெயரில் நின்றொளிருதல் காண்க.

பயிர்ச்செய்கை விஸ்தீரணமாய் நடைபெற்றது, தென்னை,

பனை, தோடை, எலுமிச்சை, மாதுளை, விளாத்தி, இலுப்பை, நாவல், மூங்கில் ஆதியன நாட்டப்பெற்ற தோப்புக்கள் ("வத்தை" 'தெணிய") பல. இவற்றை பொல்வத்தை, தல்வத்தை, நாரந்தனை, கம்பாத்தனை, கராத்தனை, கிளுவத்தனை, மீத்தனை, தள்தனை, இரணதனை ஆதிய இடப்பெயர்கள் இன்றைக்கும் காட்டும். வாழை, கத்தரி, கிழங்கு, கீரை, உழுந்து, எள்ளு இவை பயிரிடப்பட்ட தோட்டங்கள் கேல்வத்தை, எழுவாடவத்தை, உடலாவத்தை, வள்ளலாவத்தை, தம்பலாவத்தை, உந்துவத்தை, தெல்வத்தை ஆதியனவற்றுல் விளங்கும். அந்நாளின் பூந்தோட்டங்களும் பல. செந்தாவத்தை, மல்வத்தை, சாத்தானை காண்க. இவற்றுள் புத்தாலயங்களுக்குரியனவாய்ப் போலும் அரசபூந்தோட்டங்கள் ("உயன") இருந்த தானங்களை வெப்பியனை, உயனைவளவு, உய்யான்தோட்டம், உயனைக்குரோச்சியவளை என்பன குறிக்கும். "சிமா" எனும் ஈறுள்ள காணிப்பெயர்களெல்லாம் ஒவ்வோர் பயிர்வகைசெய்தற்குரிய காணித்துண்டுகளைக் காட்டும். இவற்றுட் பல பிற்காலத்துத் தமிழ்க்குடிகளாற் பெயரிடப்பட்டனவுமுள்ளன. வெறும் புற்றரைகள் சிங்களரால் "தலாவ" "வாட்ட" "பிட்டனிய" எனப்பட்டு, தலவை, துளாவை, குறுநங்கைவாடி, கிணியம்புத்தினி ஆகிய நங்காலக் காணிப்பெயர்களாய் மாறிநிற்கின்றன. அக்காலத்து மாச்சோலைகள் "கொல்ல" என வழங்கித் தமிழரால் கொல்லை, ஒல்லை, கோலை, ஓலை, குலை எனுமீறுபடைத்தனவாகிய வாகொல்லை, களவொல்லை, மாங்கோலை, கிரிபோலை, பனுகுலை ஆதிய இடப்பெயர்களில் நிலவுகின்றன. அந்நாளில் ஆங்காங்கு இன்னமரத்தடி என அறியப்படுவதற்கு இலக்காய் நிழல்செய்துநின்ற மரப்பெயர்களை பிப்பிலி, போதி, கபட்டை, கோரகொம்பு, குக்குறுமான், பலட்டை, கொக்கொட்டியன், சித்திரமொழி, முலவை ஆதிய இடப்பெயர்களில் இன்றைக்கும் காணலாம். மரக்கூடல்களைக்குறிக்கும் "கொமுவ" எனும்சொல் கொடிகாமம், இளகாமம், தேகாமம், தம்பகாமங்களிலும், "றுப்பா" எனுஞ்சொல் குடாரப்பு போக்கறுப்புகளிலும், "கொன்ன" எனுஞ்சொல் தம்பக்கோணையிலும் மருவிநிற்றல் காண்க.

சிங்களர்காலத்துக் குளங்கள் பலவற்றை இன்றைக்கும் கட்டுவை, பொக்கணை, யாயா எனும் ஈறுள்ள பெயர்களாலறியலாம். "கட்டுவ கட்டுக்குளத்தைக் குறிக்கும். பொக்கணை குளத்தைக்குறிக்கின்ற "புஷ்கரிணி" எனும் சமஸ்கிருதபதத்திலிருந்துவரும் பொக்குண எனும் சிங்களம். மாதகல், அச்சுவே

ளி, சுன்னாகம், தொல்புரம், மாவட்டபுரமாதிய பலவிடங்களில் இப்பெயர்க் குளங்களுள்ளன. யாமா அல்லது பேய்க்கிணறு எனும் பேருற்றுக்கூவல்கள் சண்டிருப்பாய், நவாலி, ஊரெழு, குரும்பசிட்டி ஆகியவூர்களிலுள. குளத்தையும் வாய்க்காலையுங் குறிக்கின்ற "கொட" "ஓட" என்பன கோடை, குடை, ஓடை, உடை என விகாரப்பட்டு, கங்கோடை, அம்பலாககுடை, போஇயோடை, பொக்கணாவுடை ஆதிய பலவிடப்பெயர்களிலே மிறகின்றன. குளத்தையும், மேட்டுப்பாகம்மட்டும் செய்கைக்குரியதாம் மற்றையபாகங்கள் செதுப்புநிலமாயுள்ளதுமான வயல்வெளியையுங்காட்டும் "வில" "வில்" எனுமீறுபொதிந்தன இணுவில், உடுவில், கொக்குவில், கோண்டாவில், நந்தாவில், மட்டுவில், மந்துவில், நுணாவில், மேராவில், இத்கர்வில், மிருசுவில், வேவில், கருடாவில், சுருவில், நீவில் ஆகியன இன்னும் பலவுள. குளத்தையடுத்த செய்கரை, அணை, என்னும் பொருள்தரும் "நியர" எனும்பதம், நிகள எனச் சில்விடங்களுக்குப் பெயராயமைந்திருத்தல் காண்க. இப்பொருளினையே படைத்த "வெட்டிய" ஈறு, அளவெட்டி, காவெட்டி ஆதியவிடங்களிற்றோன்றும். "ஆலி" எனும் குளக்கட்டு தலையாளியில் விளங்கும். குளங்களினின்று நீர்கொண்டுசெல்லும் "ஆல" என்னும் புராதன வாய்க்கால்கள் பல பன்னாலை, துன்னாலை, இளவாலை, சில்லாலை, தல்லாலை, அரியாலை, எழாலை, சாசாலை, மீசாலை, தம்பாலை, மாப்பிளாலை, சங்கினாலை, கனகாலை, செங்காலை, இக்காலை, கோணாலை என இன்னுமனேகவிடப்பெயர்களில் இலங்கை அந்நாளின் நீர்ப்பாய்ச்சுதற்றிறத்தையும் நிலவளத்தையுங்காட்டிநிற்கின்றன. குளத்தின் மேற்பாகத்தைக்காட்டும் "தவல்ல" என்பது தாவளையெனநின்று கீழ்வாய்க்காலாகும் யற்றாலையோடுபொருந்தித் தாவளையற்றாலை என்றிருத்தலையுங்கவனிக்குக.

சிங்களர் விவசாயத்தோடும் நீர்ப்பாய்ச்சுதலோடும் சம்பந்தப்பட்ட பெயர்களை நம்நாட்டுக்கு வழங்கியதோடமையாது; தாம் பல்லாண்டு குடியிருந்து நன்றாய்ப் பழகியறிந்த இந்நாட்டின் நிலத்தன்மை, அவ்வந்நிலத்தின் உருவம் ஆதியனவிளங்கப் பல வேறுபெயர்களையும் அவ்வவ்விடங்கட்கு நல்கினார்: வாய்க்காலை; ஆற்றை அடுத்தபூமியை "உல்ல" என்றார். இது உல்லை, உச்சலை, கடவளலையாதிய பெயர்களில் மருவிநிற்கும்: வயலோரத் துண்டுநிலத்தை "கடவெல" என்றும், மேட்டை "பில்லாவ" என்றும் வகுத்தார். இவை அங்கணாக்கடவை, தெளிக்கடவை, காம்பைக்கடவை ஆதியவிடங்களிலும் அம்பம்பின்

லாவையிலுந்தரித்துநிற்கின்றன. வெள்ளந்தங்குமிடத்தின் நடுவிலுள்ளதிட்டியைத் "தூவ"என்றார். இது சவரன்தூ, கப்புதூ, கொன்னைதூ முதலிய பலவிடங்களிற் பயிலுகின்றது. நீர்நில்லா தோடுமிடங்கள் "பராப"எனப்பட்டவை இன்றைக்கும் தெவிண்டப்பிராய், உரும்பிராய், வேலம்பிராய், தலம்பிராய் ஆதிய ஊர்ப்பெயர்களாற் சுட்டப்படுகின்றன. "ஊருவ" எனப்பட்ட பாழ்நிலங்கள் ஊர்வை எனவும் "கல, கல்வ" எனப்பட்ட கலட்டுநிலங்கள் கல்லை, மாதகல், பத்தகல், என்பனவும் ஆயின. பறட்டைக்காடுள்ள பிரதேசங்கள் "வன, ஆன, வின்ன, பலான, விலான" எனும்முடிவுகள்பெற்று மாதவனை, அங்குளானை, ஈவினை, கட்டுப்பிலானை, கம்பிளிவிளானை, வசாவிளான், சிறுவிளான் ஆதிய தற்காலஊர்ப்பெயர்களாயின. காட்டுப்பூமியையோ வளைந்தவிடத்தையோ விளக்கும் "வல" எனுமீறு கல்வளை, எருதாவளை, கோணாவளையாதியவிடங்களிலும், "வக்க" எனுமீறு வாதரவக்கை, கம்பிராவக்கை ஆதியவற்றிலுந் தொனிக்கின்றன. "வள" எனும் பள்ளப்பொருளுள்ள முடிவு தம்மளையிற் றோன்றுவது போலும். சிங்களர் சமநிலங்களுக்கிட்ட "பொத்த" எனுமீற்றுப்பெயர் கறண்டகப்பத்தை, சிமிளாம்பத்தை, அம்பலம்பற்றை, சவியாபத்தை ஆதிய நாமங்களில்நிகழ, பறட்டைக்காடுசெறிந்த மேட்டைக்குறிக்கும்பொருட்டு அவர் வழங்கிய "லந்த" "கனத்த" எனும் ஈற்றுநாமங்கள் துன்னந்தை, கட்டிலந்தை, அட்டாந்தை எனவும்; கனத்தை, கணகணத்தை எனவும் வருகின்றன. மணற்பூமியைக்குறிக்கும் "வல்ல" என்னும்பதம் சுதுமலை, அனுவலை என்பனவற்றில் சிதைந்துநிற்கும். திடர்களான "பிட்டி"ப்பெயர் உடுப்பிட்டி, யட்டம்பிட்டியாதிய பலவிடங்களிற்றுலங்கும். வெளிகள் "யாய" எனுமீறுபெற்று மூளாய், வளலாய், துணுக்காய் ஆதியவற்றிற் பயிலும். மூலைகள் "முல்ல" என்னும் இறுதியோடு துறையாமூலை ஆதியவிடப்பெயர்களிலும்; தலைப்புகள் "ஒலுவ உலுவ" எனுமிறுதியோடு கணுஉளுநவை, அத்துளு, சோனெளு, தம்பளவை, கும்பனெளுநவை ஆதியபெயர்களிலும் மறைந்துதோன்றும். சிற்றிடங்கள் "நிய" எனவும், காவல்கள் "ரக்க" எனவும்பட்டு வறணி மயிலணி, கைக்கினியவாகவும்; இருக்கை, இறக்காவளை, இறக்காதெருவாகவும் உருமாறின. கடலோடு சம்பந்தப்பட்ட கழியைக் "கலப்புவ" என்றனர். தனங்கிளப்பில் அதனையறிக. துறை எனப்பொருள்படும் "தொட்ட" எனும் சிங்களப்பதம் தொட்டு தொட்டுவைஎன்பனவற்றிலும்; "தற" உடுத்துறை, ஊருத்துறையாதியவற்றிலும் திரிந்து தோன்றுகின்றன.

இடத்தையுணர்த்தும் "ஹிட்டிய" "லய" "மன, மான" "பான, பனெ, பான" "பாய" "எஸ்ஸ" "பத்தன" "பொத்தான" "ஓறுவ" என்னுமீற்றுப்பெயர்கள் தம்பசிட்டி, போயிட்டி, தையிட்டி, சிலும்பிலாட்டி, இராக்கலட்டியாதியவைகளிலும்; பலாலி, செருக்கலி ஆதியவைகளிலும்; ஆக்கமானை, வதிரமனையாதியவைகளிலும்; மயிலிபனை, அம்பனை, கருகம்பானையாதியவைகளிலும்; மானிப்பாய், சண்டிருப்பாய் ஆதியவைகளிலும்; வலிச்சை, கலிசை, காக்காசி ஆதியவைகளிலும்; சங்கடப்பத்தனை, சடையப்பெற்றனை ஆதியவைகளிலும்; வெள்ளுருவை ஆதியவைகளிலும் வருதலை முறையின்வைத்துக் காண்க. வாசஸ்தானம் குடியிருப்பு என்னும் பொருளுள்ள "கெ, கெய, பல்ல" எனும் சிங்கள ஈற்றுப்பெயர்கள் தலங்கமக்கை, அலுக்கை, மொக்கை முதலிய பலவிடங்களிலும்; பச்சிலைப்பளி, மிச்சபளி ஆதிய ஊர்ப்பெயர்களிலும் வருகின்றன. "காலையடி எனும் அபிதானத்தினால் அறியப்படும் இடங்களெல்லாம் சிங்களர்காலத்தில் காலை கைம்மாக்கள்கட்டும் இடங்களாய் இருந்தன" போலும். "கொட்டுவ" எனும் சிங்களமொழியின் சிதைவை உள்ளடக்கிய பெயர்கொண்டவிடங்கள் ஓர்வேளை அரசனுக்குரிய அரண்கொண்ட தானங்களாய்த் திகழ்ந்திருக்கலாம். கொட்டுவதெணி, கொட்டைக்காடு என்பன காண்க.

பௌத்த சம்பந்தத்தையுணர்த்தும் இடப்பெயர்களும் பல. போசிட்டி போதியோடை முதலிய "அரசடி"கள் எல்லாம் அவர்க்குச் சிறந்த வழிபாட்டுத்தலங்களாயிருந்தன. அவ்வாறே "மளுவ"ப் பெயருள்ள திசைமளுவை ஆதியவிடங்களுமாம். பள்ளியவத்தை முதலியபெயர்களும், நம்பொத்தவில் காட்டிய விகாரைகளுள்ள இடப்பெயர்களும், புத்தகோவிலடி புத்தகலட்டி என ஆங்காங்குவழங்கும் பெயர்களும் பௌத்த ஆலயங்கள் நின்றவிடங்களைக் குறிக்கும். வேரம் எனும் சொல்லையடக்கிய இடப்பெயரெல்லாம் பழைய புத்த விகாரைகளைச் சுட்டும். இவை வேரம், வேரக்கை, வேரக்காடு, வேரவிளான், சிட்டிவேரம் ஆதியன. சுளிபுரம் தொல்புரம் என இன்றுநிற்பவை சுளுவேரம் துளவேரம் எனும் சிங்களப்பெயர்களாம். வல்லிபுரமும் வலிவேரமேயோ? அது "மணற்கையிலுள்ள விகாரை" எனச் சிந்தித்தற்கு அங்கு கண்டெடுக்கப்பட்ட புத்தசிலை ஓர் ஏதுவாகலாம். இனி உன்னைசைகள் எனும் புத்த சங்கத்தார் ஊர்தோறும் குழுமியிருந்ததற்குச் சங்கத்தாவளை, சங்கியவத்தை, சங்கரப்பாய், சங்கானை ஆதியவிடங்கள்

சாட்சிபகரும். சிங்களர்காலத்தில் பிராமணரும் ஆங்காங்கு வசித்ததற்கு வவுனுவில ஆதிய இடப்பெயர்கள்சான்று. இந்து மதத்தோடு அதற்கு முற்பட்ட நாகவழிபாட்டையும் பௌத்தர்கள் தம்மதத்திற் றழுவியேற்றிருப்பர். சிங்களர் கி. பி. இரண்டாமநூற்றாண்டளவில் பத்தினி தெய்யோ என்னும் கண்ணகையின் ஆராதனத்தை மேற்கொண்டபின்னர்ப் பெயரிட்ட இடங்களும் சிலவுள. இவற்றுள் "பாய்" என முடியும் சிலவற்றைப்போன்ற பத்தினிப்பாவொன்று "பெ" எனும் பெயரீறுள்ளவிடங்களிலும் சில ஒவ்வோர் கோயிலிருந்தவிடங்களாகலாம்.

இவ்வாறே இடப்பெயர்களை நுணுகி ஆராயுமிடத்து பல அரும் சரித்திர உண்மைகள் வெளிப்படும். இன்னோரன்ன ஆராய்ச்சிகள் மேலும் செய்யப்படுவனவாக.

முதலதிகாரம் முற்றும்.

இரண்டாமதிகாரம்.

தமிழ் அரசு ஏற்பாடு

யாழ்ப்பாணநாடு இற்றைக்குப் பல்லாயிரவருடங்களாய்க் குடியேற்றமடைந்திருந்தது எனக் கோடலே பொருத்தமாகும். வடஇந்தியாவிற் சின்னாட்களின்முன் பண்டைக்காலப் பட்டணமொன்றன் அத்திவாரங்கள், பழம்பொருட்கள் ஆதியன அகழ்ந்து காணப்பட்டன. புதையுண்டுகிடந்த இப்புராதன பட்டணம் கிறீஸ்துவுக்கு 3000 வருடங்களுக்காகிலும் முற்பட்டதாக வேண்டியதென்பதும், எகிப்திய நாகரீகத்துக்குமுன்னர் இந்தியாதான் மிக நாகரீகம்படைத்திருந்ததென்பதும் பழம்பொருட் பரிசீலனர்களது கருத்தாம். (Times of Ceylon 1924) அப்பால், இந்திய கண்டம் இலங்கையையும் தன்னகத்திற்கொண்டு மேற்கே ஆபிரிக்காவரையிலும், கிழக்கே சாவகதீவுகளையுள்ளடக்கியும் விரிந்து பரந்திருந்ததெனும் அபிமதத்துக்குச் சார்பாகச் சமீபகாலத்தில் ஜபல்பூர் எனும் இந்திய நகர்ப்புறத்தில் ஓர் ஏறு காணப்பட்டுள்ளது. அது யாதெனில், பூமிமீது மானுடசிருட்டிக்கு முற்பட்ட ஓர் காலத்துச் சங்கமங்களுளொன்றாய், ஆபிரிக்கா கண்டத்திலு

ட்டும் இதுவரை காணப்பட்டதாயுள்ள மகா முதலைவர்க்கமொ ன்றின் என்புகள் அங்கு வெளிப்பட்டமையாம். (Times of Ceylon 24 July 1924) இன்ன பிற ஏதுக்களாலும் பெறப்படுகின்றபடி, இலங்கைத்தீவு இந்தியாவோடு ஒருகண்டமாய் அதன் பூர்வீக நாகரிகத்திற் பங்குபற்றியதாயிருந்தமையின், சென்ற அதிகாரத்தில் யாம் விபரித்த சிங்களர்காலத்துக்கு முன்னரும் தமிழரையொத்த சாதியார்கள் யாழ்ப்பாணத்தில் வாழ்ந்தனர் எனக் கொள்வதற்குத் தடைப்பாடு சிறிதுமிலது.

தமிழர்வரவு

விசயராசன் இலங்கையை வெற்றிகொண்ட பின்னரே நம் தீபகற்பத்தில் சிங்களர் ஆட்சி நடைபெற்றது எனல் தானேபோதரும். இடைக்காலத்தில் நாடெல்லாம் சிங்களப்பெயர் அடைந்து புத்தஆலயங்கள் மிகுந்து புத்தசமயத்தவர்களுக்கே உறையுளாகி விளங்கிற்று என்பதை முன்னர்க் காட்டினோம். ஆயின் விரைவில் சிங்களர்ஆட்சி தளர்வெய்தலுற்றது. பௌத்தசமயத்தை இலங்கையில் நிலைநாட்டிய தேவானம்பியதீசன் மரித்து முப்பதுவருடஞ் செல்லுதற்கிடையில் சேனனும் கூட்டிகனுமென்னும் இருவர் சகோதரர், தம்மவர் பலரோடு தென்னிந்தியாவினின்றும் புறம்போந்து சூரத்திசனென்னும் அரசன்கீழ் உத்தியோகத்தமர்ந்திருந்த தமிழ்வீரர்கள், தம்எசமானனைக்கொன்று செங்கோலை அபகரித்துக்கொண்டு அனுராதபுரத்திருந் தரசாண்டனர். (கி. மு. 237-215) அன்னோர்காலத்தில் பௌத்தமதந் தாழ்ந்து சிவமதமே தலையெடுத்தது. அதற்பின் பத்துவருடங்களாய்ச் சிங்களஅரசு மேம்பட்டிருந்து, மீட்டும் ராஜறட்ட எனும் இலங்கையின் வடபாகம் முழுமையும் நாற்பத்துநான்கு வருடங்களாய் எலாளனென்னும் தமிழரசன் ஆட்சியிலிருப்பதாயிற்று. மனுநீதிசிறந்த இப்பெருந்தகை, முப்பத்திரண்டு கோட்டைகளை ஆங்காங்குஎடுப்பித்துத் தமிழரை மிக்குக் குடியேற்றி சிவமதத்தையும் தமிழ்நாகரீகத்தையும் ஊக்கித்து விளங்கினான். துட்டகாமினி என்னும் சிங்கள அரசிளங்குமரன் தன்தாதை தமிழருக்குத் திறைகொடுத்து ஆண்டுகொண்டுவந்த றுகுணை எனும் இலங்கையின் தென்கீழ்ப்பிரிவிலிருந்து வெளிப்பட்டு எலாளனோடு நெடுநாட் கொடுஞ்சமர்புரிந்து ஈற்றில் இவனைப் புறங்கண்டு தமிழரைத் தலைநகரியினின்றும் ஓட்டியவுடனேயும், எலாளனின் மருகன் வல்லுகன் என்பான் முப்பதினாயிரம் வீரர்கொண்டதோர் சே

னையோடு மாதோட்டத்திலிறங்கி அமராடி அபசெயப்பட்டு மாண்டான்.

இவற்றோடமையாது கி. மு. நூற்றுநான்காவது வருடத்தில் சோணாட்டுத் தமிழ்த்தலைவர் எழுவர், புலகத்தனை முதன்மையாய்க்கொண்டவர்கள், தஞ் சேனைவெள்ளங்களோடு கரைபுரண்டுவந்து மாதோட்டத்தையடைந்து, நகுலனெனும் ஓர் தென்னிலங்கைத் தமிழரசகுமாரனை உபபலமாக்கி, சிங்கள அரசன் முதலாம்வலகம்பாகுவைச் சிங்காதனத்தினின்றும் வீழ்த்திப் பதினைந்துவருடமளவில் தமிழரசுநடத்தினர். அப்பால் இவ்வலகம்பாகு தமிழரைச் செயங்கொண்டு சிலகாலம் அரசாண்டு தென்புலஞ்சார, அவனைப்பின்தொடர்ந்த சோறநாகனுக்குப் பின், இவன் கைம்மை அனுலை என்பாள் அரசியாகி, இருவர் தமிழரையே தன் நாயகர்களும் இராச்சியபாரம்வகிப்போருமாக்குகின்றவளானாள்.

கிறிஸ்தாப்தம் நானூற்றுமுப்பத்தாறில் பாண்டு எனும் தமிழ்ச்சேனாபதியும் பின்னும் நால்வரும் பெருஞ் சைனியங்கள் சகிதமாய் இலங்கையை அடைந்து இருபத்தேழு ஆண்டாய்ச் சிங்களத் தலைநகரியில் அரசுநிகழ்த்தினார். பாண்டு எனும் தமிழரசனை வைபவமாலை ஆசிரியர் சிங்கள அரசனென மயங்கினார்போலும். குளக்கோட்டன் திரிகயிலையைப் புதுக்கியது இவ்வரசன் காலத்திலாம் என்பர் அவர். குளக்கோட்டன் கந்தளாய்க் குளத்தையுங் கட்டுவித்தான் எனக் கோணேசர் கல்வெட்டு கூறும். மயில்வாகனப்புலவர் குளக்கோட்டனுக்குக் கோட்டம் சீர்ணோத்தாரணம் செய்தலைக் கொடுத்தோதி குளங்கட்டுதலைக் கொடாதது யாதுபற்றியோ அறியோம். அதுகிடக்க, கந்தளாய்க்குளத்துக்கணிமையில் கண்டெடுக்கப்பெற்ற ஓர் சிலாசாசனத்தின்படி அக்குளம் கி. பி. 277-க்கும் 304-க்குமிடையிலரசியற்றிய மகாசேனனால் ஆக்கப்பட்டதெனத்தோற்றும். இது உண்மையாயின் குளக்கோட்டன் அக்குளத்தைத் திருத்திப் பெருப்பித்தவன்மட்டுமாகலாம். (இது இராசநாயக முதலியார் மதம்.)

பாண்டுவின்நாட்களுக்கப்பால் ஒரு நூறாண்டளவுசெல்லுதலும், தமிழ்வெள்ளம் வடஇலங்கையில் முன்னினும் அதிகபெலமாய்ப் பாய்ந்துகொண்டிருந்தது. நான்குநூறாண்டுகளாய்த், தமிழரே இலங்கையரசில் முக்கியமான உத்தியோகங்களையெல்லாம்வகிப்போராய், தம்மனம்போனபடி அரசர்களை ஆக்கியும்

நாழ்த்தியும் வருவோராய் விளங்கினர். அதுவரையில் தமிழர் வடபாகமெல்லாம் மொய்த்து வல்லமைபடைத்து நின்றமையால், சிங்கள அரசனான ஏழாம் அக்கிரபோதி (781-7) அவர்க்குச் சமீபமாய் வீற்றிருக்கப்பயந்து தன் தலைநகரான அனுராதபுரத்தைநீங்கி பொலனறுவை எனும் புலத்தியநகரை அரண்செய்து வதிவோனாயினான். முதலாம்சேனனின்காலத்தில் (846-66) பாண்டிநாட்டுத்தமிழர் செயசீலராய் இலங்கையுள் நுழைந்து சிங்கள அரசனைத் தமக்குக் கப்பங்கட்டச்செய்து மீண்டனர். நாலாம் மகிந்தன் அரசியற்றுநாளிலும் (990) சோணாட்டுத்தமிழர் படையெடுத்து இலங்கையிலிறங்கிச் சமராடித் தோற்றோடுங்கினர். மீட்டும் தலைநகராய்நின்ற அநுராதபுரத்தில் ஐந்தாம் மகிந்தன் செங்கோலோச்சுங்கால் (1026), சோணாட்டுத் தமிழ்ச் சேனைசமுத்திரம் திரண்டெழுந்துவந்து அரசனைக் கிளையோடும்பெயர்த்துச் சோழதேசத்திற் சிறைசெய்துகொண்டு, பொலனறுவையில் சோழனின் பிரதிராசா ஒருவனைவைத்து முப்பதுவருடம்வரையி லரசாளலுற்றது. இவ்வவதாரத்தில், பரதகண்டத்திலே மகமதியர் இந்துமதத்தைத் துன்புறுத்திச் சோமநாதர் கோவிலையும் தகர்த்தமைகண்டு உளம்வெருவிய இந்திய தமிழரும் பலர் இலங்கையைச்சேர்ந்து ஆங்காங்கு குடியேறலாயினர். இதற்கு ஒரு நூற்றாண்டின்பின் மகாபராக்கிரமவாகு (1164-1197) என்பான் ராஜரட்டமெனும் வடபாகமுட்பட இலங்கைமுழுவதையும் கட்டியாண்டானாயினும் தமிழரின்வலி வடஇலங்கையில் அழிந்தொழிந்துபோயினதன்று. தமிழ்க்குடிகளே அங்கு நிறைந்து வாழ்ந்தனரென்பதற்கு நயினாதீவில் அவ்வரசன் தமிழில்மட்டும் வரைந்துவைத்திட்ட சிலாசாசனமும் சாட்சி. (அக்கல்லை இன்றைக்கும் நாகம்மாள்கோவில் முற்றத்திற்காணலாம்.) மீண்டும் அனிகங்கன் எனும் சோழசேனாபதி தமிழ்ப் பெரும்படையோடு வந்து தர்மாசோகன் எனும் சிங்கள அரசனைப் பொருது வாகைமாலைசூடிச் சின்னாள்மட்டும் செங்கோலோச்சிப் பொலனறுவையில் மாண்டான். (1209) அவனையடுத்து லோகேஸ்வரன் (1210-11), பராக்கிரமபாண்டியன் (1211-12) எனும் இருவர் தமிழ்வெற்றிவீரர்; தமிழ்ப்படைகளை இட்டுக்கொண்டுவந்து சிங்களரை முரியடித்து முறையே நவமாசங்களும் மூவருடங்களும் சிங்காதனம் வகித்துத் தமிழரசைச் சிறிது சிறிதுகாலம் நிறுவி நீங்கினார்.

இலங்கைமேற் படையெடுத்து எழுந்த தமிழ்வெற்றியாளரைப் பின்தொடர்ந்த தமிழ்வீரர்களின் குடும்பங்களாலும் அ

ன்னோருடன் குடியேறிய பரிசனங்களாலும் மட்டுமன்று, இளநாகன் (கி. பி. 38-44) வோகாரிக்கதிசன் (215-37) மொக்கல்லான் (497-515) இரண்டாம் சிறீ சங்கபோதி (624-40) இரண்டாம் தப்புலன் (807-802) ஆதியாம் சிங்கள அரசர்கள் தத்தம் உள்ளூர்ச்சமர்களுக்கு உபபலமாகச் சோழ, பாண்டிய மண்டலங்களினின்றும் அவ்வக்காலம் வரித்த தமிழ்ச்சேனைகளில் எஞ்சிநின்றோராலும் ராஜறட்டம் மலிந்து பொலிந்திருந்தது.

வன்னிக் குடியேற்றம்

இங்ஙனம் எஞ்சிநின்று குடியேறினோருள் வன்னியர்களையும் வைத்தெண்ணுதல் வேண்டும். வட இலங்கையில் வன்னிய அரசு ஏற்பட்ட வரலாற்றினை விளக்க எடுத்துக்கொண்ட கோணேசர்கல்வெட்டு, குளக்கோட்டுமகாராசனே ஆதி வன்னியர்களைத் தென்னிந்தியாவினின்றும் அழைப்பித்தான் எனக் கூறிப்போந்தது. குளக்கோட்டன் தன்குலத்தவர்களைத் தவிர்த்து வன்னியர்களை அரசுரிமைக்குத் தெரிந்தெடுத்தமை பொருத்தமற்றதோர் கதைரூபமன்றோ? ஆயின், வன்னியசாதியார் புகழ்படைத்த ஓர் போர்க்குலயாதலால், அவ்வக்காலத்தில் நம் துவீபத்துட் படையெடுத்துவந்தடைந்த தமிழ்ச் சைனியங்களோடு அன்னோர் வந்திருத்தலும், அரசுவளங் குன்றிக்கிடந்த பிரதேசங்களைச் சற்றுச்சற்றாக அப்பிக்கொண்டு குறுநில மன்னர்களாய் விளங்கினமையும், காலகதியில் கோணேசர்கோயிலையும் செல்வம்பொழியும் அதன் மானியங்களோடு கவர்ந்துகொண்டமையுமே ஏற்புடைய சரித்திரமாகும்.

வன்னியர்கள் புராணகற்பனைகூறும் அக்கினிகுலத்தவர் என்ப. (இது வஹ்நி = அக்கினி எனும் சப்தத்தை அடியாய்க் கொண்டு எழுந்த கட்டுரைபோலும்.) "சிலை எழுபது" எனும் பத்தியம் அவர்கள் குலமான்மியத்தைக் கூறுவது. இவ்வாறே "ஏர் எழுபது" வேளாளர் மான்மியத்தையும் "ஈட்டி எழுபது" செங்குந்தர் மான்மியத்தையும் எடுத்திசைக்கும். சிலை, (வில்) வன்னியருக்குரிய சின்னமாம். வன்னியரோடு வந்தோம் யாம் எனப் பாரம்பரியங்கூறும் நம்பிகளின்சின்னமும் வில்லேயாதல் நோக்கற்பாலது. கல்லாடத்தில்வன்னியருக்குப் பன்றியுற்பத்தி கூறப்பட்டுள்ளது:

> கருமுகிற்கணிநிறத்தழற்கட்பிறையெயிற்
> றரிதருகுட்டியாயபன்னிரண்டினை ....
> நாற்படைவன்னியராக்கியபெருமான் (கல்லாடம் 38)

இந்நவீனவுற்பத்தி வெறுங்கற்பனையன்று, உண்மைச்சம்பவமொன்று பொதிந்த உருவகமேயென்பர் ஸ்ரீ V. குமாரசுவாமி பிரதிவக்தர் அவர்கள், (Hindu Organ 8:1 23) வன்னியர்கள் பலர் பன்றிக்கொடியுடையோரான சாளுக்கிய அரசரின்கீழ்ச் சேவகத்தமர்ந்திருந்தவர்கள், பின் தெற்கின்கண் வலிந்து மதுரைப் பாண்டியருக்கும் சோமசுந்தரனிடம் பணிவிடை பூண்டனரென்பதும், சோமசுந்தரபாண்டியனின் இயற்பெயர் குமாரனுமாகக் கொள்ளப்பட்டமையின் இப்பெருமான் கரந்திறத்த செங்கட் பிறையெயிற்றுப் பன்றியீன்ற பன்னிருகுட்டிகளை நாற்படையிலும் புகழ்சிறந்த வன்னியராக்கினார் எனக் கற்பிக்கப்பட்டதென்பதும் மேற்படியாரது அபிமதம்.

வன்னியருற்பத்தி ஒருபுறங்கிடக்க, கோணேசர் ஆலயக் கல்வெட்டானது அன்னோர் அவ்வாலய சம்பந்தமாய் வந்துற்றார் எனவுரைத்த, வையா, அவர்கள் வராகுணிங்க மகாராசாவின் மனைவியாளிக்குப் பரிவாரமாய் இங்குசேர்ந்தனர் எனப் புகலும். வன்னியர்கள் இலங்கையை நாடிய காரணத்திலுண்மை எவ்வாறாயினும், அன்னோர் பல நூற்றாண்டுகளின் முன் இந்தியாவினின்றும் வெளிப்பட்டு வட இலங்கையிற் குடியேறினார் என்பது சந்தேகமற்ற ஓர் சரித்திர அபிப்பிராயம். வன்னியர்கள் வருகையை வையா தனக்குச் சகமான சரித்திர மரபுகளோடு கலந்து தந்திருக்கின்றது. அம்மரபுகளின் முதலாக்கான பின்னலை வெட்டியவிழ்த்து உண்மைப்பகுதிகளைத் தெரிப்பது தற்கால சரித்திரவிஞ்ஞானத்திற்கு எட்டிய ஒருமையன்று, ஆயினும் முற்பட அடங்காப்பற்று எனும் வன்னிநாட்டிற் குடிகொண்டிருந்தோரைச்சுட்டி வையா காட்டுகின்ற விபரமும், வந்தேறுகுடிகளின் வரிசையும் ஓரோர்வழி சரித்திர சம்பவங்களாகலாம். ஆதலாற் பின்வரும் மேற்கோள்களை, அவ் வையாவினின்றும் பெயர்த்தெழுதுவாம்.

அடங்காப்பற்றென்னுஞ் சீர்மையை இராச்சியம்பண்ணியிருந்தவர்கள் ஆரோவென்றால்; முள்ளியவளைப்பற்று ஆண்டது சந்திரவன் என்னும் இராசாவும் ஒதுக்கப்பட்ட சானரும் உலையருந்தான். கரிக்கட்டு மூலைப்பற்று ஆண்டது அரசன் மெச்சன் என்னும் பறையனும் அவன் படைசேனமுந்தான். மேற்பற்றுப்பகுதி கரிக்கல்லிலேயிருந்து அரசாண்டது சகரனென்னும் மகரனென்னும் இருண்டுபேரும் அவர்கள் படையுந்தான். கிழக்குமூலையும் மேற்குமூலையுமாண்டது முன்னூறுபேர் இராச்சியப்பணியிட இராவணன் திசையிலேயுள்ள இராட்சதர்கள் இராவணசங்காரத்திலே இராமருக்குப் பயந்து ஒளித்துவந்த பூதராட்சதரும் [illegible]

மதியூகிஎன்னும் இராட்சதனும் படையுந்தான். செட்டிகுளம் அரசா ண்டது துருட்டா என்னும் பறங்கியும் அவன்படையாகிய பறங்கிக் காரருந்தான். திருக்கோணமலைப்பற்று ஆண்டது அம்பட்ட நீலப்ப ணிக்கன் என்கிறவனும் அவன்படையாகிய அம்பட்டருந்தான். * அதற்கப்புறம் தம்பலாமம் கொட்டியாரம் மட்டைக்களப்பு காடுகொ ண்ட சீர்மை. (பக், 16-8)

மன்னர் விடத்தற்றீவு என்றதும் ஒருவனமாயிருந்தது.......... இராவணன்கிளையிலுள்ள பெண்சனங்களுக்கு (இராமர்) தனக்குக் கடலணை அடைத்துக்கொடுத்த சாம்புவன் கிளையில்வந்த பர்வரைத் துணையாகக் கூட்டிக்கொடுத்தார். அவர்கள் அந்தக் காட்டைவெட்டி நாடாக்கியிருந்தார்கள். (பக். 19) (மீகாமனுக்குப்) பயந்து ஓடிப்போன வெடியரசன் என்னும் முக்கியன் மட்டைக்கிளப்பு நாட்டிலே போய் அங்கிருந்த இலந்தைக்காடெல்லாம்வெட்டி வெளியாக்கித் த னதுநாடாக்கியிருந்தான்.......மீராவென்கிறவனும் அவன்செனமும் ஒளித்துவந்து விடத்தற்றீவென்னும் நாட்டிலிருந்தார்கள். (பக்.21-2)

வீரநாராயணன்செட்டி ..அடங்காப்பற்றென்னும்நாட்டிலே செ ட்டிகுளமென்னும்நாட்டிலே வந்திருந்தான். (பக்: 24–25)

இதுகாறும் எடுத்தோதியது வையா மேற்கோள். அப்பால் வன்னியர்கள் தமக்குத் துணையாய் அழைப்பித்த குடிகளின் வரலாற்றினை அந்நூல்தான் வரையும் பான்மையாவது:

வன்னியமார் 59 பேரும் அடங்காப்பற்றென்னுஞ்சீர்மைக்குவந்தார்கள். அடங்காப்பற்று பல பல சாதியும் அரசுபண்ணுகிறபடியால் நாங்கள் தனித்து என்னசெய்வோமென்று தங்கள்சொற்கீழமைச்சலான தூதரைக்கூப்பிட்டு மதுரை, தொண்டைமண்டலம், காரைக்கால், திருச்சிலாப்பள்ளி, கூடலூர், மருங்கூர் இந்தநாடுகளிலேயிருக்கிற வெள்ளாளர், பிராமணர், செட்டி, சக்கிலியர், அகம்படி, மலேயகம், திமிலர், குயவர் இப்படிப்பட்டசாதி பெரியவர்களிலும் எளியவர்களிலும் கூட்டத்தக்கன பேரையும் அழைத்துக்கொண்டு இளஞ்சிங்கமாப்

---

* இதிற்காட்டியபிரிவுகள் பிற்காலத்திலிருந்தவைகளை முற்காலத்தனவாக நூலாசிரியர் மயங்கிக்கூறுகிறார். செட்டிக்குளத்திற் பறங்கியிருந்தது உண்மை. அதற்குப் பறங்கிச் செட்டிக்குளம் என்ற பெயரும் வந்திருக்கின்றது. ஆயின் அப்பறங்கியாசாட்சி கி. பி. 1620 இன் பின்னேயாம் சந்திரவன் ஆதியவர்கள் ஓர்காலம் அவ்வப்பற்றை ஆண்டிருக்கலாம். காலவரையறையோ வையாவிலில்லை — வையாபாடலில் வன்னியாண்டவரசர்களின்பெயர்கள் ஒழுங்குமாறிப் பின்வருகிறபடியிருத்தல்காண்க செட்டிக்குளத்தில் திசிட்டா (34); கணுக்கேணியில் வில்லிகுலப்பறையன் (35, 42); தனிக்கல்லில் சகரும் மகரும் (36, 43); கிழக்குமூலை மேற்குமூலை நாடு, ராட்சதர் (36, 44); முள்ளியவளையில் சந்திரவன் (42) நீலநாவிதன் (44). வையாபாடலின் விருத்தங்கள் முறைபிறழ்ந்தும் அறைகுறையாயுமிருந்தற்கு இதுவுமொரு சாட்சி.

பாணன் நல்லவாருதேவன் அத்திமாப்பாணன் கறுத்தவாருசிங்கமாப்பாணன் இவர்களை வரச்சொல்லுங்கோவென்று தூதரையனுப்பினார்கள்.

அந்தத் தூதர்கள் போனபின்பு வாட்சிங்க ஆராய்ச்சியென்கிறவன் முல்லைமாலாணன் சிவலைமாலாணன் சருகுமாலாணன் என்கிறவர்களையும் கூட்டிக்கொண்டு திரிச்சிலாப்பளியென்னும் நாட்டிலிருந்து இலங்கைநாட்டுக்குவந்து முள்ளியவளைநாட்டிலே சான்றார் வலையருக்குரிய எவலுஞ்செய்துகொண்டு தாமரைக் குளமுங்கட்டி இன்னமுஞ் சிறிதுகுளங்களு முண்டுபண்ணியிருந்தார்கள். வாட்சிங்க ஆராய்ச்சி என்னும் ஆளுடையமகன் நந்தி என்கிறவனுடைய மக்கள் பெண்பிள்ளைகள் எழுபேர் கற்பு நீதி தளம்பாதவர்களாகத் தவம்பண்ணிக்கொண்டு அறுபது தீர்த்தக்கிணறுமுண்டுபண்ணிச் சிவனையும் வணங்கி நெறியுடனேயிருந்தார்கள். *

அது கதையிருக்க: வன்னியமார் சொற்படிக்குப்போன தூதர்கள்சொற்படிக்கு வடநாட்டிலேயிருந்து வந்தவர்களை இன்னாரின்னாரென்று குறிக்கப்படுவது: அத்திமாப்பாணன், மரூவராயன், திசைவிளங்குமழுவராயன், சேதுவந்தமழுவராயன், கறுத்தவாகு, சிங்கமாப்பாணன், இராசிங்கமாப்பாணன், இளஞ்சிங்கமாப்பாணன், நல்லவாகுமெய்தேவன், வீரசோதையன், திடவீரசிங்கமாப்பாணன், அனுராசபுரிவீரமழுவரார்யன், கிளைகாத்தவன், முடிகாத்தவன், சிங்கவாகு, யாப்பையினார், மூக்கையினார், கேப்பையினார், ஊமைச்சியனார், தொவ்வாணிசோனர், திசைவென்றோன், இளஞ்சிங்கவாகுதேவன், தனத்திறற்கிரீபன், வக்கிரன்மயிடன், கறுத்தவராயசிங்கமுகன், முடியிட்டான், அங்கசிங்கன், காஞ்சகட்டையன், காலிங்கன், தில்லைமூவாயிரர், சுவதிட்டராயன், கங்கைவளநாட்டான், காவேரியடைத்தான், முல்லைமடப்பளி, குமாரமடப்பளி, சங்குமடப்பளி, சருகுமடப்பளி, அகம்படியராகிய இவர்களும் ஆரியவங்கிஷ பிராமணர்களுங் கூடிவந்து ஓடமேறிக் கடல்கடந்து இலங்கைநாட்டிலே யாழ்ப்பாணத்தில் வந்திறங்கியிருந்தார்கள்.

அப்படியே சிலநாளிருந்து திடவீரசிங்கமென்கிறவன் கரிக்கட்டுமூலைப்பற்றுக்குவந்து அங்கேயிருந்த பறையரையும் சங்காரம்பண்ணி அரசுபண்ணினான். அந்தப் பறையரிலே அரசன் மெச்சன் இருபேரும் தேவர்களுக்கு முன்னோடியான் என்ற பேராச்சுது.

அது கதையிருக்க: சான்றாரும் வலையருமாகவிருந்து அரசுபண்ணியிருந்த முள்ளியவளை நகரிலே இளஞ்சிங்க மாப்பாணன், இராசசிங்கமர்ப்பாணன், நல்லவாகுமெய்தேவன், கறுத்தவாகு, சிங்கமாப்பாணன் என்னும் பேர்கள் சான்றாரையும் வலையரையுஞ் சங்கரித்துத் துரத்திப்போட்டுத் தங்கள் நாடாக்கி யிருந்தார்கள்.

---

* வாட்சிங்க ஆராய்ச்சியின் குடியேற்றத்தோடு சேர்ந்த அறுபது தீர்த்தக்கிணற்று ஐதிகமே கர்ணபாரம்பரையில் 32 குமாரத்தி கிணறு என்று சொல்லப்படுகிறதுபோலும்.

வியினூர் திசையாண்டார் என்கிறவனும படையும்வநது மேல்பற்றுவத் தனிக்கல்லிலேயிருந்த வேடரையுஞ் சங்கரித்துத் தமதுநாடாக்கியிருநதார்கள். கிழக்குமூலை மேற்குமூலையெனுஞ் சீமையை ஆண்ட இராட்சத பூதங்களைச் சங்கரித்துச் சிங்கவாகுஎன்கிற இறைவன் மேற்குமூலை பொக்காவன்னி என்னும் நாட்டிலேயிருந்தான். தனது நாடாக்கி சுபதிட்டா என்னும் பிராமணனும் செனமும் திரியாய்நாட்டுகேகுபபோய் அம்பட்ட நீலப்பணிக்கனைச் சங்கரித்து அரசுசெய்தான். பின்பு தானத்தார், வரிப்பத்தார், இடக்கையார், வலக்கையார், மூடியிட்டார், நிலையிட்டார, சம்பநாட்டார், மட்டைக்களப்பு தம்லாமம் கொட்டியாரத்திலே வந்திருந்தார்கள். அதற்கபபால் வெருகற்கங்கைக்கப்புறம் அங்கசன் அதிவீரதேவன் திறையிட்டான் நிலையிட்டான் இவர்கள்வந் தரசுபணணியிருந்தார்கள்.

இதுகதையிருக்க, மன்னாரென்னுஞ் சீர்மையிலே வீரசோழையன், கோவசிகன், வெங்கடாசல னிவாகள்வந் தரசுபண்ணியிருந்தார்கள்.

இப்படியிருக்க யாப்பையினூர், கேப்பையினூர், ஊமைச்சியார், தெல்லியென்கிற நாலுபேரிலே யாட்பாணநாட்டிலே தெல்லிவந்தரசுபண்ணின்படியால் தெல்லிப்பளை என்று பேராச்சுது. கேப்பையினூர், யாப்பையினூர் கரைதுறைப்பற்றிலே யிருந்தார்கள். ஊமைச்சியென்ற பெண்பிள்ளை கருவாட்டுக்கேணிநாட்டிலிருந்தாள். சங்குமடப்பளி, சருகுமடப்பளி, முல்லைமடப்பளி, அகம்படி, மலையகம், கைகுளர், சான்றூர் இவர்களும் அந்தநாட்டிலே யிருபபவர்களுக்குள் ஊழியஞ்செய்துகொண்டிருந்தார்கள். (பக். 26-33)

வன்னியர்கள் வரித்த குடிகள் நாடுகொண்டபின் வன்னிச்சிமார்தாமும் வேறு பல குடிகளோடு வந்தனர் என வைபவ எடுத்திசைக்கும். அவ்வரலாறு பின்வருமாறு:

வன்னிச்சிமார் கூடவந்தவர்கள் ஆரென்றால் அத்திமாப்பாணன், அட்டதிசைவென்றான், இந்துமுடிநாதன், திசைவிளங்கன், மதிவிளங்கன், சூரியப்பிரவேசன் என்னும் வெள்ளாளரும், தில்லைமூவாயிரரும் வருணகுலத்தார், காஞ்சிப்பதியார், இடைக்காட்டார், பாரத்துவாசப் பிராமணர், குளக்கோட்டுநாதர், குளப்பிவிகாத்தவர், இராசவரோதயசிங்கம், சிந்துநாட்டார், காலிங்கர், கவுசலர், கன்னடியர், ஒட்டியர், மருடர், பரதேசி, அகம்படி, மலையகம், துலுக்கர், வீரமுட்டிகள், சங்கமத்தார், இருவிளங்குமாப்பாணன், நிலைவிளங்குமாப்பாணன், கொல்லர், கன்னார், தட்டார் கற்சிப்பர், வலையர், யாழ்ப்பாடி, எண்ணெய்விலைவாணிபர், இலைவாணிபர், விறகுவிலைகாரர், தச்சர், பள்ளுவிலி, கோவியன், பறவரோதையர், * கு

---

* Provedor "மேற்பாவைக்காரன்" எனும் பறங்கிப்பாஷைச் சொல் அல்லது வேறொரு பறங்கிச்சொல்லாகவேண்டும். வையாபாடிக்காரர் வருகையின்பின் எழுதப்பட்டதற்கு இதுவுமோர் சாட்சி.

சவர், நாவிதர், வண்ணார், பறையர், நட்டுவர், இப்படிப் பதினெட்டுக் குடிமைகளும் மற்றும் வெள்ளாளருடனேயும் மதுரைநாட்டாலே எழும்பி வன்னிச்சிமார் கும்பகோணத்திலேவந்து சங்கராசாரி சாரங்கதேவரைப் பணிந்து நாங்கள் இலங்கைநாட்டுக்குப் போகிறபடியால் அந்தநாட்டுக்குக் குருக்களாக இருக்கிறதற்கு நாம் ஒரு பிள்ளைதாவேணுமென்று கேட்டபரிசால், தனது வெந்துவிற் குருக்கள் மாரிலே சயம்புநாதர், சிவதருநாதர், தருணர், திருக்கூணர், முத்திலிங்கர் என்னும் ஞானிகளும், தெசதாக்குருக்களும் பெண்சாதி வெள்ளைக்கையாச்சியும், தாண்டவராயக்குருக்களும் பெண்சாதி அலைமேது என்பவளும் சங்கமர்கள் அறுபதுபேரும் கத்திக்காரர் சங்குக்காருமாக அறுபது பாதேசி வெள்ளாளரும் பாவாணர் வீரபத்திரனும் ஐயனரும் சித்தவளப்பமறிந்த வீரமுட்டிகள் நாற்பதுபேருமாகக்கூட்டி வன்னிச்சிமாருடனே இலங்கைநாட்டுக்குப் போங்கோ என்று அனுப்பினார்கள். (பக். 36-9)

அனுப்பப்பட்டுவந்தவர்கள் குடியேறியவரலாறும் வையாவில் பின்கண்டபடி வரைந்திருக்கிறது.

அத்திமாப்பாணன் மழுவராயன் இயாழ்ப்பாணத்துக்கு அதிபதியானார்கள். வில்வராயன் நல்லூரிலேஇருந்தான். கட்டையர்காலிங்கன் சாவகச்சேரியிலிருந்தான். தில்லைமூவாயிரர்கிளையான் வெங்கடாசலம் விருதுஞானி வரணிநாட்டிலேயிருந்தான். முக்கியன் திருவாசன் வெடியரசனென்பான் பூனேரி என்னும்நாட்டுக்கதிபதியானான். சங்கமர்கள் அறுபதுபேரும் வீரமயேசுரரும் கெருடாவிலிலேயிருந்தார்கள். இதுமுகனையாகச் சான்றார், வலையர், திமிலர், கரையார், பள்ளர், நளவர், அகம்படி, மலையகம், கோவியர், மடப்பளி, புறவசேத்யர், சிந்துநாட்டார், கைக்குளர், மறவர், பரவர், முனைத்தீவார், கொல்லர், கன்னார், நாவிதர், வண்ணார், தட்டார், பறையர் இப்படிப் பட்ட யாவரும் இயாழ்ப்பாணம் அறுபத்துநாலு குறிச்சியிலுமிருந்து வாழ்ந்தார்கள். இப்படியிருக்க: தொடியர், கவுசலர், பரவர், மறவர், சருகுமடப்பளி, தனக்காரர், சான்றார், அகம்படி, செட்டிகள், கவறைவேடர் இவர்களிலே சிறிதுபேர் வன்னி அஞ்சுபற்றிலும்போய்க் கலந்திருந்தார்கள். மலையகத்தார் மாமுனையார் இவர்கள் பறங்கியராண்ட செட்டிகுளத்திலேயிருந்தார்கள். கன்னடர், தெலுங்கர், மரூடர், எயினர், தொட்டியர், சிங்களவர், துலுக்கர், சங்குமுனைத்தீவார்களும் சூரியசிங்கனென்கிற வன்னியனும் சிறிதுவெள்ளாளரும் துகைப்பற்றிலிருந்து வாழ்ந்தார்கள். தெசரதக்குருக்களும் பெண்சாதி வெள்ளைக்கையாச்சியும் சங்குக்காரர், கின்னரக்காரர், கத்திக்காரர், குசவர், இட்டம்போன பாதேசிவெள்ளாளர் அறுபதுபேரும் முள்ளியவளை நாட்டிலே வந்திருந்தார்கள். தாண்டவராயக்குருக்களும் பெண்சாதி அலைமேதென்னும் பெண்பிள்ளையும் கண்ணடத்தாரும் கட்டுக்குளப்பற்றிலே திரியாய்நாட்டிலேயிருந்து சுவாமிமலை வன்னிமலையென்று இரண்டுமலையு முண்டுபண்ணிக்கொண்டிருந்தார்கள். திருக்கூணர் தென்னமரவாடிப்பற்றிலே கடற்கரையோரம் சமுத்தி

ரக்கரையிலே தனது தொண்டர்நாலுபேரும் தானுமாக ஞானச்சுரூப தெய்வமாமருங்காளுர்கள். அவருடையமகன் முத்திலிங்கரும் கதிரை மலையிலே சிவமூர்த்தியானர். (பக். 42-4)

வையாவில் அடிதலைமாறியும் காலவரம்பிகந்தும் காட்டுற் ற குடிகளுட் சில தம் பெயரைநிறுவி வைத்திட்ட இடப்பெய ர்களும் கவனிக்கற்பாலன. மலையன்கடவை (புலோலி), மலை யாளன் பேயிட்டி, மலையாளன்வளவு (அச்செழு), மலையாள ன்சீமா (அச்சுவேலி), மலையாளன்ஒல்லை (உடுவில்), மலையகன்வ ளவு (நீர்வேலி), என மலையகக் குலப்பெயரும்; கூறியான்கட லவ (கொக்குவில்), சிவியாதெரு எனச் சிவியார்குலப்பெயரும்; புலிங்கதேவன்சீமா (மந்துவில்), வலதேவன்சீமா, பாகு தேவன்சீமா (வீமன்காமம்), செயபாகுதேவன்சீமா (தெல்லிப் பழை), விசயபாகுதேவன்சீமா (மல்லாகம்), மறவன்புலோ, ம றவகுளம் என மறவகுலப்பெயரும்; பாணன்சீமா (கட்டுவன்), பாணன்குளம் எனப் பாணர்குலப்பெயரும்; முக்குவர்சீமா, ப ணிக்கன்சீமா (தெல்லிப்பழை), வில்லன்சீமா (மானிப்பாய்), என அவ்வவர்குலப்பெயரும், இன்னன பல பிறவுங் காண்க. அந்நாட் பிரசித்திபெற்றிருந்த தமிழ்த்தலைவர்கள் நாமங்களும் பதிராயன்சீமா (துன்னலை), இராசசுந்தரப் பதிராயன்வளவு (சண்டிருப்பாய்), விக்கிரமசிங்கப் பதிராயன்சீமா (மல்லாகம்), சோழசிங்கப் பதிராயன்வயல் (அளவெட்டி), மழவராயன்குறி ச்சி (வடமராட்சிமேற்கு), பாண்டிமழவராயன்வளவு (திருநெ ல்வேலி), வில்வராயன்தோட்டம் (சங்கானை), சேனுதிராயன்சீ மா (வீமன்காமம்), சோழங்கராயன்தோட்டம், காலிங்கராய ன்சீமா (கட்டுவன்), வானுதிராயன்மடத்திற்பிட்டி (மல்லாகம்), நிற்சிங்கராயன்வளவு (மாகையப்பிட்டி), இலங்கைநாராயணச் சேனுதிராயன்சீமா (மயிலிட்டி), நாயன்மார்கட்டு, பல்லவரா யன்கட்டு என இன்னன பிறவிடங்களில் வழங்குவன. காங் கேயன்சீமா, கலட்டி எனவும், சித்தன்கேணி எனவும் சில அ திக விளக்கமற்றோர் தமிழர்பெயர்வகித்தன இடங்களும் உள. இவற்றை "சில இடப்பெயர்களின் வரலாறு" எனும் தங்கமா ன நூலினுட் பரக்கக்காண்க.

யாழ்ப்பாணத் தனிச்செங்கோன்மை

விஜய கூளங்கை ஆரியச்சக்கரவர்த்தியே வடஇலங்கை யிற் தனிச்செங்கோலோச்சிய அரசர்களுள் முதலானவனென யாழ்ப்பாணச் சரித்திரகாரர் இயம்புவர். ஆயின் இதுகாறும் நாம் கூறியவற்றால் இது பொருந்தாக்கதையென்றெதுக்கப்ப

டும். எம் அரசர்கள் சற்றுச் சற்றுப் முதன்மைபடைத்துச் சனத்ததிபர்களாய் விளங்கியபின்னரே சக்கரவர்த்திப்பெயருக்கருகராகியிருப்பர், முடிசூடிய அரசர்கள்தாமும் ஏற்படுமுன் செல்வாக்குமிகுத்த தலைவர்களே அதிகாரம்வகித்திருப்பர். இதனைப் பாதர் குவேரோஸ் எனும் போர்த்துக்கீச இலங்கைச் சரித்திராசிரியர் வரைந்துவைத்திட்ட ஐதிகமும் ஆதரிக்கும். அவர் கூறுகின்றபடி யாழ்ப்பாணம் ஆதியில் விதானையாராலும், அடுத்து ஆராய்ச்சிகளாலும், அப்பால் முதலியார்மாராலும் ஆளப்படலாகி அதன்பின்னரே அரசர்கள் தோற்றினர். (Queiroz: Conquista, p. 37) இவ்வாசிரியர் குறிக்கின்றவர்கள் சேனை அணிவகுப்பின் வரிசையான அதிபர்களேயாக, இலங்கையிற் படையெடுத்திறங்கிய சேனைகளுள் எஞ்சினோர் தாம் காலகதியில் அதன் வடபாக அரசுரிமையைக் கைக்கொண்டார் எனும் கொள்கை வலியுறுத்தபபடும் என்க.

ஆரியச் சக்கரவர்த்திகட்கு முற்படவிளங்கிய அரசர்கள் சில்லோரைச் சுட்டிய குறிப்புகள் சிங்கள சரித்திர நூலாகும் மகாவமிசத்தினுள்ளும் தென்னிந்திய சிலாசாசனங்களிலும் இலைமறை காய்போல் காணப்படுகின்றன. அவற்றை இனி எடுத்தோதுவாம்.

கி. பி. 614 உக்கும் 623 உக்குமிடையில் அநுராதபுரத்திலிருந் தரசுபுரந்த சிலமேகவன்னன் எனும் சிங்கள அரசன் காலத்தில் சிறீநாகன் என்னும் தலைவன் தென்னிந்தியாவிற் சென்று ஓர் தமிழ்ச்சைனியத்தை இட்டுக்கொடுவந்து வட இலங்கையைப்பிடுங்கி அரசாள யத்தனித்தமையைக் காண்கின்றோம். (மகாவமி. 44; 70-73) தன்நாமத்தினாற் தமிழனெனத் தெரிகின்ற இவன்தான் யாழ்ப்பாணத் தனிஅரசை அடியிட எழுந்தவனாகலாம் என ஊகிக்கக் கிடக்கின்றது. இவற்குச் சைனியங்கொடுத் துதவினோன் சிங்கவிஷ்ணு எனும் (590-618) பல்லவ அரசன்போலும். (The Pallavas, by Prof. Dubreuil. p. 73)

அடுதத நூற்றாண்டில் தமிழ்த்தலைவர்கள் வட இலங்கையில் வலிமிகுத்துத் தன்னரசுநடத்திவந்ததையும், அவ்வப்போழ்தில் சிங்கள அரசர்களால் ஒறுத்தடக்குண்டதையும் மகாவமிசநூல் காட்டும். இரண்டாம் மகிந்தன் சிங்கள அரசு கைக்கொண்ட ஞான்றில் (கி. பி. 764) "வடபாகங்களின் தலைவர்க

ளும் நாட்டாண்மைகளும் அப்பிரதேசங்களைப் பலோத்காரமாய்க் கட்டியாண்டுகொண்டும் இறைவரிகளை அபகரித்துக்கொண்டுமிருந்தனர்" (மகாவம். 48; 83) என்பது அதன்கூற்று.

யாழ்ப்பாண வைபவமாலை தந்திருக்கின்ற பூர்வகாலஆண்டுக்கணக்குகளைப் பெரும்பான்மை ஒப்புகின்றவராகிய ஸ்ரீ இராசநாயகமுதலியார், எட்டாம் நூற்றாண்டில் உக்கிரசிங்கன் (கி. பி. 795 தொடக்கம்) கதிரைமலையிலிருந்து யாழ்ப்பாணம் அரசியற்றினன் எனவும், அவன் விசயராசனோடு கி. மு. ஐந்தாம் நூற்றாண்டில் இலங்கையையடைந்து சிங்கபுரம் அல்லது சிங்கைநகர் எனும் பிரதேசத்தில்வாசஞ்செய்த கலிங்கதேசத்துக் கங்கைகுலத்தவர்களின் வழித்தோன்றல் எனவும் உரைப்பர். (இது பண்டைச்சரித்திர பரிசிலனர்களுளொருவராய்த் திகழும் முதலியாரவர்கள் ஆங்கிலத்தில் இயற்றிவைத்திருக்கின்ற யாழ்ப்பாணப் புராதன சரித்திர ஆராய்ச்சிக் கைச்சரவையிற்கண்டது. அருமந்த ஆராய்ச்சிகளடங்கிய இச்சரவையுடைய முதலியாரவர்கள் தமக்கு எம்மோடுள்ள மித்திரபாந்தவ ஆசையினால், அச்சேற்றுமுன்னரேயும் எமதுபார்வைக்கனுப்புவாராயினர்.) யாழ்ப்பாண அரசர்களின் ஆதி இராசதானி கதிரைமலை (அல்லது அதிக திருத்தமாய், கதிருமலை) எனுமிடமாயமைந்தமை உண்மைப்பகுதியாகலாம். (முன் 28ம் பக்கத்திற் சொல்லியன பார்க்க.) ஆயின் உக்கிரசிங்கனரசுக்கு வைபவமாலை கொடுத்தோதுகின்ற 717ம் சகவருஷத் தொடக்கம் பொருந்தாது. இவன் சரித்திரசம்பந்தமானவனேனின், இவன்காலம் 13ம் நூற்றாண்டுத் தொடக்கமேயாதல் வேண்டுமென்னும் எமதுகொள்கை மேல் விளக்கப்படுவது.

முதலாம் பராந்தகன் எனும் சோழன் கி. பி. 947 இல் சிங்களதேசத்துட் படையெடுத்துச்சென்று அதன் அரசனைச் சிரமரிந்து கொன்றனனென்னும் செய்தி தென்னிந்திய சிலாசாசனமொன்றில் பிரஸ்தாபிக்கப்படுகின்றது. (Epigr Indic. VII. p. 1) 947 இல் இலங்கையையாண்டவனான 3ம் உதயன் எனும் சிங்களமன்னன் மாற்றரசனாற் கொல்லப்பட்டானல்லன். ஆகவே, சிலாசாசனங்கூறுகின்ற துர்அதிஷ்டமுற்ற ஆனால் யாழ்ப்பாணத்தவனேயாம் எனத் துணியஇடமுண்டு.

இப் பராந்தகனின்பின் இராசராசனும் அவன் மகனும் (கி. பி. 1001 முதல் 1004 வரை) வட இலங்கைக் கதிபர்களானார்கள். ஆகவே அந்நாளில் யாழ்ப்பாணத்திலே [illegible]

ஞர் விளங்கிறதில்லை. வடபாகத்தை அடிப்படுத்திய சோழர், 1012ம் ஆண்டில் தென்பாகத்தையும் தமதாக்கி 1070ம் ஆண்டளவும் இலங்கைமுழுவதையுங் கட்டியாண்டனர். நந்தீவு அன்னோரால் மும்முடிசோழமண்டலம் என நாமகரணஞ் செய்யப்பட்டது. புலஸ்தியநகராகிய பொலனறுவை (புலத்திநகற, புலந்நற, பொலனறுவை) ஜனநாதபுரமெனப் பெயரடைந்து முறையே முதல் இராசராசன், இரண்டாம் ராசேந்திரதேவன், வீரராசேந்திரன், அதிராசேந்திரன் என்னும் சோழமண்டலீசுரர்களின் பிரதிராசாக்களுக்கு வாசஸ்தானமாயிற்று. மாதோட்டமும் ராஜராஜபுரம் என மறுநாமம் புனைந்து விளங்கலுற்றது. இக்காலமெல்லாம் யாழ்ப்பாணம் தனிச் செங்கோன்மையின்றிக் கிடந்ததேயாம். அப்போதைக்கப்போது தலைநிறுவிய யாழ்ப்பாணத்து அரசகுடும்பத்தவர்களும் அடக்கி ஒதுக்கப்பட்டனர். சோழஆணையினின்று 1070ம் ஆண்டு இலங்கையைப் பிடுங்கிக்கொண்டவனான முதல் விஜயபாகு (1065—1120) வின் நாட்களிலும் யாழ்ப்பாணம் அவ்வாறிருந்தமை இவ் விஜயபாகு தன் பொலனறுவைச் சிலாசாசனத்தில்

ஐம்பத்தய்யாண்டு இலங்கைமுதழும் ஒருகுடைநிழற்றித் திருவீராஜயஞ்செய்தருளி (Arch. Surv. 1911-12 p. 111)

எனச் சாற்றுதலினுந் தோற்றும்:

யாழ்ப்பாணம் சோழஆதிக்கத்தின்முன் (1001—1070) மன்னர்களொப்பிய தலைமைசாயிருந்தமைக்கு, முதலாம் குலோத்துங்க சோழனை (கி. பி. 1070—1118) சயங்கொண்டார்பாடிய கலிங்கத்துப்பரணியில் நிகழ்கின்ற பின்வரும் மேற்கோள் சான்றுதல்கூடும். அஃதியாதெனில்;

கேழல் மேழி கலை யாளி வீணை சிலை
கெண்டை என்றினையபல்கொடி
தாழ மேருவிலுயர்த்த செம்பியர்
தனிப்புலிக்கொடி தழைக்கவே (கடவுள்வாழ்த்து 18)

இதனபொருள் பன்றி, ஏர், மான், சிங்கம், யாழ், வில்லு, மீனம் என்றற்றொடக்கமான கொடிகள் தாழவும் சோழர் மேருவிற்பொறித்துள்ள புலிக்கொடி தழைக்கவுயர்கவது என்று ஆசிகூறுவது. இவற்றுள் பன்றிக்கொடி சாளுக்கியரையும், ஏர் பாதவரையும், மான்கொடி வங்காளத்துப் பல்லவரையும், சிங்கக்

கொடி சிங்களரையும், விற்கொடி சேரரையும், மீனக்கொடி பாண்டியரையும் சூசிப்பதென்ப. ஒழிந்த யாழ்க்கொடி யாழ்ப்பாணத்தைக் குறிக்குமேயோ என்பது ஓர் கேள்வி. வைபவ மாலை சொல்லுகின்றதை ஒப்புவோமாயின், ஓர்காலம் யாழ்ப்பாண இறைவர்கள்

மிதுனயாழ்க்கொடிதூக்கி

ஆணைசெலுத்தியதுண்டாம். ஆயின் வைபவமாலை சுட்டுகின்ற செயவீரசிங்கையாரியன்காலத்தில் எம்நாட்டிற்கு இடபக்கொடியே உரிமையாயுள்ளது என்றல் மேல்வரும் அதிகாரங்களொன்றனுள் விளக்கப்படுமாகையால், வைபவமாலை சொல்லுகின்ற மிதுன யாழ்க்கொடி ஆரியச்சக்கரவர்த்திகளது உகத்துக்கு முற்பட்டதேயோ?

அப்பாற் பன்னிரண்டாம் நூற்றாண்டின் முற்கூற்றில் யாழ்ப்பாணத்திற் பராசசிங்கனொருவன் அரசியற்றினனாகத் தெரிகிறது. சோழமண்டலசதகத்தில்:

தேனார்தொடையார்பராசசிங்கப்பெருமான்செழுந்தமிழ்க்குக்
கானார்நெல்லின்மலைகோடிகண்டிநாடுகரைசேரக்
கூனார்கப்பலாயிரத்திற்கொடுபோயளித்தகொடைத்தடக்கை
மானாகரன்சங்கரன்சடையன்வ்ழுஞ்சேர்சோழமண்டலமே

எனவரும். (செந்தமிழ் III 5) இச்சடையன் வெண்ணைச் சடையன் என்றும் புதுவைச்சடையன் என்றும் அழைக்கப்படுவன். மூவலூர்ச் சிவன்கோயில் கோபுர வாயிற்படிச் சிலாசாசனத்தில இவன்

சேதிராயர்கோன் மாமால் புதுவைச்சடையன்

எனப்படுவன் (செந்தமிழ் IV. 25) இவன் இராமாயணம்பாடிய கம்பரை ஆதரித்தவனென்பது பிரசாட்சிகளால் அறியப்பட்டதொன்று. ஆகவே கம்பர காலமாகிய பன்னிரண்டாம நூற்றாண்டின்முற்கூறே இவன்காலமாம். இனி "கண்டி நாடு கரை சேர" எனப்பட்டது, வைபவமாலை சிங்கைநகரைச் செங்கடக நகரென்றமை போன்றதோர் தடுமாற்றமேயாம். பன்னிரண்டாம் நூற்றாண்டிற் கண்டிநாட்டின் ஓரிராச்சியமின்மை மலைவிளக்கு. ஆதலால் பராசசிங்கப்பெருமான் யாழ்ப்பாண அரசன் என ஊகிக்க ஏதுவுண்டாதல் அறிக.

அடுத்த நூற்றாண்டுத் தொடக்கத்திலும் ஓர் பராசசன் சிலாசாசனங்களில் விளங்குகின்றான். மாறவர்மன் முதலாம்

சுந்தரபாண்டியன் (1216—1244) தன் 20ம் ஆண்டுத் திருக்கோளூர்ச் சாசனத்திற் கூறுவது இது:

> தஞசையுமுறநதையுஞசெநதழலகொளுததி
> * * * *
> செமபியனைசசினமிரியபபொருதுசுரமபோககி
> * * * *
> சோராவளவனபிஷேகமணடபதது
> வீராபிஷேகஞசெயதுபுகழவிரித்து
> நாடுமபாராசநாமததிலைபிடுஙகி
> மூடிநதறுகணமதயானைமேலகொணடு
> * * * *
>
> (செந்தமிழ் XII. 346-50)

இப்பரராசன் யாழ்ப்பாண அரசனேயாமென்பது ஸ்ரீ இராசநாயக முதலியார்கொள்கை. இவன் சோழனோடு பகைத்துணையாகச் சென்றவிடத்துப் பாண்டியனால் தலைபிடிக்குண்டான் போலும். வெற்றியாளனின் 3ம் ஆண்டில் அப்போர் கடந்தமையைச் சாசனங் காட்டுதலால், பரராசன் மாண்டது கி. பி. 1216 உக்கும் 1218 உக்கு மிடையிலாம் என்பது.

காலிங்கராசவமிசம்

இந்தியாவினின்று விசயராசனைப் பின்தொடர்ந்து வந்திட்ட கங்கைவமிசக் கிளையொன்று யாழ்ப்பாணத்தில் சிங்கபுரம் அன்றேல் சிங்கைநகரிலே நாட்டப்பட்டிருந்ததென்பது ஸ்ரீ இராசநாயக முதலியாரது அபிமதமாமென்றோம், அக்கிளையிலேதான் உக்கிரசிங்கன் தோன்றினனோ மன்றல்வினையாற்றினனோ என்பது. இனி, சிங்கள அரசர்கள் சிலர் காலிங்க அரசகுமாரிகளை மணந்தார் என மகாவமிசநூலில் வருவது யாழ்ப்பாணச் சிங்கபுரத்துக் கங்கைகுல அரசகுடும்பத்துக் குமாரிகளைச் சுட்டுவதாம் என்பர் அவர். (பின்வருவன முதலியாரது முன்கூறிய ஆராய்ச்சிநூலிலிருந்தெடுக்கப்பட்டன என அறிக.)

பொலனறுவையில் சிங்காதனம் வகித்த நாலாவது மகிந்தன் என்னும் சிங்கள அரசன் (கி. பி. 975-991) காலிங்கச் சக்கரவர்த்தியின் புதல்வியைக் கொணர்வித்துத் தனக்குப் பட்டத்தரசியாக்கினான். (மகாவமி. 54; 9-10) இந்தியாவிலிரு

ந்த கங்கர்கள் அக்காலம் கலிங்கத்திலுட்பட்டிராமையால் இக் கலிங்க இளவரசி யாழ்ப்பாணத்துக் காலிங்க குமாரத்தியே என்பது.

சோழவரசனாகிய முதலாம் ராஜாதிராசனது மணிமங்கலச் சாசனத்தில் (கி. பி. 1046) ஈழத்தரசர் இருவர் தோற்றும் மாண்டும் ஒழிந்தனரென வரையப்பட்டுள்ளோரும் யாழ்ப்பாணத்தரசர்களே. அச்சாசனத்தின் சில அமிசங்கள் பின்வருவன:

ஒருதனிததண்டாறபொருகடலிலஙகையா
கோமானவிககிரம வாகுவினமகுடமு
முனறனககுடைநது தெணடமிழமணடல
முழுவதுமிழநதேடிகட
வீழமபுகக விலஙகேசுரனாகிய
விககிரமபாணடியன பருமணிமகுடமும
காணடகுதனனதாகிய கனனககுசசியினு
மாகலிவீழநத சீரிதெனறெணணி
உளஙகொளதனனொடு தனனுறவொடுமபுகுநது
விளஙகுமுடிகவிதத வீரசலாமேகன
பொருகளததஞசி தனகாரகளிறிழநது
கவவையிறறோடக காதலியொடுநதன
றவவையையபிடிதது தாயையுமூககரியி
ஆஙகவமானம நீஙகுதறகாக
மீடடுமவநது விடடொழிலபுரிநது
வெஙகளததுலாநதவச சிஙகளவனாசன
பொனனணிமுடியும கனனரனவழிவந
துறைகொளீழத தரைசனாகியசீர
வலலமதனராஜனமெலலொளித
தடமணிமுடியுஙகொணடு

(S. Ind. Inscript. III, i, p. 54)

ராஜாதிராஜனும் ராஜேந்திரனும் ஒறுத்த இருவர் ஈழத்தரசர்களுள் வீரசலாமேகன், கன்னக்குச்சியிலிருந்து தன்னுறவோடும் பெயர்ந்து குடிகொண்டிருந்தவன், சிங்கபுரியில் வதிந்த கங்கைகுலத்தவனே என்ப. அவனது ஆதிப் பிறப்பிடம் கன்னக்குச்சி எனப்பட்டது. அப்பதியார் கன்னைக்கொண்டை கட்டுவோரான வழக்கத்தை நோக்கிப்போலும். யாழ்ப்பாண அரசகுலத்தவர்களது பழம்பதி கலிங்கதேசத்துள்ள மடப்பளியாம் என்பது பின்னர்க் காட்டப்படுவது. சிறீவல்லவமதனராசன் வீரசலாமேகனுக்கு முற்படத் தோல்வியடைந்தவனெனத் தெரிகிறது.

இவர்கட்கும்முன்னர் மாணாபரணனென்னும் மற்றொரு இலங்கையிறைவன், "பசுந்தலை பொருகளத்தரி"யுற்றவனும் யாழ்ப்பாணக் கங்கைகுலத்தவனேயென்ப. இவனையும் களத்திடைப் பிடிபட்ட இருவர் மைந்தரையும் சுட்டிய சிலாசாசனப் பகுதிகள் பின்வருவன:

பாஙகுறுதெனனவா மூவருள
மாணாபரணன பொனமுடி ஆணைப
பருமணிபபசுநதலை பொருகளததரிநது

(ibid).

தெனறிசைவயின (போபபடைநடாததிக
காரககடலிலஙகையில (விறறபடைககலிஙகாமன
வீரசலாமேகனை (கடாறகளிறறொடுமகபபடககடிவித
திலஙகையிறகிறைவன மாணாபரணன
காதலிலிருவரைக களததிடைபிடிதது

(S. I. I. III, i, p. 61)

அதுமட்டா, யாழ்ப்பாணக் கங்கைகுல ராசகுடும்பத்தினின்றே மகாபராக்கிரமவாகு (கி. பி. 1164–1197) எனும் சிங்களமன்னன் உதித்தானெனவும், கீர்த்திநிசங்கமல்லன் (கி. பி. 1198–1207), சாகசமல்லன் (1200–1202) எனும் சிங்கள அரசர்களின் தந்தை தோன்றினன் எனவும் இதுவரை நாம் எடுத்தோதியவைகளைக் குறிப்பிடுகின்ற முதலியாரவர்கள் மொழிவர். மகாபராக்கிரமவாகு தன் சிங்கபுர (சிங்கைநகர்) உற்பத்தியை அவன் கட்டுக்கரைக்குளத்துச்சாசனமொன்றில்

ஸ்ரீமத் சிங்ஹபுரே ஜாத ஸ்ரீ பராக்கிரமவாகு

என வரைந்துள்ளான். (Ancient Ceyl., Parker, p. 250) இக்கூற்றுக்களுக்கு முதலியார் தாராளமாய்த்தருகின்ற ஏதுக்களையும் பின்னும் ஆங்காங்குகாட்டுகின்ற புதுப்புது ஆராய்ச்சி விநோதங்களையும் அன்னாரது மனோகரமான ஆங்கில நூலினுட் பார்க்கக்காண்க.

இரண்டாம் அதிகாரம் முற்றும்.

மூன்றாம் அதிகாரம்.

விசய கூளங்கை (காலிங்க) ஆரியச்சக்கரவர்த்தி

கி. பி. 1242

வரசிங்கராயன் மகாராசராசன்
நரசிங்கராச னெனுநாமத்—துரைசிங்கம்
... ...
செங்கோலரசு செலுத்துநாள்—மங்காத
பாவலர்கள்வேந்தன் பகரும்யாழ்ப்பாணன்
காவலன்றன்மீது கவிதைசொல்லி—நாவலர்முன்
ஆனகவியாழி னமைவுறவாசித்திடலும்
மானபரன்சிந்தை மகிழ்வாகிச்—சோனைக்
கருமுகினேருங் கான்பரிசிலாக
வருநகரமொன்றை வழங்கத்—தருநகா
மன்றுமுதல்யாழ்ப்பாண மானபெரும்பெயரால்
நின்றபதியி னெடுங்காலம்—வென்றிப்
புவிராசன்போலப் புகழினுடனண்ட
கவிராசன்காலங் கழிய.........
விந்தை
கரைசேரிம்மாநகர்க்கோர் காவலரண்செய்யுந்
தரையரசனின்றித் தளம்ப.........
கோலநகர்ச்
செல்வமதுரைச்செழிய சேகரன்செய்மாதவங்கள்
மல்கவியன்மகவாய் வந்தபிரான்—கல்விநிறை
தென்னநிகரான் செகராசன்தென்னிலங்கை
மன்னவனுருஞ்சிங்கை யாரியமால்—தன்னுழையிற்
பொன்பற்றியூரன்.........
பாண்டிமழவன் பரிந்துசென்று—வேண்டிப்
பெருகுபுகழ்யாழ்ப்பாணம் பேரரசுசெய்ய
வருகுதிநீயென்று வணங்க.........
சாற்றுமிவன்மொழியைத் தன்மனத்தோர்ந்தெண்ணிமறு
மாற்றமுரையாதுநல்ல வாய்மைசொல்லி.........
தென்மதுரைவிட்டுத் திருநகர்யாழ்ப்பாணத்து
மன்னரசுசெய்ய மனமகிழ்ந்து.........
மதித்தவளங்கொள் வயல்செறிநல்லூரிற்
கதித்தமனைசெய்யக் கருதி—விதித்ததொரு
நல்முகூர்த்தமிட்டு நாலுமதிலுந்திருத்திச்
சொல்லுஞ்சுவரியற்றித் தூணிரைத்து—நல்ல
பருமுத்தாம்பரப்பிப் பல்கணியுநாட்டித்
திருமச்சுமேல்வீடு சேர்த்துக்—கருமச்
சிகரந்திருத்தித் திருவாயிலாற்றி
சித்திரமெல்லாம் விளக்கி.........

நகரிவலம்வந்து நானிலமும்போற்றப்
புகலுமணிமாளிகையிற் போந்து — இகலரிமாத்
தாங்குமணியாசனத்திற் றண்ணளியுமெய்ந்நலனும்
ஓங்கஈனிவீற்றிருந்து.........
எண்டிசையுமேற்று மிராசமந்திரி.........
புகனேகவாகுவென்னும் போரமைச்சன்றன்னை
நவமேவுநல்லூரில் நண்ணுவித்து.........

பின்னும் பல வேளாண்பிரபுக்களைத் தென்னிந்தியாவினின்றும்வரித்துக் குடியிருத்தினன் என்பது கயிலாயமாலை. இச்செய்திகட்கு, சுட்டிய இந்நூலையே ஆதாரமாகக்கொண்டு பிறண்டுத் தாம்கண்ட அன்றேல் தாமாய் மனோகற்பனைசெய்த வேறு செய்திகளையுங் காலஒற்றுமை நோக்காது அதனுட் புகுத்திவைத்த வைபவமாலையுடையார் கூறியது மேல்வருவது:

செயதுங்கராசன் அரசாட்சியை நடத்தினான். அக்காலத்திலே (இரண்டு கண்ணுங் குருடனாகிய கவிவீரராகவனென்னும்) யாழ்ப்பாணன் (சோழதேசத்தினின்றுவந்து வாலசிங்க) மகாராசன்பேரிற் பிரபந்தம் பாடிக்கொண்டு (செங்கடகநகரிக்குப்போய்) இராசசமுகத்தில் யாழ்வாசித்துப் பாடினான். அரசன்கேட்டுச் சந்தோஷப்பட்டு (இலங்கையின் வடதிசையிலுள்ள மணற்றிடலென்னும்) இந்நாட்டை அவனுக்குப் பரிசாகக் கொடுத்தான். அவன் பரிசுபெற்ற இந்நாட்டுக்கு யாழ்ப்பாணமென்று பேரிட்டு (இவ்விடம்வந்துசேர்ந்து வடதிசையிலிருந்து சில தமிழ்க்குடிகளை அழைப்பித்து அங்கிருந்த சிங்களவருடன் குடியேற்றிச் சிலகாலம்) அரசாட்சிசெய்து (வயோதிகனாகி) இறந்துபோனான். (அவன்பின் அரசாளச் சந்ததியில்லாமற் போனபடியால் அக்காலத்தில் சிங்களவரும் பிறரும் அரசாளக்கருதித் தமிழ்க்குடிகளை வருத்தினார்கள் இவ்வாறு நடந்தமையால் அனேக தமிழ்க்குடிகள் வடநாட்டுக்குத் திரும்பிப் போய்விட்டார்கள்.) இப்படி யாழ்ப்பாணஞ் சிலகாலந் தளம்பிக்கொண்டிருக்கையில் (சிங்களவருக்கு இடங்கொடாமல் சிலகாலம் விட்டுவந்து) பொன்பற்றியூர் வேளாளன் பாண்டிமழவன் என்ற பிரபு மதுரைக்குப்போய் (அங்கே சோழநாட்டிலிருந்து இராச உத்தியோகத்துக்கேற்ற படிப்புக் கற்றுக்கொண்டிருந்த திசையுக்கிரசோழன் மகன் சிங்ககேதுவுக்கு மருமகனும் மாநதபமிரவல்லிக்கு மகன்முறையும் சூரியவம்சத்தவனு (சோழவம்சத்தவனு) மாகிய சிங்கையாரியன் என்னுமிராசகுமாரனைக்கண்டு யாழ்ப்பாணத்தின் நிலைபரத்தையறிவித்து இந்நாட்டை அரசுசெய்யும்படி வாவென்றுகேட்க, உத்தண்டவீரசிகாமணியாகிய சிங்கையாரியன் மறுத்துச்சொல்லாம லுடன்பட்டு (கல்வியறிவும் புத்திவேகமுமுள்ள வேதியர் குலோத்துங்கராகிய கெங்காதரையர் என்னுங் குரவரையுங்கொண்டு மற்றும் பரிவாரங்களுடன் பாண்டிராசன் வழிவிட்டனுப்ப) யாழ்ப்பாணத்திலே வந்திறங்கி நல்லூரிலே அரசிருக்கை ஸ்தாபிக்கக்கருதிச் (சோதிடரை அழைத்துச் சாதிடர்சொல்லிய) நல்லமுகூர்த்தத்தில் அஸ்திவாரம்போட்டு நாலு

மதிலும் எழுப்பி மாடமாளிகையும், (பூங்காவும், பூங்காவின்நடுவே ஸ்நானமண்டபமும் முப்புடைக்கூபமுமுண்டாக்கிக் கூபத்தில் யமுனாநதித்தீர்த்தமும் அழைப்பித்துக் கலந்துவிட்டு, நீதிமண்டபம், யானைப்பந்தி, குதிரைப்பந்தி, சேனாவீரர் இருப்பிடம் முதலிய யாவுங் கட்டுவித்து, தன்னுடன்வந்த கெங்காதரையரும் அவர் பத்தினி அன்னபூரணியம்மாளும் வாசஞ்செய்ய அக்கிராரமுமுண்டாக்கி, கீழ்த்திசைக்குப் பாதுகாப்பாக வெயிலுவந்த பிள்ளையார் கோயிலையும், மேற்றிசைக்கு வீரமாகாளி கோயிலையும், தென்றிசைக்குக் கயிலாய வினாயகர் கோயிலையும், வடதிசைக்குச் சட்டநாதஈசுரன் கோயிலையும் தையல்நாயகியம்மன் கோயிலையும் சாலை விநாயகர்கோயிலையும் இவை யாவற்றையுங் கட்டுவித்துத் தானும் திலகவதியார் என்னும் பத்தினியுடன்) கிரகபிரவேசஞ்செய்து வாழ்ந்துகொண்டிருக்கையில் ஒருநாட் புவனேகவாகுவுடன் (ஆலோசித்துத் தமிழ்நாட்டரசருக்குத் திருமுகமெழுதித் தமிழ்க்குடிகளை அழைப்பிக்க அவர்கள்வந்து சேர்ந்தார்கள்.) .... பின்) (ஓர் சுபதினத்தில நல்ல முகூர்த்தமிட்டு மகுடாபிஷேகம்பெற்று நகரிவலம்வந்து சிங்காசனம் ஏறிப பூலோக தெய்வேந்திரனாக அரசாண்டான். இவ்வரசனுக்கு ஒருகை கூனங்கையாக இருந்ததினால் இவனைக் கூனங்கைச்சக்கரவர்த்தியென்றும் சொல்லப்படும்.)

பிறைக் கோட்டினுள்ளிட்ட சொற்கள் வசனங்கள் கயிலாயமாலையிலில்லாதவை. இவை மயில்வாகனப்புலவர் ஊர்க்கதை ரூபங்களினின்றோ தம்மனப்படி வருவித்தோ கூறியவைகள்போலும். கங்காதரையர்பெயர் கயிலாயமாலையிலேயே வேறொரு சந்தர்ப்பத்தில வருவது: சிங்கையாரியன் கயிலாயநாதர் கோயிலை நிருமாணித்ததன்பின்

அம்புவியுட்
கேதாரந்தன்னிற் கிளர்மதனர்ச்சித்துவைத்த
வாதாரலிங்க மழைத்தருளி மீதாக
வந்தபிரதிட்டை மகிழ்வோடுசெய்தருள
அந்தணருளாய்ந்திங் கனுப்புமெனச்—செந்திருவார்
சேதுபதிக்குச் செழும்பாசுரமனுப்பி
யாதிமறையோர்கள்புக ழாசிரியன்—வேதமுணர்
கங்காதரனெனும்பேர்க் காசிநகரோனையினி
திங்கேயவனனுப்ப......

என்பது. (சேதுபதிகள்காலம் 17ம் நூற்றாண்டுத் தொடக்கமேயாதலின் கயிலாயமாலை அதற்குப்பின்னரே எழுதப்பட்டதாகலாம் என்பதும் இங்கு தெரிக்கத்தக்கது.) அப்பால் வைபவமாலை மேற்கோளில் தடித்த எழுத்திலிட்டவைகள் சில ஏட்டுப்பிரதிகளில்மட்டும் உள்ளவைகள். பழைய கயிலாயமாலைக்கதைகள் வைபவமாலையில் எவ்வாறு வருணனைபெற்று விரிந்துள்ளன என்பது இதனாற் றோன்றும். பாண்டிநாட்டினின்று

அப்பாண்டிநாட்டு அரசகுமாரனொருவனை மழவனென்போன அழைத்திட, அக்குமாரன் நல்லூரிற் சிங்கையாரியன் எனும் பெயரோடு இராச்சியபாரம் வகித்தானென்பதும் அவனே கயிலாயநாதர்கோயிலை ஆக்குவித்தனனென்பதும் கயிலாயமாலை. வைபவமாலையிற் கூட்டுற்ற ஏனைய விபரங்கள் எல்லாம் ஊர்க் கதைகளையும் மனோபாவனைகளையும் ஒன்றோடொன்று கால எல்லை முரணவைத்த கோவையாம என்க. இது மேல்வருவனவற்றால் விகசிதமாகும்.

ஆரியச் சக்கரவர்த்திகள் யார்?

கயிலாயமாலை சிங்கையாரியனைப் பாண்டிநாட்டு இராசகுமாரனெனப் பகர, வைபவமாலை அன்னோன் "சோழநாட்டிலிருந்து இராச உத்தியோகத்துக்கேற்ற படிப்புக்கற்றுக்கொண்டிருந்த திசையுக்கிர சோழன்மகன் சிங்ககேதுவுக்கு மருமகனும் (மாருதப்பிரவல்லிக்கு மகன்முறையும்) சூரியவம்சத்தவனு (சோழவம்சத்தவனு)மாகிய சிங்கையாரியன்" எனலுற்றது. வழிநூல்செய்த மயில்வாகனப்புலவர், தம் முதல்நூலின் கூற்றை ஒதுக்கி வேறுகூற எய்தியகாரணம் யாது? ஆரியச்சக்கரவர்த்திகள் பாண்டிநாட்டவரல்லர், அந்நாட்டின் வடதிசைக்கண்ணின்றும்வந்தவராம் எனக்கூறிய ஐதிகமொன்றிருந்தமையாலோ? அன்றி ஆரியர் = சோழர் என்றமையையும், சிங்கபுரம் அத்திசையிலிருந்தமையும் பற்றியோ? ஈற்றில், சிங்கையாரியனை உக்கிரசிங்கனோடும் மாருதப்பிரவாகவல்லியோடும் உறவுபூட்டக்கருதியோ? எக்காரணம்பற்றியாயினுமாகுக. சிங்கையாரியன் பாண்டியனல்லன் என்பது உண்மை. பாண்டிநாட்டின் உத்தரதிசையே அவற்கு உற்பத்தித்தானம் எனாநிருப்பினும், அவன் சோழவம்சத்தவனல்லன் என்பதும் உண்மை. அவன் கங்கைகுலத்துக் காலிங்கனேயாம் என்பது இனிவிளக்கப்படும்.

யாழ்ப்பாணத்தரசர்களுள் அதிகீர்த்திவாய்ந்த செகராசசேகரன் ஒருவன்காலத்தே, செகராசசேகரமாலை எனும் சோதிடநூல் இயற்றப்பட்டது. பறங்கியர் இலங்கையில் நுழைந்தபின் ஆக்கப்பட்ட கயிலாயமாலைக்கும், ஒல்லாந்தர்காலத்ததாகிய வைபவமாலைக்கும் அச்சோதிடநூல் மிக முற்பட்டதாதல்வேண்டும். இனி, அந்நூலின் சிறப்புப் பாயிரத்துள், நூலாக்குவித்தோனாகிய அச் செகராசசேகரனைப் புகழுமிடத்து, இராமபிரான் இலங்கை வளர்நகர்புகுந்து கும்பகனனை, அரக்கர்கோர்

வினைச் செயித்து, கமலநாயகி சிறைகடிந்து, சேனைவெள்ளமும் தானும் கந்தமால்வரைப் புறத்தணுகி

அந்தமாதலத்தி லரண்றனைத்தாபித் தருச்சனைபுரிந்துதன் ஞமஞ்
சிந்தையாலருளி யப்பதிதனக்குத் திருப்பெயரன்னதேயாக்கி
நந்தலில்பஞ்சக்கிராமவேதியராய் நான்மறைப்பொருளுளம்பிரியாப்
பைந்தொடைப்பாசு பதர்களைஞ்ஞூற்றுப் பன்னிருவரைவரவழைத்து (௪)

பூசனைசெய்மி னீரெனக்கருணை புரிந்தவர்தங்களிலிருவர்
காசினிதாங்கும் படிவரங்கொடுத்துக் கமழ்செழுந்துளபமாலிகையு
மாசறுசுருதி யாரியவேந்தென் றணிமணிப்பட்டமுங்கொடுத்துத்
தேசுறுகுடையு மொற்றையும்வெற்றி திகழ்விடைத்துவசமும்நல்க (௫)

அன்றுமுதற்சதுர்யுகநாலாறிற் புவிபுரந்தவரசர்தம்மில்
வென்றிதிகழ்மீனவன்முன் செப்பேடங்கத்தழைக்கும்வேதவேந்துஞ்
சென்றுகருநாடகரை யந்தரவல்லியிற்பொருது செயித்தவேந்துங்
கன்றிவருமதவேழக் கரந்துணித்துப்பேர்சலனைக் கடிந்தவேந்தும் (௬)

அடற்கரிமூவாயிரத்தோ டெழுநூறுபாவலருக் களித்தகோவும்
விடைக்கொடியுஞ்சேதுவுநீள் கண்டிகளொன்பதும்பொறித்து மிகைத்தகோவும்
வடக்கெழுவர்டைக்குமிழந் தென்றலுக்குந்தன்குலப்பேர் வழங்குகோவுங்
கடக்கலுழியத்திதனை யிரவலர்தங்கட்களித்தகருணைக்கோவும் (௭)

மற்றுமுளபெருந்தகைமை யிக்குலத்துப்புவிபுரந்த மன்னர்தாமும்
வெற்றிதருதிருப்புயத்துப் பரித்தபடிதனிதரித்த விஞ்சைவேந்தன்
... ... (௮)

எனப் புனைந்துரைக்கின்றது. கந்தமால் எனக் குறுகிநின்ற கந்தமாதனம் புராணங்கள்கூறும் அட்டகுலகிரிகளுள்ளொன்றென்பதும் இராமேசுரத்துக்கணித்தாயுள்ள ஒரு மலையென்பதும் கற்பனை.

தென்பூமி—வாழவருங்கந்தமாதனமு.......
சேதுவினுஞ்செம்பொன்வரையினுஞ்சேர்கந்த
மாதனம்........

எனத் தேவையுலா (179-220) அதனை உயர்த்துக்கூறும். கந்தபுராணம் அதனை

அலங்கலந்திரைகொணேமியகன்கரைமருங்கின்மேரு
விலங்கலினுயர்ந்தகந்தமாதனம்

என இசைக்கும் (மகேந்திரகாண்டம் I 18) இக்கந்தமாதனமே இராமாயணத்தில் மகேந்திரம் எனப்பட்டமை நோக்கற்

பற்று. இராமாயணக்கதையில் அனுமார் இலங்கையிற் பாயும் பொருட்டு மலையிலேறியபடி கந்தபுராணக்கதையிலும் வீரவாகுதேவர் இலங்கையிற் பாயும்பொருட்டு மலையிலேறினர். ஆதலால் இருமலையும் ஒன்றே. (இராமாயணக் கதாமிசங்கள் பல கந்தபுராணத்தில் எடுத்தாளப்படுதல் பிரசித்தம்.) சிவதருமோத்தரம் என்னும் சைவ உபாகமும் இந்தியாவின் தென்கோடியிலுள்ள மலையை மயேந்திரமெனக் கூறியது காண்க.

உன்னதமெதன்மயேந்திரமே யுயர்மலையஞ்சையகிரி
வின்னவிலுஞ்சுத்திகமே யிருக்குமுயர்விந்தியமே
பன்னுபுகழ்மிகுபாரி யாத்திரமேயெனப்பகர்ந்த
வின்னகிரியேழு முதற் குமரிதலத்திசைந்தனவே

அங்கமெதிர்நிரனிறையாற் சமாக்கியமுமணிமலையுஞ்
சங்கமுந்தண்குமுதமுநல் வாரமெனுந்தலந்தானுந்
துங்கமலிபொதித்தென்பாற் றொடர்ந்தவடிவாரத்தி
னங்கனகவிலங்கையுமேழ் வரைச்சாரலடித்தேசம்
(கோபுரவியல், சஎ, சஅ)

இவ்வாலாற்றால் இலங்கைக்குச்சமீபம் மயேந்திரமும் அதற்குமேல் பொதியமும் அப்பால் பிறகிரிகளும் அமைந்திருத்தலால் மயேந்திரமே கந்தமாதனமாதல் விபஷ்டம். இங்ஙனமாதலின் இராமேசுரதலக்கணிமையிற் சொல்லப்படும் கந்தமாதனத்தோடு சார்புகொண்ட செய்திகளும் ஒறிசாப்பிரதேசத்திலுள்ள மகேந்திரமலையோடு சம்பந்தப்பட்ட செய்திகளும் நாளடைவில் ஐதிகங்களிலே ஒருங்கு கலந்துபோயினவாகலாம். பாசுபதர்கள் இராமேசுரத்தில் பூர்வம் குடிகொண்டிருந்தமையால் அன்னோர் இராமபிரானாலேதான் அங்கு வரிக்கப்பட்டாரென்றகொள்கை சுலபமாய் எழுந்திருக்கலாம். தேவையுலா அப் பாசுபதர்களுக்கு வேறோர் உற்பத்தி பின்வருமாறு காட்டுகின்றது.

94 மெய்ந்நூற்றுறையின் விதிவழியேபூசிக்கும்
ஐஞ்ஞூற்றுப்பன்னிருவ ராரியரும்—இந்நிலத்திற்

95 றேற்றுமலையத்தனையுஞ் சேதுபந்தமீதுகுடி
யேற்றுலகநாதமுனி யென்போனும்.........

பாசுபதர்கள் கந்தமாதனத்தோடு சம்பந்தப்பட்டிருக்க, அவர்களுள் "ஆரிய வேந்தென் றணிமணிப்பட்டம்" அடைந்தோர் மகேந்திரமலையோடு சம்பந்தப்பட்டவரேயாமென்பது வஜ்றஹஸ்தன் எனும் கலிங்கதேச அரசன் செப்பேட்டுச்சாசனங்களாற் தெரியவருகின்றது. (இவ்விபரம் ஸ்ரீ இராசநாயக முதலியாரது முன்சுட்டிய நூலினுட்கண்டது.) இவன் ஆண்டு

கலிங்கம் தற்காலத்து முகலிங்கம் எனப்படுவது. கி. பி. 1038 ஆண்டு சிங்காசனமேறினவன். இவனது நாடகம் செப்பேடுகளில் கூறியாங்கு, கங்கைவமிசத்தவர்களது கோத்திரம் ஆத்திரேய (பிராமண) கோத்திரமாம். இவர்கள் மகேந்திரமலையில் கோகர்ணசுவாமி திருவருளால் ஒற்றைச்சங்கும், பேரிகையும், பஞ்சமகாசப்தங்களும், வெண்கொற்றக்குடையும், பொற்சாமரமும், விடைக்கொடியும் பெற்றுள்ளவர்களாம். வஜ்றஹஸ்தன் மதம்பொழியும் ஓராயிரம் யானைகளை இரவலர்க்களித்தனன் எனும் செய்தியும் இச்சாசனத்திற் கேட்கப்படுகின்றது. அனந்தவர்மன் சோடகங்கனது (கி. பி. 1077 முதல்) விசாகபட்டணச்சாசனத்தில் பின்னும் சில விபரங்கள் தோன்றுகின்றன. கங்கர்கள் முன் குவலாலபுரம் (கோலார்) எனும் நகரிலிருந்து தற்காலத்து மைசூர்ப் பிரதேசங்களையரசாண்டனர். இன்னோர் மேற்றிசைக் கங்கர் என்னப்படுவார். இவ்வரசர் ஆவலியில் ஐம்பத்தொராம் அரசனாகும் முதற்காமார்ணவன் என்பான் தன்னாட்டைத் தந்தையின் சகோதரனுக் கீய்ந்துவிட்டுத் தன் சகசரோடும் புறம்போந்து, திக்குவிசயஞ்செய்யவுன்னி மகேந்திரமலையையடைந்து கோகர்ணசுவாமியை வழிபட்டு அவரருளால் உச்சிதமான விடைத்துவசத்தைப்பெற்றுத் தனிச்சக்கர பூபதிக்குரிய வரிசைகள் அனைத்தோடும் படையெடுத்துச் சென்று, பலாதித்தியனெனும் கலிங்கதேச அரசனைப் புறங்கண்டு அத்தேச செங்கோன்மையை மேற்கொண்டனன் என்பது அச் செப்பேட்டின் சாரம், இது கீழ்த்திசைக் கலிங்காது வரலாறு. (Ep. Ind. IV. p. 243. Ind. Antiq. XXVIII p. 170)

நம் ஆரியச் சக்கரவர்த்திகளும் கங்கைவமிசத்தவர்களே யென்பது நன்குயறியப்பட்டதொன்று.

செகராசசேகரமன்கங்கைநாடன் — செகராசசேகரமாலை, சிறப். கக
மன்றுகண்டருளுங்கங்கையாரியன் — இரகுவமிசம், மலை. 107
கங்கைநாடன்கற்றவர்திலகன் — தக்ஷிணகயிலாயபுராணம், சிறப்.

இன்னை பிறவுங்காண்க இவ்வரசர்களது விருதும் விடைக்கொடியேயென்பது பின்வரும் மேற்கோள்களாலும் பிறவற்றாலும் விளங்கும்.

சேவணிதுவசன் சிங்கையெங்கோமான் செயசெகராசசேகரமன் — செகராசசேகரமாலை டக். நக
விடலாண்வயமா விளங்கியகொடியான் — கை. லாசபு. சிறப்.
அண்டருலகதிமிர்ந்தாடும்பரிசுடைத்தாய்க்
கெண்டவிடைகாட்டுங்கொடியினான் — கைலாசமாலை பக். 5,

வெற்றிவிடைக்கொடியார் மேலாரியர்குலத்தி
னூற்றமடப்பளியிலுள்ளோரும் — கிள்ளைவிடுதூது 152

இவ்வாறாகக் கீழ்த்திசைக் கங்கரது உற்பத்தியாதிகளையும் ஆரியச்சக்கரவர்த்திகளது உற்பத்தியாதிகளையும் இருநிரையில் நிறுத்திக்காட்டுவாம்.

	கீழ்த்திசைக்கங்கர்	ஆரியச்சக்கரவர்த்திகள்
வமிசம்	கங்கை	கங்கை
கோத்திரம்	(ஆத்திரேய) பிராமணர்	(பாசுபத பிராமணர்
வரிசைபெற்றதலம்	மகேந்திரமலை	கந்தமாதனமலை = மகேந்திரமலை
தாதா	கோகர்ணசுவாமி	தசரதராமர்
வரிசைகள்	ஒற்றைச்சங்கம்	ஒற்றை
,,	கொற்றக்குடை	கொற்றக்குடை
,,	விடைத்துவசம்	விடைத்துவசம்
,,	பேரிகை	————
,,	பஞ்சமாசப்தம்	சேது?
,,	பொற்சாமரை	ஆரியவேந்துப் பட்டமும் தீபமாலிகையும்
மூன்றாவ்வீரச் செய்தி	மதம்பொழியும் ஓராயிரம் யானைகளை இரவலர்க்களித்தல்	அடற்கரி மூவாயிரத்தோடெழுநூறுபாவலருக்களித்தல் கடற்கலுழியத்தினையிரவலர் தங்கட்களித்தல்

இவ்வொப்புநோக்கால் ஆரியச்சக்கரவர்த்திகள் கீழ்த்திசைக் கங்கரேயென்பது தோன்றும். இக்கங்கரது தலைநகருளொன்றான சிங்கபுரப்பெயரை ஆரியச்சக்கரவர்த்திகள் தம் யாழ்ப்பாணத் தலைநகரிக்கிட்டுச் சிங்கைநகரென வழங்கினரென்பதுமொன்று. இது மேல்வரும் அமயமொன்றில் ஆராயப்பெறும்.

சேதுகாவலவர்

கலிங்கதேசத்தினின்றும் வந்த இவ்வாரிய அரசர்களை இராமேசுரத்தோடு சம்பந்தப்படுத்தியதியாது? இராமேசுரம் இவர்தம் ஆணைக்குட்பட்டதாய், அத்தலத்துச் சிவாலயத்தில் இவ்வரசர்கள் பத்திபூண்டோராய், சேது தீர்த்தத்தை அதிசிரத்தையோடு காவல்செய்வோராய், நங்காலத்துச் சிவபக்தர்கள் "திருச்சிற்றம்பலம்" எனும் மங்களவசனத்தோடு எழுதத்தொடங்குதற்கேய்ப "சேது" எனும் மங்களமொழியோடு தஞ் சாதனங்களை ஆரம்பிப்போராய், "சேது" எனும் வாசகத்தையே தம் முத்திரைக் காசுக்கு வழங்குவோராய் இருந்த

மைபற்றி எம் ஆரிய அரசர்கள் இராமேசுரத்தோடு மிகவும் சம்பந்தம் பூண்டுள்ளவர்கள். யாழ்ப்பாண அரசர்களே ஆதிச் சேதுகாவலர்களென்பதை

சேதுகாவலவன் விஞ்சைவிஞ்சுசெக ராசசேகரன்மெய்திகழ்வதற்
கேதுவானவரு மலர்முகத்தெரிவு......—செகராச...மாலை பக். 40

சிங்கையாரியன் சேதுகாவலன்—தக்ஷிணகைலாயபுரா...சிறப். 15

என வருவனவற்றாலும், நம் அரசர்கள் எந்திரப் பறவையைக் கொண்டு நாள்தோறும் இராமேசுரத்திற் சுவாமி தரிசனஞ் செய்யப் போய்வருவார்கள் எனவும், அவ்வாலய அபிஷேகத்திற்கு நாள்தோறும் நெடுந்தீவிலிருந்து பாலும் கச்சைதீவிலிருந்து பூவும் அனுப்பப்பட்டதெனவும் வரும் ஐதிகத்தாலும் (முத்துத்தம்பிப்பிள்ளை யாழ்ப்பாணச்சரித்திரம் பக்கம் 56) காண்க. முன்கூறியபடி சேதுபதிகளது காலம் பிற்பட்டது. யாழ்ப்பாணத்தரசர்கள் வலிகுன்றியிருந்தகாலத்தே அன்னோர் வலிபடைத்தனர். முன்னாளில் அச்சேதுபதிகள் "தொண்டியந்துறைகாவலர்" எனவே அறியப்பட்டுள்ளார் (செந்தமிழ் II 34) என்பதுமொன்று. சேது எனும்மொழி அரச சாசனங்களுக்கு ஆசிவசனமாய்க்கொள்ளப்பட்டதற்கு, மேல் வேறோரிடத்தில் நாம் சுட்டப்போகின்ற கொத்தகமக் கல்வெட்டுச் சான்று. செகராசசேகரனொருவன் (சங்கிலிமன்னன்) தன் வெண்சங்கக் கேடையத்தில் சேது என்னும் வார்த்தையைக் கரிய எழுத்துக்களிற் பதித்திருந்தான் என பாதர் குவேறோஸ் கூறுவதையுங் கவனிக்குக. (Conquista p. 295) அப்பால் யாழ்ப்பாணத்து அரசர்களது முத்திரைக்காசுகள் நம்மால் முதற்கண் இவையென நிச்சயிக்கப்பட்டவைகளின் மேலெழுத்து சேதுவேயாம். (Ceyl. Antiq. V part 4) அவற்றில் "விடைக்கொடியும் சேதுவும்" விளங்குதலை இதன்கீழ்த்தரும் படத்திற காண்க.

சேதுக்காசுகளை சேதுபதிகளின் காசென ஓர்காலம் முத்திராவித்தையாளரெல்லாம் மொழிவோராயினர். ஆயின் நாம் முன்குறித்த இலங்கைத் தொன்மையாராய்ச்சிப் பத்திரிகையில் வெளிப்படுத்திய ஆராய்ச்சியானது இவ்விஷயத்தில் இனிச்

சந்தேக விபரீதமில்லாதபடி முடிவுகட்டி சேதுவும் இடபமும் கொண்ட நாணயங்கள் நம் யாழ்ப்பாணக்காசுகளே எனத் தாபிப்பதாயிற்று.

யாழ்ப்பாண அரசர்கள் இவ்வாறு இராமேசுர சம்பந்தம் பூண்டு விளங்க, அன்னோரது கலிங்கதேச உற்பத்தி காலாந்தரத்தில் இராமேசுரத்துள் மறைந்து, உள்ளபடி கலிங்கத்தினின்றும் ஆத்திரேய குலாங்குரர்களாய், மகேந்திர பர்வதக் கோகர்ணசுவாமி அநுக்கிரகத்தால் இராசபதவி யடைந்தோமென வந்தோர். பிற்காலம் இராமேசுரப் பாசுபத கோத்திரத்தாராய் அங்கு மகேந்திரத்தோடு மயங்கிநின்ற கந்தமாதனப் பர்வ இராமசுவாமி வரத்தால் பூபாரம் தாங்குவோராய் மாறிவரலாயினர் என்க.

காலிங்கமாகனும் ஜயவாகுவும்

காலிங்க கங்காகுலதிலகர்கள் இருவர் ஏகசமயத்தில் "காசினிதாங்கும்படி வரம்" அடைந்து "ஆரியவேந்து" என்னு மணிமணிப்பட்டதாரிகளாய்க் குடையும் ஒற்றையும் விடைத்துவசமும் திகழ யாழ்ப்பாண அரசு கைக்கொண்டமை பரியாலோசிக்கத்தக்கது. யாழ்ப்பாணத்துப் பழைய பாரம்பரியங்களைத் துருவியுணர்ந்த பாதர் குவேறோசும் பின்வருமாறுகூறுகின்றார். "குசறற் (கூர்ச்சரப்) பகுதியை உற்பத்திதானமாய்க் கொண்ட ஆருக்கள் (ஆரியர்) என்றழைக்கப்படும் பிராமணர் சிலர், தாங்கள் இராசகுலத்தவர்களென்று பாராட்டுபவர்கள், வந்து, மதுரை நாயக்கனின் அங்கீகாரத்தோடு இராமனார்கோயில் என்னும் ஆலயத்தை நிருமாணித்தவர்கள் அங்கிருந்து யாழ்ப்பாண அரசர்களோடு உறவாடத்தொடங்கியதினல், அந்த அரசர்களுளொருவனுடைய குமாரத்தியை இவர்களுளொருவன் வதுவையாற்றுவோனானன். பின் இவ (ஆரிய)னுடைய சந்ததியார் அவ்விராச்சியத்திற்குரிமைக்காரரானார்கள்" என்பது. (Conquista p. 37-8) இதனையுமாராய்வாம்.

சிங்கள சரித்திரங் காட்டுகின்றபடி மகாபராக்கிரமபாகு 1186-ம் ஆண்டிற் தேகவியோகமாக அன்னேன் ஆக்கினைத்தபாந்த இராச்சியத்தைப் பரிபாலிக்க வலியற்றோர் சில்லோர் அரசர்கள் ஒருவர்பின்னொருவராய்த்தோன்றி மறைந்தார்கள். இரண்டாம் விஜயபாகு, ஆறும் மகிந்தன், நிசங்கமல்லன், வீரபாகு, இரண்டாம் விக்கிறமபாகு, சோடகங்கன், லீலாவதி, சாகசமல்லன் என்னும் எண்மர் இராச்சியபதிகளும் 1186 உக்கும் 1202 உக்கும் இடையில் பதினறுவருடங்களுள் ஏழு

க்தும் அநேகமாய்ச் சதிமானத்தினாற் தென்புலஞ்செலுத்தப்பட்டும்போயினார் மகாபராக்கிரமபாகுவின் கைமையாகிய லீலாவதிக்குமட்டும் மீட்டும் இருதரம் இராச்சியபாரம் வகிக்கக்கிடைத்தது. இதற்கிடையில் சாகசமல்லன் துஞ்சுதலோடு (1202 வரையில்) யாழ்ப்பாணத் தமிழ்ச்சேனைபதிகள் வலிபடைத்துச் சிங்களரை நெருக்கத்தொடங்கிவிட்டனர் அவ்வரசனுக்குப்பின் சிங்கள் அரசு கைக்கொண்ட கல்யாணவதியாளுகையில் (1202—1208 வரையில்) புலத்திநகர் (கந்தவுற) தமிழரால் பிடிக்கப்பட்டமையும் கேட்கப்படுகிறது. (Ep. Zeyl. II 33) இந்த அவதரத்திலோ இதற்குச் சற்றுப்பின்னோ காலிங்கமாகனும் விஜயவாகுவும் எனும் இருவர் தமிழரசர் கலிங்கதேசத்தினின்றும் பெரும்படையோடுவந்தவர்கள் ஒருங்கு வடஇலங்கையை ஆள்வோராய்க்காணப்பட்டார். (மகாவம். 82. 11-27) பட்டுக்களப்பின்சமீபம்முதல் ஊறாத்துறையீறாகவும் புலத்திநகர் தொட்டு மன்னார்மட்டும் இத்தமிழர் பதினைந்து கோட்டைகளை எடுத்துத் தமதாணையை நிலைநாட்டியதோடு (மகாவம். 83,21-2) ஜயவாகு யாழ்ப்பாணநாட்டை அரசாள, மாகன் 1215-ம் ஆண்டுதொடக்கம் புலத்திநகரில் வீற்றிருந்து தென் இலங்கைமுழுவதையும் தனிக்குடைக்கீழ் அடக்கிச் செங்கோலோச்சினான்.

இவர் இருவருமே யாழ்ப்பாண அரசைப் பிரசித்திபெற நிலைநாட்டினோராவர். ஆதலின் காலிங்க கங்கைவமிசத்தவரான இவ்விருவரையுமே "பைந்தொடைப்பாசுபதர்களைஞ்ஞூற்றுப்பன்னிருவரில்' கர்சினிதாங்கும்படிவரமடைந்த இருவராமெனச் செகராசசேகரமாலை கூறிற்று எனத் தெரிகிறது. இவர்களுள் ஜயவாகுதான் மாகனோடு ஏகோபித்து முதற்கண் யாழ்ப்பாணத் தனியரசுரிமைகொண்டமையினால், பாதர் குவேறோஸ் செவிக்கெட்டிய ஐதிகமானது ஒரு ஆரியஅரசன்மட்டும் இராமேசுரத்தினின்று யாழ்ப்பாணத்துக்கேகினானென்றது போலும். அப்படியாயின் இராமேசுரமென மயங்கிக்கூறுற்ற கலிங்கத்தினின்றும்வந்த ஜயவாகு, யாழ்ப்பாணப் பழைய அரசகுடும்பத்தின் இளவரசியொருத்தியை மணந்திருத்தலும் ஒக்கும். இவ்வரசி வைபவமாலையும் கல்வெட்டும் கூறுகின்ற மாருதப்பிரவாகவல்லியெனும் ஆடகசவுந்தரியாகலாம். ஆகுங்கால், ஜயவாகுவே உக்கிரசிங்கனும் குளக்கோட்டனுமென வெளிப்பட்டு வைபவமாலை, கல்வெட்டு எனுமிருநூல்களினும் இடியப்பச்சிக்கான பின்னல் ஒருவாறுவெட்டி உண்மைதெரிக்கப்படுதல்சாலும். (முன் 12-ம பக்கத்திற் கூறியனவும் நோக்குக.)

சிங்களர் தெற்கே அவ்வவ்வமயத்துச் சிறிது சிறிதுபாகங்களைத் தமிழரிடமிருந்து பிடுங்கிக்கொண்டவிடத்தும், நெடுங்காலம் புலத்திநகரைக் கைப்பற்றமாட்டாது நெட்டுயிர்ப்பெறிந்துகொண்டிருந்தார். ஈற்றில் 1242 வரையிலேதான் மாகனை அங்கிருந்து அசைத்து வடபாகங்களைநோக்கிச் செல்லப்பண்ணுவோராயினர். காலிங்கமாகனுக்கு "செயசிங்கவாரியன்" என்னும் பெயரிருந்ததுபோலும். (கைலாசமாலை பக்கம் கரு) இவனையே வைபவமாலையாளர் விசய கூளங்கைச் சக்கரவர்த்தி என்றார் என்க.

இருபத்தேழு ஆண்டாய் (1215--1242) இலங்கைமுழுதிலும் தனிக்கோலசெலுத்திய இவ் ஆரியஅரசன், சக்கரவர்த்தி எனும்பெயர் தாங்கியதும் இயல்பே. காலிங்க ஆரியச்சக்கரவர்த்தி புலத்திநகரை ஒருவி யாழ்ப்பாணத்தைச் சேர்ந்தகாலையில், முன் அவ் யாழ்ப்பாண இராச்சியத்தை மாக மன்னனோடு ஒத்து அரசாண்டிருந்த ஜயவாகு இறந்திட்டான்போலும். இறந்ததற்பின் சில்லாண்டுகளாய் அங்கு உள்நாட்டுக்கலகம் விளைந்திருந்தமையும், மாகன் களரியிற்றோன்ற அக்கலகம்நீங்கி யாழ்ப்பாணத் தனியரசு அன்னோனால் உறுதியாய் நாட்டப்பட்டமையும் சாலும். இங்ஙனமே மதுரைக்குப் பாண்டிமழவன் பரிந்துசென்றமையும், அங்கிருந்து செல்வமதுரைச் செழியசேகரன் புதல்வனை சிங்கையாரியன் பெருகுபுகழ் யாழ்ப்பாணம் பேரரசுசெய்யவந்தமையும் மனோராச்சியத்தின்பாற் படுகின்றன. ஜயவாகு மாண்டபின் மாகன் யாழ்ப்பாண அரசிருக்கையை இனிதாய் நாடினான் என்பதுதான் உண்மைப்பகுதியாக எஞ்சிநிற்கின்றது. கைலாயமாலையானது சிங்கையாரியன், செயசிங்கவாரியன் என நிச்சயமின்றி மங்குளமாய்க்கூறியதை வைபவமாலை இருத்தி விசய கூளங்கை ஆரியன் என்றமை செயசிங்க காலிங்கனைச் சொல்லுதற்கேபோலும். காலிங்கச் சக்கரவர்த்தி என ஓர்வேளை கைச்சாலைகளிற்கண்டதை கூளங்கைச்சக்கரவர்த்தி என அறியாதோர் மயங்கினருமாகலாம். (இது இராசநாயகமுதலியாரது சாதுரியமான ஊகம்) உள்ளபடி பழைய தமிழ் லிபியில்

என்றிருப்பது "கூளங்கை" என வருவது மிகச் சுலபமேயாகும். காலிங்கச்சக்கரவர்த்தியே யாழ்ப்பாணஅரசு உறுதியாய்

நிலைநாட்டப்பெற்றகாலத்தில் கிரித்தீபம்போல விளங்கிய புகழா ளனுதலால், அவன்தான் நம்நாட்டின் முதலாம் ஆரியச்சக்கர வர்த்தி எனக் கொள்ளுதல் எவ்வாற்ருனும் பொருத்தமுடைத்து.

கால எல்லை

இனி காலிங்கச்சக்கரவர்த்தி யாழ்ப்பாணச் சிங்கைஆரிய அரசுக்கடியிட்ட காலத்தை ஆராய்வாம். அக்காலமானது மாகன் பொலனறுவையை அகன்றுவந்தஆண்டை (கி. பி. 1242-ம் ஆண்டு) அடுத்ததேயாமென்பது தேற்றம். கைலாசமாலையோடு பதிப்பித்திருக்கின்ற தனிக்கவியொன்றிற்சுட்டிய யாழ்ப்பாணநகரியென்பது சிங்கைநகராயின், புவனேகவாகுவென்பதுவும் காலகதியிற்புகுந்த வழுவாயின், அக்கவிகூறும் ஆண்டுக்கணக்கு காலிங்க சக்கரவர்த்தி சிங்கைநகரைக்கட்டிய ஆண்டாகலாம். அக்கவி பின்வருமாறு:

இலகியசகாத்தமெண்ணூற் றெழுபதாமாண்டதெல்லை
அலர்பொலிமாலைமார்ப னும்புவனேகவாகு
நலமிகும்யாழ்ப்பாணத்து நகரிகட்டுவித்துநல்லைக்
குலவியகந்தவேட்குக் கோயிலும்புரிவித்தானே.

நல்லைக்கோயிலைப்புரிவித்த புவனேகவாகு உள்ளபடி சப்புமல் குமாரயா எனும் செண்பகப்பெருமாளேயாம் என்பதும், அக்காலம் பதினைந்தாம் நூற்றுண்டாம் என்பதும் மேல்வரும் அதிகாரமொன்றனுள் தெளிவிக்கப்படும். ஆதலால் இத்துணை மயக்கங்கொண்டெழுந்த இக்கவி காலிங்கச் சக்கரவர்த்தியின் நாட்களுக்குச் சமீபகாலத்ததன்று என்பதுமலையிலக்கு. இதை மயில்வாகனப்புலவர் தமது வைபவமாலையில் வசனரூபமாய்ப் புகுத்தியிருக்கின்றூர். ஆதலால் இது அவர்காலத்துக்கு முற்பட்டதேயாம். அவர்காலத்துக்கு ஒரு நூற்றுண்டுமட்டும் முந்தியதாகக்கூடிய கைலாயமாலை இயற்றப்பட்டகாலத்தில் கவிவழங்கியதாயின், புவனேகவாகுவை முதலாம் சிங்கையாரியனின் போரமைச்சனுகக்காட்டிய கயிலாயமாலையுடையார் அவன் நல்லூர்க் கந்தவேட்குக் கோயில் புரிவித்தமையையும் தமது நூலினுட் புகுத்தாதுவிடார். ஆதலால் சுட்டிய தனிக்கவி முத்துராசகவிராசருக்கும் மயில்வாகனப்புலவருக்கும் இடைப்பட்டகாலத்திற்றுன் எழுந்ததென முடியும். இனி, கவியிற்காட்டிய பெயர்கள் பிழையாயினும், ஆண்டுக்கணக்கு விசேஷ ஞாபகத்துக்குரிய ஓர் சம்பவத்தைப்பற்றியதாதலால், கர்ணபாரம்பரிய

மாய் அறியப்பட்ட உண்மையாண்டாகலாம். அங்ஙனமாயின் அவ்வாண்டு யாது?

எண்ணூற்றெழுபது என்பது 870 அன்று, ஆயிரம்ஆகிய (பேர்) எண்ணும் நூற்றெழுபதும் சேர்ந்த கணக்காகுமெனத் தோன்றும். எண்ணென்பதை ஆயிரமென்னும் பேரெண் எனக் கொள்வது எவ்வாறெனில், இத்தனிக்கவி வேறொருகவியை அநுசரித்துச்செய்யப்பட்டது. அக்கவியில் எண் என்பது பேரெண்ணையே குறிக்கும் என்ப. அதுவும் பின்வருவது:

எண்ணியசகாப்தமெண்ணூற் றேழின்மேற்சடையன்வாழ்வு
நண்ணியவெண்ணெய்நல்லூர் தன்னிலேகம்பநாடன்
பண்ணியஇராமகாதை பங்குனிஉத்ரநாளில்
கண்ணியஅரங்கமுன்னே கவியரங்கேற்றினனே.

இக்கவியிற்சொல்லிய எண்ணூற்றேழு: எண் = 1000 + 107 என நின்று, சகாப்தம் 1107 ஆகுமென்றும், அது கிறிஸ்தாப்தம் 1185 ஐக் குறிக்குமென்றும், இது பிற ஏதுக்களைக்கொண்டு நிச்சயித்த கம்பர்காலத்துக்குப் பொருத்தமுடையதென்றும் கற்றோர் கழறுவர். (செந்தமிழ் III, 178-81) ஆகவே நம் யாழ்ப்பாணத்தனிக்கவிகூறும் ஆண்டு 1000 + 170 = 1170 எனவந்து, கிறிஸ்தாப்தம் 1248 உக்குச் சரியாகும். இவ்வாண்டு காலிங்கச்சக்கரவர்த்தி புலத்திநகரை விட்டகன்ற ஆண்டுக்கு (1242) ஆறாண்டுமேட்டும் பிற்பட்டது. மாகன் வடதிசை நோக்கிய ஆறுண்டின்பின் யாழ்ப்பாணநகர் நிருமாணித்து முடிவெய்தியது என்பது மிகப் பொருத்தமுடைத்து.

சிங்கை நகர்

ஆதி ஆரியச்சக்கரவர்த்தி எடுப்பித்த யாழ்ப்பாணநகரி யாது? அது நல்லூராதல் கூடுமா? கூடாது என்பர் ஸ்ரீ. இராசநாயகமுதலியார். இவ்வியுற்பத்திமானின் அனுமானப்படி பருத்தித்துறைக்கணித்தாய் மணல்மேடுகள் பொருந்தியிருக்கின்ற வல்லிபுரமே பூர்வகாலச் சிங்கைநகராம். நல்லூர், புவனேகவாகுவெனப் பிறபடக் கோட்டை இராச்சியம்வகித்த செண்பகப்பெருமாள் பதினைந்தாம் நூற்றுண்டிற் கட்டுவித்ததாம். இம்மதம் எமக்கும் சம்மதம். வல்லிபுர மணற்கும்பிகளுள் காற்றுக்காலங்களில் அகப்படும் பழம்பொருட்கள், அங்கு பலவிடங்களிற் குவிந்துகிடக்கின்ற பூர்வகாலக் கலவோடுகள், கிச்சக்கிட்டம் ஆகியனவும்; அங்கிருந்து ஊணி

மார்க்கமாய்ப்போன பெரும்வீதியின் அடையாளங்களும் அ
ர்நாள் விஸ்தாரநகராய் விளங்கியது எனக் கரதலாமலகமாய்க்
காட்டும். அப்பால ஆரியச்சக்கரவர்த்திகள் தம் செல்வாக்கு
நிரம்பிய நாட்களில் பெருங் கப்பற்படையுள்ளோராய்ப் பிரக்கி
யாதிபெற்றுள்ளமையினால், அம்மரக்கலத்திரள் ஆழியிற் சுலப
மாய்ச்சென்று திரும்புதற்கு அநுகூலமான துறைமுகம் உள்
ளோராய் இருந்தமை அவசியம். கேகாலைப் பகுதியிலுள்ள
கொத்தகமத்திற் கண்டெடுத்த கல்வெட்டும் அன்னோரைப்

பொங்கொலிநீர்ச் சிங்கைநகர் ஆரியர்

எனச் சூசிப்பிக்கின்றது. பெருங்கடற்சமீபமும் சிறந்த துறை
ப்பொலிவும் பொருந்தக்கொண்டது வல்லிபுரமே. ஆங்கு நற்
றுறையுண்டோ என இராசநாயகமுதலியார்கொண்ட ஐயறவு
எம்மால் இனிது தீர்க்கப்பட்டது. வல்லிபுரத்துக்குநேரேயுள்ள
கடலோரம் பண்டைநாட்டொட்டுக் குடாக்கரையென் றழைக்
கப்படுதலையும், வெருக்முனைக்கும் கொட்டோடைக்கும் இடை
ப்பட்ட வில்வளைவான அக்கரை ஓர்காலம் மிகச்சேமமான ஒது
ங்குகுடாவாய்த் திகழ்ந்தமையையும், கரையிலேற்பட்ட பழைய
வாய்க்காலொன்று கொண்டுபோய் வீழ்த்திய மணற்குவியலால்
அதன்வாயிற் களங்களுண்டுபட்டமையையும், பட்டகாலத்திலு
ம் இன்றைக்கும் மரக்கலங்கள் கச்சான் ஒதுக்கைநாடி அவ்வ
ப்போது இக்குடாவில் நிறுத்தப்படுகின்றமையையும் நாம் நே
ரில் ஆராய்ந்தறிந்துகொண்டோம். பருத்தித்துறைமுகம் பற
ங்கிக்காரரோடுதான் எழுந்ததென்பது ஓர் ஐதிகம். அவர்கள்
அதை கல்செறிந்த முனை (Ponta das Pedras) என்றார்கள்.
பெத்திறத்துறையே பருத்தித்துறையென வந்ததேயோ?

சிங்கைநகர் வல்லிபுரத்தி லிருந்ததெனக் கொள்ளுதல்
அமைவுடைத்தாயின், பறங்கிக்காரர் கி. பி. 1590 இல் கொழு
ம்புத்துறையிலிறங்கி நல்லூரைச் சருவியகாலையில் சிங்கைநக
ரெனும் பெயரோடு ஓர் பலத்த அரணிருந்ததென பாதர்
குவேரோஸ் கூறுகின்றமை (Conquista p. 367) எவ்வாமெ
ன ஓர் ஆசங்கை நிகழும். பூர்வ சிங்கைநகர் கொழும்புத்து
றைக்கும் நல்லூருக்குமிடையிலாமெனக்கொள்ள வேறு சான்
றில்லாமையால், அச்சிங்கைநகர் அழிந்துபட்டு நல்லூர் த
லைநகராயினபின், அப பழையநகர்ப் பெயரோடு ஓர் அரண்
இங்கு விளங்கியதெனக் கொள்ளலாம் என்க.

மயில்வாகனப் புலவரது உக்கிரசிங்கன், தனக்குமுன் இ
ராசதானியாயிருந்த கதிரைமலை (கதுருமலை)யை நீங்கிச் சென்

கடகநகரி (சிங்கைநகர்) ஐத் தலைநகராக்கினான். (முன் பக். 28,48) உக்கிரசிங்கனே ஜயவாகுவாயின், இவ் ஜயவாகு முதற்கண் சிங்கைநகரை இராசதானியாக்கினானெனவும், மாகனெனும் காலிங்கச்சக்கரவர்த்தி அதனை கி. பி. 1246-ம் ஆண்டளவில் அரண்செய்து திருத்தினானெனவுங் கொள்க.

கயிலாயமாலைக்குடிகள்

முத்துராசகவிராசர், முதலாம் ஆரியச்சக்கரவர்த்திகாலத்தவரல்லர், இவற்குப் பலநூறு வருடங்களுக்குப் பிற்பட்டவரே. அவர்தந்த குடியேற்றச் சரிதையும் பழஞ்சரிதையன்று, தமதுகாலத்தார் சொல்லக்கேட்ட பரம்பரைக் கதையேயென்று கொள்ளவேண்டியிருக்கிறது. அவ்வவ்வூரில்விளங்கிய வேளாண்குடிகளின் மகத்துவந்துலங்க அவ்வவரது மூதாதைகளுட் பிரசித்திபெற்ற ஒவ்வொருவரை எடுத்துக்கொண்டு அன்னோரெல்லாம் முதலாம் ஆரியச்சக்கரவர்த்தியால் வரித்துக் குடியேற்றப்பட்டனர் என எடுத்திசைத்தனர்போலும். இவரது வரலாற்றையே மேற்கொண்ட மயில்வாகனப்புலவர், அதைத் தமது வழக்கப்படி சில மாற்றங்களோடு வைபவமாலையிற் பெயர்த்தெழுதியுள்ளார். எம் வாசகநேயர்கள் முதனூலிலுள்ள இன்பத்தைச் சுவைக்கும்பொருட்டுக் கயிலாயமாலையில் யாழ்ப்பாணக் குடியேற்றப் பாகமாயுள்ளது முழுமையையும் இங்குதருவோம்:—

தேங்கமழு

புண்டகரீமார்பன் புகலுமதுராபுரியோன்
எண்டிசையுமேத்து மிராசமந்த்ரி—கொண்டதொரு
வேதக்கொடியன் விருதுபலபெற்றதுரை
கீதப்பிரபுடிகன் கிர்பையுள்ளான்—தீதற்ற
புந்தியுள்ளான்மேன்மையுள்ளான் புண்ணியமுள்ளான்புவியோர்
வந்திறைஞ்சும்பாத மகிமையுள்ளான்—முந்தரிபாற்
றோன்றியகிலாண்ட கோடியெலாந்தோற்றமுற
ஈன்றோன்குலத்தி லெழுகுலத்தான்—சான்றோன்
புவனேகவாகுவென்னும் போரமைச்சன் றன்னை
நலமேவுநல்லூரி னண்ணுவித்துச் சிவனேச
னுகத்தான்றோன்று மனுவஷத்தா னன்னமருள்
தாகத்தான்விஞ்சுந் தருமத்தான்—சோகந்தீர்
பாகீரதிகுலத்தான் பைம்பொன்மேழித்துவசன்
பாகாரும்வேங்கைப் பருப்பதத்தான்—வாகாருங்
கார்காத்துவிட்டதெனக் காமுறுபொன்பற்றியென்னும்
ஊர்காத்துவிட்டுவந்த வுச்சிதவான்—பேர்சாற்றில்

வாசவனேர்பாண்டி மழவனையுந்தம்பியையு
நேசமுறுமைத்துனமை நேர்ந்ததுரை—பேசுபுகழ்ச்
செண்பகப்பேர்வாய்ந்த திறன்மழவனேடுமவன்
நண்புபெறுதம்பியையு நானிலத்திற்—பண்புசெறி
தக்கபலவளமுஞ் சார்ந்துகல்விநாகரிகம்
மிக்கதிருநெல்வேலி மேவுவித்துத்—தக்கவர்கள்
எலலாருமேத்து மிரவிகுலமன்னவனர்
சொல்லும்பெயர்புனைந்த சுத்தபர—நல்லபுகழ்
சூழுங்கங்காகுலத்துத் துய்யதுளுவக்கூட்டம்
வாழும்படிக்குவந்த மாசின்மணி—எழுகடல்
சுற்றுபுவிமுற்றுந் துதிக்குஞ்சுகபோசன்
கற்றவருக்ய்யுங் கனகதரு—வெற்றிதரு
காவிமலர்மார்பன் கருதும்வெள்ளாமரசன்
மேவுகலைஞான விநோததுரை—காவிரியூர்ச்
செய்யநரசிங்க தேவனைநற்சீர்வளங்கள்
வைகுமயிலிட்டிதனில் வாழவைத்து—வையகத்து
முத்தமிழ்சேர்சித்தன் முகசீதளவசனன்
சித்தசருபன்மன் றிருச்சமுகன்—மெத்தியசீர்
வாலிநகர்வாசன் மருள்செறிவெள்ளாமரசன்
கோலமிகுமேழிக் கொடியாளன்—மூலமிகு
செண்பகமாப்பாணனையுஞ் சேர்ந்தகுலத்தில்வந்த
தண்குவளைத்தார்ச்சந்த்ர சேகரனும்—பண்புடைய
மாப்பாணபூபனையு மாசில்புகழ்க்காயனகர்ப்
பூப்பாணனென்னவந்த பொன்வசியன்—கோப்பான
சீரகத்தார்மார்பன் செறிகனகராயனையும்
பாரகத்துண்மேன்மை பலவுடைத்தாய்—நீரகத்தாய்த்
தொல்லுலகோர்நாளுந் தொகுத்துப்பிரித்துரைக்குந்
தெல்லிப்பழையிற் றிகழவைத்து—நல்விருதாய்க்
கோட்டுமேழித்துவசன் கோவற்பதிவாசன்
சூட்டுமலர்க்காவித் தொடைவாசன்—நாட்டமுறு
மாதிக்கவேளாள னுயுங்கலையனைத்துஞ்
சாதித்தரூப சவுந்தரியன்—ஆதித்தன்
ஓராயிரங்கதிரோ டொத்தவொளிர்பொற்பணியோன்
பேராயிரவனெனும் பேரரசைச்—சீராருங்
கன்னல்செறிவாழை கமுகுபுடைசூழ்கழனி
துன்னுமினுவில் துலங்கவைத்துப்—பொன்னுலகிற்
கற்பகநேர்கைத்தலத்தான் கச்சூர்வளம்பதியான்
மற்பொலியுந்தோட்குவளை மாலையினுன்—பொற்பார்
நதிகுலவெள்ளாமரசன் நானிலத்தினமேன்மை
அதிகபுகழ்பெற்ற வழகாளன்—நிதிபதிபோல்
மன்னனிகரானமன்னன் மாமுத்திரைகள்பெற்ற
தன்னிகரில்லாதவிறற் றட்டிகவான்—இந்நிலத்தில்
ஆலமுண்டகண்ட னடியைமறவாதவள்ளல்
நீலகண்டனென்னு நிருபனையு—மேலுமவன்

தம்பியரோர்நால்வரையுந் தான்பச்சிலைப்பள்ளியி
லும்பர்தருவென்ன வுகந்துவைத்துச் —செம்பதும
மாதுவளருஞ்சிகரி மாநகர்வெள்ளாமரசன்
சாதுரியன்காவிமலர்த் தாரழகன்—ஓதுமொழி
உண்மையுள்ளான்கல்வி யுகப்புள்ளா னூக்கமுள்ளான்
வண்மையுள்ளான்மேலும் வளமையுள்ளான் —திண்மைபெறு
மாரன்கனக மழவனைப்பின்னால்வருடன்
சேரும்புலோலி, திகழவைத்துப் —பேரளகைக்
காவலனேர்செல்வன்மலர்க் காவியணியும்புயத்தான்
பாவலருக்கின்பப் பசுமேகம் —பூவில்வரு
கங்காகுலத்துங்கன் கவின்பெறுமேழிக்கொடியோன்
மங்காமல்வைத்த மணிவிளக்குச் —சிங்கார
கூபகநாடாளன் குணராசநற்சமுகன்
கூபகாரேந்த்ரக் குருசிலையுஞ் சோடமுள
நண்ணக்குலத்தி னரங்குதேவப்பெயர்சேர்
புண்யமகிபால பூபனையும் —மண்ணினிடைப்
பல்புரத்தினல்வளமு மொவ்வாப்பலவளஞ்சேர்
தொல்புரத்தின்மேன்மை துலங்கவைத்து —வில்லில்
விசயன்போர்வீமனுயர் வீறுகொடைக்கன்னன்
இசையிற்பொறையி லியற்றருமன் —வசையற்ற
புல்லூர்த்தலைவன் புகழ்செறிவெள்ளாமரசன்
எல்லார்க்கும்மேலா மிரத்னமுடிச் —செல்வமுறு
தேவராசேந்த்ரனெனுஞ் செம்மறனையிந்நிலத்திற்
கோவிலாக்கண்டி குறித்துவைத்து —நாவிரியுஞ்
சீர்த்தியுறுசெம்மல் செழுந்தொண்டைநாட்டரசன்
கோத்தமணல்பூந்தார்க் குவலையினா —னார்த்தகவிக்
கம்பனுரைத்த கவியோரெழுபதுக்குஞ்
செம்பொனபிஷேகஞ் செயுங்குணத்தான் —பைம்புயனேர்
மண்ணாடுகொண்ட முதலியெனுமன்னவனை
யுண்ணாட்டிருபாலை யூரில்வைத்து —விண்ணாட்
டிறைவனிகர்செல்வ னெழில்செறிசேயூரன்
நிறைபொறுமைநீதி யகலாதான் —நறைகமழும்
பூங்காவிமார்பன் புகழுளவெள்ளாமரசன்
நீங்காதகீர்த்தி நிலையாளன் —பாங்காய்
இனியொருவரொவ்வா விருகுலமுந்துய்யன்
தனிநாயகனெனும்பேர் தாங்கு —மினியவனை
மற்றுமுளபற்று நகர்வளஞ்சூழ்ந்திடுதென்
பற்றுநெடுந்தீவு பரிக்கவைத்துச் —சுற்றுபுகழ்
வில்லவன்றன்வஞ்சி நகருறைவெள்ளாமரசன்
பல்லவனோடிரண்டு பார்த்திவரை —நல்விளைவு
தாவுங்கழனிகளுஞ் சாற்றும்பலவளமு
மேவுவெளிநாட்டில் விளங்கவைத்துப் —பூவில்
தலையாரிசேவகரிற் றக்கவர்கடம்மை
நிலையாகநாட்ட நினைத்துச் —சிலைதரித்த

வல்லியமாதாக்கனென்னு மாசூரவீரியனைச்
சொல்லியமேற்பற்றுத் துலங்கவைத்து—நல்ல
இமையாணமாதாக்க னென்னுமிகலோனை
அமைவாய்வடபற்றி லாக்கி—இமயமறி
செண்பகமாதாக்கனெனுஞ் சீர்விறலோன்றன்னையிரு
கண்போலக்கீழ்ப்பற்றைக் காக்கவைத்து—ஒண்பயிலும்
வெற்றிமாதாக்கனெனும் வெய்யதிறலோனைமிக
உற்றிடுதென்பற்றி லுகந்துவைத்துச்—செற்றலரை
வென்றபடைவீர சிங்கனெனும்வீரியனைத்
தன்றிருச்சேனைக்குத் தலைமைசெய்து—துன்றிவரும்
ஆனைகுதிரை யமருமிடங்கடல்போற்
சேனைமனிதர் செறியிடமோ—டானவெல்லாம்
அங்கங்கேசேர்வித்—

தனன் செயசிங்கவாரியனும் காலிங்க (கூளங்கை)ச் சக்கரவர்த்தி என்பது. கயிலாயமாலையின் இவ்வரலாற்றினை மயில்வாகனப்புலவர் பெயர்த்தெழுதியிருக்கின்றபான்மை கவனிக்கத்தக்கது. அது பின்வருமாறு:

(சிங்கையாரியன்) ஒருநாட் புவனேகவாகுவுடன் ஆலோசித்துத் தமிழ்நாட்டரசருக்குத் திருமுகமெழுதித் தமிழ்க்குடிகளை அழைப்பிக்க அவர்கள்வந்து சேர்ந்தார்கள்.

அவர்களுக்குள் ஐந்து குடிமைகளுடனும்வந்த பொனபற்றியூர் வேளாளன் பாண்டிமழவனையும் அவன் தம்பியையும் மைத்துனனாகிய சண்பகமழவனையும் அவன் தம்பியையும் சிங்கையாரிய மகாராசன் திருநெல்வேலியிற் குடியிருத்தினான்.

காவிரியூர் பாவலர்திதேவன் (புரவலந்திதேவன்) மூத்தகுமாரனாகிய நரசிங்கதேவனை மயிலிட்டியிலிருத்தினான்.

வாவிநகர் (வாவிக்கநகர்) வேளாளன் சண்பகமாப்பாணனையும் அவன் ஞாதியாகிய சந்திரசேகரமாப்பாணனையும் (காயல்நகர் வேளாளன் பூப்பாணனையும்) கனகராயன் என்னுஞ் செட்டியையும் தெல்லிப்பளையில் இருத்தினான்.

கோவலூர் பேராயிரமுடையான் என்னும் வேளாளனை இணுவிலில் இருத்தினான். அவன் அவ்வூர் திருத்தப்படாததினால் மேலைக்கிராமத்தில் போயிருந்தான்.

இராசமுத்திரையும் பல வரிசைகளும்பெற்ற கச்சூர் வேளாளன் கனகமழுவ (நீலகண்ட)னையும் தம்பிமார் நால்வரையும் புலோலியி (பச்சிலைப்பளியி) லிருத்தினான்.

சிகாமாநகர் வேளாளன் கனகமூவ (கனகமழவ)னையும் தம்பிமார் நால்வரையும் புலோலியிலிருத்தினான.

கூபகநாட்டு வேளாளன் கூபகாரேந்திரனையும் புண்ணியமகிபாலன் (பூபாலனையும்) தொல்புரத்திலிருத்தினான்.

புல்லூர் வேளாளன் தேவராயேந்திரனைக் கோயிலாக்கண்டியிலிருத்தினான்.

ஏரெழுபதென்னும் பிரபந்தம் (கம்பனாற்) பாடப்பெற்ற உயர்

குல வேளாண்மரபினான் தொண்டைமண்டலத்து மண்ணாடுகொண்டமுதலி என்பவனை இருபாலையிலிருத்தினான்.

செய்யூர் இருமரபுந்துய்ய தனிநாயகனென்னும் வேளாளனை நெடுந்தீவிலிருத்தினான்.

காஞ்சிபுரம் (வஞ்சிநகர்) பல்லவனென்னும் பிரபுவை இரண்டு துணைப்பிரபுக்களுடன் வெளிநாடென்னும் பல்லவராயர்காட்டிலிருத்தினான்.

இப்படியே அந்தந்தப் பிரபுக்களை அவரவர் அடிமைக் குடிகளுடன் அங்கங்கிருத்தினான். அதன்பின் வல்லிமாதாக்கனென்னும் பராக்கிரமனை மேற்பற்றுக்கும், செண்பகமாதாக்கன் என்னும் சூரவீரியனைக் கீழ்ப்பற்றுக்கும், இமையாத (இமையாண) மாதாக்கனென்னும் உத்தண்டவீரனை வடபற்றுக்கும், வெற்றிமாதாக்கனென்னும் விசயபாராக்கிரமனைத் தென்பற்றுக்கும் அதிகாரிகளாக நிறுத்தி, உத்தண்ட சிகாமணியாகிய வீரசிங்கனென்பவனைச் சேனாபதியாக்கி ஓர் சுபதினத்தில் நல்லமுகூர்த்தமிட்டு மகிடாபிஷேகம்பெற்று நகரிவலம்வந்து சிங்காசனம் ஏறிப் பூலோக தெய்வேந்திரனாக அரசாண்டான்.

மயில்வாகனப்புலவர் மேற்கோள் எடுத்தெழுதும் ரீதிக்கு இது ஒரு தக்க எடுத்துக்காட்டு. (அவரது வைபவமாலைப பாடபேதங்கள் பிறைக்கோட்டினுள் வரைந்திருக்கின்றன.) சிங்கையாரியன் புவனேகவாகுவுடன் யோசித்தமை; நரசிங்கதேவன், பாவலாதி (?) தேவனின் மூத்தகுமாரனானமை; இணுவிலில் இருத்தப்பெற்ற பேராயிரமுடையான் மேலைக்கிராமத்திலை (உடுவிலில்) போயிருந்தமை; தொல்புரத்தினிருத்தப்பெற்ற நரங்குதேவனை (தடுமாற்றத்தாற்போலும்) புண்யமங்கிபாலன் என்றமை; வெளிநாடு பல்லவராயர்காடு ஆயினமை இவைகள் மயில்வாகனப்புலவரது கூற்றுக்கள். இவற்றிற்கு ஆதாரம் அவர் காலத்து ஐதிகமேயோ? இவற்றுள் புவனேகவாகுவின் உண்மைவரலாறு ஆதியன பிறாண்டுத் தெரிக்கப்படல்காண்க.

கயிலாயமாலைசுட்டிய குடியேற்றம் பதின்மூன்றும் பதினான்காம் நூற்றாண்டுகளில் நிறைவேறியதாகலாம் என்பர் இராசநாயகமுதலியார். பதினான்காம் நூற்றாண்டின் ஆரம்பத்தில் மலிக்கபூர் எனும் மகமதியனும் அவனைப் பின்பற்றிய அவன் குழுவினரும் சோழ பாண்டிய இராச்சியங்களிற் பெரும்பாகங்களை அப்பிக்கொள்ள, மதுரையிலும் தஞ்சாவூரிலும் விசுவநாதநாயக்கன் தெலுங்குப் பொலிகாரகளை அமைக்க, இப்பிரசண்டத்தில் அல்லோலகல்லோலப்பட்ட தமிழப் பெருங்குடிகள் தென்றிசைநோக்கிப்புறம்போந்து இலங்கையிற் சிந்

கள அரசர்களால் ஆதரிக்கப்பட்டனர் என்பதும், அன்னோர் தாம் யாழ்ப்பாணக் குலக்குடிகளாயினர் என்பதும் முதலியார து ஊகம். போதிய சான்றுகள் ஏற்படும்வரையில் இது ஓர் மதிவல்ல ஊகமாத்திரமேயாய் நிற்கும் என்க.

மூன்றமதிகாரம் முற்றும்.

நான்காம் அதிகாரம்.

"இராசமுறை"

கி. பி. 1242 வரை காலிங்க (கூளங்கை) ஆரியச் சக்கரவர்த்திதான் யாழ்ப்பாணத்து முதல் அரசனுமெனச் சாற்றிய வளவில் வைபவமாலையின்கூற்று ஏற்புடைத்தாயிற்று. அப்பால், அவ்வாரியச் சக்கரவர்த்தியைத்தொடர்ந்து செங்கோலோச்சிய பண்டைத் தமிழரசர்களின் ஆவலியை அந்நூலுடையார் "இராசமுறை" எனும் நூலினுட் கண்டனராதல்வேண்டும் எனவும், அவ் "இராசமுறை" கி. பி. 146 -ம் ஆண்டின்பின் சிங்காதனமேறிய பராராசசேகரன்வரையிலுள்ள அரசர்களைமட்டும் வரைந்துள்ளதாதல் வேண்டும் எனவும் ஆரம்ப அதிகாரத்தினுள் குறித்தாம். (பக். 19) "பராராசசேகரனுலா" சுட்டிய பராராசசேகரனது சரிதம்போலும். "இராசமுறை" நூல் பத்தியரூபமா, கத்தியரூபமா? மயில்வாகனப்புலவர் அதனை உள்ளபடி பெயர்த்தெழுதினரா? அன்றி தம் வழக்கப்படி சுருக்கி, கூட்டல் குறைத்தல்களோடு தந்துள்ளவரா? இவ்வினைக்கள் அப்பழையநூல்தான் அகப்படும்வரையில் விடையின்றிக் கிடக்கவேண்டியனவாம். அந்நூல் அகப்படும்வரை, அதன் சங்கிரகமாய் வைபவமாலையில் உள்ளதென ஊகிக்கக்கிடக்கும் பாகமே எம்மால் சரித்திர அமிசமாகக் கொள்ளத்தக்கது. இனி அப்பாகத்தை இங்கு முழுமையாய்ப் பெயர்த்தெழுதி ஆராய்வாம்.

(2 குலசேகர சிங்கையாரியன்)

அதன்பின் அவன்மகன் குலசேகரசிங்கையாரின் முடிகுடி அரசாட்சியைநடத்தி, குடிகளுக்குப் பொல்லாங்குசெய்யாமல், அரசாட்சியைத் திருத்திவித்து வருமானங்களை அதிகப்டுத்தித் தன்மகன் குலோத்துங்க சிங்கையாரியனுக்கு அரசாட்சியை ஒப்புவித்துச் சிலகாலம் நோயினால்வருந்தித் தேகவியோகமானான்.

(3 குலோத்துங்க சிங்கையாரியன்)

குலோத்துங்க சிங்கையாரியன் வயல்நிலங்களைத் திருத்துவித்து, வருமானங்களை அதிகரிக்கச்செய்து, குடிகள் சந்தோஷங்கொள்ளத்தக்கதாய்ச் சமாதான அரசாட்சிசெலுத்தித் தன்மகன் விக்கிரம சிங்கையாரியனுக்கு அரசாட்சியைவைத்துச் சிவபதஞ் சேர்ந்தான்.

(4 விக்கிரம சிங்கையாரியன்)

இவன்காலத்திலே சிங்களவருக்குந் தமிழருக்குஞ் சமயகாரியங்களைப்பற்றிப் பெரும் கலகம் உண்டுபட்டு, சிங்களவர் தமிழரைக் காயப்படுத்தியும் இரண்டுபேரைக் கொலைசெய்தும் இப்படியே முரட்டுத்தனங் காட்டிநின்றார்கள்: அதையறிந்து விக்கிரமசிங்கையாரியன் அவர்களைப் பிடிப்பித்து விசாரணைசெய்து, அக்கலகத்துக்குத் தலைவனாய்நின்ற புஞ்சிவண்டா என்பவனையும் வேறு பதினேழு சிங்களவர்களையுங் கொல்லுவித்துப் பின்னுஞ் சிலரைச் சிறைச்சாலையிலும் இடுவித்தான். அதன்பின் கலகம் அமர்ந்து சில சிங்களக்குடிகள் ஒளித்து இந்நாட்டைவிட்டுப் புறப்பட்டார்கள். அரசன் தமிழர்மேல் பட்சம்வைத்து நடந்ததினால் சிங்களவர் அவன்மேல் வெறுப்புள்ளவர்களாயிருந்தார்கள்.

(5 வரோதய சிங்கையாரியன்)

இவனுக்குப்பின் இவன்மகன் வரோதயசிங்கையாரியன் அரசாட்சியை ஒப்புக்கொண்டு மார்க்கவழிபாட்டைக்குறித்துச் சில கட்டளைகளை ஏற்படுத்தி இருதிறத்துக் குடிகளையும் சமாதானப்படுத்தி முறையான அரசாட்சிசெய்து, தன்குமாரன் மார்த்தாண்ட சிங்கையாரியனுக்கு அரசைக்கொடுத்துப் பரகதியடைந்தான்.

(6 மார்த்தாண்ட சிங்கையாரியன்)

இவ்வரசன் கல்வியும் வேளாண்மையும் விருத்தியாக முயற்சிசெய்து, வன்னியர்களாலவந்த கலகங்களையும் அமர்த்தி, தயாளகுணமுள்ளவனாய்க் குடிகளைத் தாய்போலக் காப்பாற்றி அரசாண்டதினால் இவன் மரணமடைந்தபோது இருதிறத்துக் குடிகளும் இவனுக்காக அதிகமாகத் துக்கங்கொண்டாடினார்கள்.

(7 குணபூஷண சிங்கையாரியன்)

பின்பு அவன்மகன் குணபூஷண சிங்கையாரியன் முடிசூடி அரசாட்சிசெய்தான். இவன் பிதாவிலும் அதிக தயாளமுள்ளவனாய்க் குடிகளைப் பாரபட்சமின்றி நடத்தி, அரசாட்சியைத் திறப்படுத்தி, கல்வி செல்வம் பொறுமை (?) முயற்சிசெலுத்திப் பூரண ஆயுளுடையனாகித் தன்குமாரன் வீரோதய சிங்கையாரியனுக்குச் சிங்காசனத்தை ஒப்புவித்துச் சிலகாலத்தின்பின் தேகவியோகமடைந்தான்.

(8 வீரோதய சிங்கையாரியன்)

இவன்காலத்தில் சிங்களக்குடிகளாற் சில கலகங்களுண்டாக, அக்கலகங்களை அவன் தன் வீரத்தினால் அடக்கி, அக்கலகம் உண்

னியர் தூண்டிவிட்டதென்றறிந்து வன்னியர்மேற் படையெடுத்துப் போய் எழு வன்னியையுங் கொள்ளையடித்து, அவ்வன்னியர்கள் ஓர் போதும் இவ்வித எண்ணங்கொள்ளாதுசெய்து திரும்பினன். அவன் மீண்டுவந்தவுடன் சிங்களக் கலகக்காரர் அவன் காலில்விழுந்து தங்களுக்குப் பொறுத்துக்கொள்ள வேண்டிக்கொண்டதினுல் பொறுதிகொடுத்து நன்முகங்காட்டினுன்.

அக்காலத்திலே மதுரையிலே சந்திரசேகரபாண்டியனுடன் சத்துருககுலதிர்த்து யுத்தஞ்செய்து இராச்சியத்தைப் பிடித்துக்கொள்ள, பாண்டியன் ஒளித்து யாழ்ப்பாணத்துக்கு ஓடிவந்து வீரோதய சிங்கையாரிய இராசனிடம் அடைக்கலம் புகுந்தான். அப்பொழுது வீரோதய சிங்கையாரியன் பாண்டியன்கீழ்ப் பாளையக்காரனுயிருந்த சேதுபதி முதலான பல சேனைகளைக் கூட்டிக்கொண்டு மதுரையிற் புகுந்து போராடிச் சத்துருக்களைத்துரத்திப் பாண்டி இராசனுக்கு அரசாட்சியை நிலைப்படுத்தித் திரும்பினுன்.

இவன் மறுபடியும் வன்னியர்களைக் கொள்ளையாட விருக்கிருனென்று பொய்க்கதையுண்டானபோது வன்னியர்கள் பயந்து கண்டியிராசனிடம்போய்த் தங்களுக்கு உதவிசெய்யக்கேட்டார்கள். அதற்குக் கண்டியிராசன், யாழ்ப்பாணம் எங்கள் முன்னேர் பரிசாகக்கொடுத்த இராச்சியமாயிருக்கிறபடியினுல் அதற்குவிரோதமாய்ப் படையெடோம்; என்குல பிதாக்கள் பேருக்கு அபகீர்த்தி உண்டாக்கமாட்டேன் என்று மறுத்துச்சொன்னதினுல், அவ்வேழு வன்னியர்களும் கன திரவியங்களைக்கொண்டுவந்து வீரோதயசிங்கையாரியனைக்கண்டு நன்முகம்பெற்றுத் திரும்பிப்போய்ப் பயமுற்றிருந்தார்கள்.

வீரோதய சிங்கையாரியன் இளவயதிலே சடுதிமரணமடைந்தான். அவன் போசனஞ்செய்து இராவிலே சப்பிரமஞ்சத்தில் நித்திரையிலே மரணித்தபடியால், அந்த மரணத்தைக்குறித்துப் பலவகையாய்ப் பேசிக்கொண்டார்கள்.

(9 செயவீரசிங்கையாரியன்)

அவன் (மூத்த)குமாரன் செயவீரசிங்கையாரியன் சிறுவயதிலே முடிசூடி அரசனுய்வந்தும் மிகு விவேகியாய்ச் சத்துருபயமின்றி அரசாட்சியைநடத்திக் குடிகளை இரட்சித்து வெகுகீர்த்திமானுனன்.

அக்காலம் கண்டிநாட்டை அரசாண்ட புவனேகவாகு முத்துச்சிலாபத்தைக்குறித்து இவனுடன் பகைத்து நெருக்கினதினுல், இவன் அவனுடன்நெருங்கி யுத்தஞ்செய்து வெற்றிகொண்டு மீதுன யாழ்க்கொடிதூக்கி சாலிவாகனசகாத்தம் 1380-ம் வருஷத்திலே இலங்கைமுழுதும் ஒரேகுடைக்கீழ் அரசாண்டான். பன்னிரண்டாம் வருஷத்தில் பராக்கிரமவாகு பாண்டி இராசனைப் பிணைவைத்துச் செயவீரசங்கையாரியனிடத்தில் இராச்சியத்தை வாங்கிக்கொண்டு இவனும் இவனபின்வந்த அரசரும திறையிறுத்துவந்தார்கள். இவன் நெடுங்காலம் அரசாண்டு தனமகன் குணவீரசிங்கையாரியனிடத்தில் இராச்சியப்பொறுப்பை ஏற்றிப் பரலோகவாழ்வடைந்தான்.

(10 குணவீரசிங்கையாரியன்)

கண்டியரசர் கொடுத்ததிறையைக் கொடாததினால், குணவீரசிங்கையாரியன் சிலபகுதியிற் தமிழ்க்குடிகளையிருத்தித் தன்னரசாட்சியாக்கினான். மதுரையை அரசாண்ட நாயக்கருக்குஞ் சிலபேருதவி செய்தான் தன்பிதாவைப்போலே சிறந்தஅரசாட்சிசெய்து வயோதிகனாகித் தன்மகன் கனகசூரியசிங்கையாரியனுக்கு (இராச்சியத்தைக்) கொடுத்துச் சொற்கமடைந்தான்.

(11 கனகசூரியசிங்கையாரியன்)

இவவரசன் சிங்களவருக்கு இட்டங்காட்டிவந்ததினால் அவர்கள் மேலாட்டங்கொண்டு வன்னியர்களின் உதவிபெற்றுக் கலகஞ்செய்த பொழுது, கனகசூரியசிங்கையாரியன் இரவிலே தன் மனைவி மக்களைக்கொண்டு வடதேசத்துக்கோடிப்போய்விட்டான் விசயவாகுவென்னுஞ் சிங்களவன் தானே அரசனெனத் தலைப்பட்டுத் தமிழ்க்குடிகளை ஒடுக்கித் தமிழரை உடை நடை பாவனைகளிலெல்லாம் தங்களைப்போலாகவேண்டுமென்று பலவந்தம்பண்ணி அதற்கமையாதவர்களைத் தண்டித்துப் பதினேழுவருஷம் அரசாண்டான்.

கனகசூரியசிங்கையாரியன் தன்பிள்ளைகளாகிய பரராசசேகரனையும் செகராசசேகரனையும திருக்கோவலூர் இராசகுடும்பத்தவர்கள்பாலிற் கல்விகற்கவைத்து, யாத்திரைபண்ணும்படி மனைவியுடன் காசிபரியந்தம் திரு ஸ்தலங்கள்தோறும் சுற்றித்திரிந்து, திரும்பிக் கோகர்ண சிவாலயத்தில்வந்து அவ்விடமிருந்து சிலவருடகாலம் சிவராத்திரி விரதம் அனுட்டித்தான். அப்படி அனுட்டித்துவருங்காலத்தில் ஒருநாள் கனவிலே சுவாமி: நீ மதுரைக்குப்போ, அங்கே உனக்குச் சகாயங்கிடைக்குமென்று உத்தரவுகொடுத்ததினால், விரத உத்தியாபனஞ்செய்து திருக்கோவலூருக்குப்போய் அங்கே தன்பிள்ளைகளை வளர்ந்தவர்களாகவும் போர்ச்சாமர்த்தியத்திலும் கல்விப்பயிற்சியிலும் சரீரஅழகிலும் மதிக்கப்பட்டவர்களாயுமிருக்கண்டு அளவற்ற சந்தோஷமுடையவனானான். பிதாவைக்கண்டபோதே பிள்ளைகள் முகங்கள் சூரியனைக்கண்ட செந்தாமரைப் புட்பங்கள்போலாயின. பிள்ளைகளிருவரும் சத்துருக்களைச் செயிக்கவும் இராச்சியத்தை மீட்டுக்கொள்ளவும் பண்ணியிருந்த பிரயத்தனங்களைக்கண்டு பிதா மிகுந்த ஆச்சரியங்கொண்டு, அவர்களை முத்தமிட்டு, அங்குள்ள இராசகுடும்பத்தாருக்கு தான் காட்டவேண்டிய நன்றியறிதலெல்லாங் காண்பித்து பிள்ளைகளையுந் தேவியையுங்கொண்டு மதுரைசேர்ந்தான். சேர்ந்தபொழுது பாண்டிநாட்டைப் பகுதி பகுதியாய் அரசாண்ட சிற்றரசர்கள் பலரும் சேனைகளையும் ஆயுதங்களையுங்கொடுக்க கனகசூரியசிங்கையாரியன் போராயுதங்களுடன் யாழ்ப்பாணம்வந்து மேற்குவாசல்வழியாய் நுழைந்தான்.

காத்திராதவேளையில்வந்து நுழைந்தபோதிலும் விசயவாகு சடுதியிற் சேனைகளைக்கூட்டி அஞ்சாநெஞ்சனாய்நின்று பெருஞ் சண்டைபண்ணினான். செகராசசேகரன் ஓரணியிற் சண்டைசெய்துநிற்க, பரராசசேகரன் விசயவாகுவின் துணிவையும் அவன்செய்யும்

வீரத்தையுங்கண்டு வாட்படையுடனே அவன் போர்முனையிற் சிங்கம் போலப் பாய்ந்து சேனைகளையும் விசயவாகுவையும் வாளுக்கிரையாக்கினான். அதைக்கண்டு செகராசசேகரானுடனெதிர்த்த சேனை போர் கெட்டுச் சிதறிப்போயிற்று.

அதன்மேற் பரராசசேகரன் பிதாவை அரசாட்சியில்வைத்து நிலைப்படுத்தித் தான் தேசவிசாரணைசெய்ய முயன்று விசயவாகுவின் கலகத்துக்குட்பட்ட அநேக சிங்களவரைப்பிடித்துக் கொலைசெய்வித்தான். அநேக சிங்களக்குடிகள் தங்கள் குடும்பங்களுடன் யாழ்ப்பாணத்தைவிட்டுக் கண்டிநாட்டின்புறத்திற் குடியேறினார்கள். ஓடிப்போகாமலிருந்த குடிகள் தமிழருக்கு மிகவும் பயந்துநடந்தார்கள். பிதாவாகிய கனகசூரியசிங்கையாரியன் மகனுக்கு முடிசூட்டிச் சிங்காசனத்தில்வைத்துத் தான் ஆறியிருந்து சிலகாலத்தின்பின் இறந்து போனான்.

இதுவரை "இராசமுறை" என்னும் இறந்துபட்டநூலின் சுருக்கம்போலும். ஆயினும், கனகசூரிய சிங்கையாரியனாகும் 11ம் அரசன்வரலாறு மயில்வாகனப்புலவர்கையில் வெகு இடைச்செருகுதல்பெற்றுக்கொண்டதாகத்தோற்றும். கனகசூரிய சிங்கையாரியன் தோற்றோடியதற்கு முற்பட்டதே இராசமுறைபோலும். பரராசசேகரன் செகராசசேகரன் எனும் இருவரும் சகோதரர்களென்ற தப்பிதம் உண்மைச்சரித்திரமறியாதோர்காலத்தி லெழுந்ததொன்று. இது அடிக்குட் தெளிவிக்கப்படும். விசயவாகுவோடுகலந்த போரின் வரலாறுகளும் புனைகற்பனையே என்க. கனகசூரியன் கோகர்ணசுவாமிபதியிற் தவங்கிடந்து அருள்பெற்றுத் தன் சத்துருவைச்செயித்தகதை, கீழ்த்திசைக்கங்கர்களது மூதாதை மகேந்திரமலையில் அச்சுவாமியிடம் அருள்பெற்று கலிங்கதேச அரசனைப் புறங்கண்ட கதையையும் (60-ம் பக். காண்க.) அதனோடு கந்தமாதனத்திலே "காசினிதாங்குப்படி" வரமடைந்த இருவரின் கதையையும் (58-ம் பக்.) பிரதிபிம்பிக்கின்றது. கீழ்த்திசைக் கங்கர்களைப்பற்றிய ஊர்க்கதைரூபந்தான் செகராசசேகரமாலை ஆசிரியர்காலத்தில் கந்தமாதனத்திற் செருகப்பட்டும், மயில்வாகனப்புலவர்காலத்தில் கனகசூரிய சிங்கையாரியனின் படையெழுச்சி வரலாற்றிற் சுவறியும் நின்றதாமெனக் கொள்க.

மாறிவரும் சிங்காசனப்பெயர்

"இராசமுறை" யாழ்ப்பாண அரசர்களுக்குப் பிற அரசர்களோடு அவ்வப்போது நிகழ்ந்த சம்பந்தத்தினைச் சூசிப்பிக்கின்றது. இதனால் இவ்வரசர்களுட் சில்லோரது

லம் நிச்சயித்தற்கு வாய்ப்பாயிற்று. இனி இவ் அரசர்கள
து சிங்காசனப்பெயரும் அதற்கு உபகாரணமாவதொன்று.
கனகசூரிய சிங்கையாரியனின்பின் வந்தவனை பரராசசேக
ரனைப் பின்தொடர்ந்தோன் செகராசசேகரனென்பதும், இவ
ன்பின் பரராசசேகரன் செகராசசேகரனென மாறிமாறி வந்தி
ருப்பதும் போர்த்துக்கீசர்காலச் சரித்திரங்களால் நன்கு துணி
யப்பட்டுள்ளது. ஸ்ரீ H. W. கொட்றிங்றன்துரை இதனை உ
ய்த்துணர்ந்துகொண்டு, யாழ்ப்பாண அரசரெல்லாம் ஆதிதொ
ட்டு இவ்வாறே மாறிமாறிச் சிங்காசனப்பேர் தரித்துள்ளார்
என ஊகிப்பாராயினர். (Lecture before the Jaffna
Historical Society 1920) இவ்வூகம் பிரபல ஏதுக்களால்.
வலியுறுகின்றது. "பரராசசேகரன் செகராசசேகரன்" என்
னும் தொடர் யாழ்ப்பாண அரசர்களைக் குறிக்கும் என்பது
கோணேசர் கல்வெட்டாற் தெரிகிறது. அக்காலச் சோழ, பா
ண்டிய, சிங்கள அரசரெல்லாம் இவ்வாறே பெயர்மாறி இட்டு
க்கொண்டனர். சோழரது சிங்காசனப்பெயர்கள் ராசகேசரி
வர்மன், பரகேசரிவர்மன் என மாறிவந்தன. பாண்டியர், மா
றவர்மன் சடாவர்மன் எனுமிருபெயர்களையும் ஒன்றன்பின்
ஒன்றாய் வழங்கினர். சிங்களரது மாறிவரும் நாமங்கள் சிறி
சங்கபோதி, அபேசலாமேவன் என்பனவாம். அரசர்களுள்
அன்றி சாமானிய தமிழ்மக்களுள்ளும் இருபெயர்கள் மாறிமா
றி வழங்கிவருதல்பற்றியன்றோ "பேரன்" எனும் முறைகூறு
ம் நாமம் எழுந்தது. சிற்றம்பலம் வயிரமுத்து என்போனின்
மகன் சிற்றம்பலமாவன். ஆதலால் வயிரமுத்துமகன் சிற்றம்
பலத்தின் "பேரன்" (பெயருடையவ)னும். வயிரமுத்து தந்தை
யாகிய சிற்றம்பலமும் இவன் பேரனும்; பேருள்ளவனும் என்
றபடி. பேர்த்தியும் அவ்வாறேயெனக் காண்க. இனி, முத்தி
ரைக்காசு ஆதியன பலவற்றில் சோழ அரசரை அநுசரித்த நம்
யாழ்ப்பாண அரசர்கள், சிங்காசனநாமதாபனத்திலும் அவரைப்
பாவித்தமை இயல்பேயாம். இதனாலன்றோ இருபாலாரின் நா
மதேயங்களும் குடும்பசாயல் தரித்தனவாய்க் கிடக்கின்றன.
ராசகேசரி = செக)ராசசேகரன். பரகேசரி = பர(ராச)சேகர
ன் கேசரி, சேகரன (கேசர, சேகர) எனும் இரு வடமொ
ழிகளும் ஓரடியாய்ப் பிறந்தனவே என்பதையும் நோக்குக.

அப்பால், பிறஅரச சம்பந்தம், சிங்காசனப்பெயர் எனும்
இவையிரண்டனோடும் யாழ்ப்பாணஅரசு ஆரம்பத்தேதியும்,
அது சிங்களர்கைப்பட்ட தேதியும் நம்மரசர்களது காலநிச்சய
த்துக்கு உபகாரமாகின்றன. முந்திய தேதியாகும் காசி

ங்க ஆரியனின் ஆண்டு கி பி. 1242 என வைத்துக்கொண் டோம். பிந்திய சிங்களப் படையெழுச்சியாண்டு கி. பி 1450 ஆகும். அது எவ்வாறெனில், யாழ்பபாணத்தை அடிப்படுத்தி யவனுன சப்புமல் குமாரயோ எனும் செணபகப்பெருமாள் இங்கிருந்தும் மீண்டு சபவர்த்தனகோட்டையில் புவனேகவாகு எனும் நாமதாரியாய்ச் சிங்காசனமேறுவான் சென்றது 1467 இலாமென்பது சிங்களச் சரித்திரத்துணிபு இனி, யாழ்ப்பாண ச் சிங்கள அரசு பதினேழு வருஷம் நிலைத்ததெனப்படுகின்ற மையால், அவ்வரசு இங்குத் தொடங்கிய ஆண்டு 1450 தானெ ன்பது போதரும். இங்ஙனமாகையில், காலிங்கஆரியன்தொட் டு கனகசூரியஆரியன்வரையுமுள்ள அரசர்களை அவரவர்க்குரிய சிங்காசனப்பெயரோடு ஈண்டுத் தருவாம். காலிங்கஆரியனைக் கயிலாயமாலை

> தென்னரிகரான் செகராசன்தென் னிலங்கை
> மன்னவனுகுஞ்சிங்கை யாரியமால்.........
> செயசிங்கையாரியனுஞ் செய்யகுலராசன்

எனப் போற்றுகின்றமையால், அவன்பெயர்செகராசசேகரனே போலும். கனகசூரியன் பராசசேகரனெருவனுக்குமுன் நின் றமையால் இவனுஞ் செகராசசேகரனும். இம் முறைவைப்பு நன்ருய்ப் பொருந்துகின்றமை காண்க.

		சிங்காசனப்பெயர்		கி. பி.
1	காலிங்க ஆரியச்சக்கரவர்த்தி	செகராசசேகரன்	I	1242
2	குலசேகர சிங்கையாரியன்	பராசசேகரன்	I	
3	குலோத்துங்க "	செகராசசேகரன்	II	
4	விக்கிரம "	பராசசேகரன்	II	
5	வரோதய "	செகராசசேகரன்	III	
6	மார்த்தாண்ட "	பராசசேகரன்	III	
7	குணபூஷண "	செகராசசேகரன்	IV	
8	வீரோதய "	பராசசேகரன்	IV	(1344)
9	சயவீர "	செகராசசேகரன்	V	(1380)
10	குணவீர "	பராசசேகரன்	V	(1414)
11	கனகசூரிய "	செகராசசேகரன்	VI	
	செண்பகப்பெருமாள் வரவு	...	...	1450
	கனகசூரியன் மீட்டும் அரசு	...	...	1467

1242 உக்கும் 1450 உக்கும் இடைப்பட்டகாலம் 208 ஆண்டுகளேயாம். இக்காலத்துள 10 அரசர்கள் வருகின்றமை யால் தலைக்கு 20 ஆண்டளவில் ஆளுகைமட்டும் விழுக்காடா கின்றது. இவ்விழுக்காடு அக்கால அரசர்களுக்கொக்குமென்ப து கொட்றிங்றன்துரையவர்களது கொள்கையுமாம். தலை, ஈற்று

ஆண்டுகள்போக. இடையில் பிறைக்கோட்டினுள் இட்ட இலக்கங்கள் ஒவ்வோர் அரசன்காலச் செய்தி ஒவ்வொன்றைச்சுட்டி ஒருவாறு அறியப்பட்டுள்ள ஆண்டுக்குறிப்பாம் என உணர்க.

இச்செய்திகளையும், இன்னும் காலந் தெரிக்கக்கூடாதிருக்கும் வேறு சிலவற்றையும் இனி எடுத்துரைப்பாம்.

சந்திரபானு

சிங்கள அரசனான 2-ம் பராக்கிரமவாகுவின் பதினொராம் ஆண்டில், (கி. பி. 1245-6) சந்திரபானு எனும் ஓர் யாவகன் பெரும் படையோடு இலங்கையில் நுழைந்துள்ளானென மகாவமிசநூல் நுவலும். (83;3-47) இவன் இலங்கைக் கரைகளையும் தென்னிந்திய கோடியையும் சுற்றித்திரிந்த ஓர் கடற்கொள்ளைக்காரத் தலைவனுமாகலாம். சடாவர்மன் 2-ம் வீரபாண்டியன் (1254—1275) தன் பத்தாவதாண்டுச் சாசனத்தில் சோழநாட்டையும் ஈழத்தையும், சாவகனின் மகுடந்தரித்த சிரத்தோடு அவன் மகுடத்தையுங் கைக்கொண்டருளினான் எனக் கூறியது இச்சாவகவீரனையேயோ? சந்திரபானுவின்கதி எவ்வாறாயினும், அவன்சேனைவெள்ளத்துட்சிறிது யாழ்ப்பாணத்துச் சாவகச்சேரியிலும் சாவகக்கோட்டை (சாவாங்கோட்டையா?) யிலும் தங்கிவிட்டமை அறியத்தக்கது. வைபவமாலையுடையார் இவ் யாவுகரைச் சுட்டி:

> முன் ஆண்ட விசயவாகுவின்கீழ்ப் போர்ச்சேவகராயிருந்த யாவகச்சேனையிலே கொலைக்குந் தண்டனைக்குந் தப்பியிருந்த சிலபெயர் யாவுகக்குடிகள்சாவாங்கோட்டையிலும்சாவுகச்சேரியிலுமிருந்தார்கள். சங்கிலி இவர்களையுந் துரத்திவிட்டான்

என்கின்றது. ஆயின் சிங்கள வேற்றரசுக்காலத்துக்கு முற்பட்டதாகிய "கடயிம்பொத்த" எனும் சிங்கள ஊர்எல்லைநூலில் சாவகச்சேரி காணப்படுகின்றது. செண்பகப்பெருமாள யாழ்ப்பாணத்தை வெற்றிகொண்டகாலை அவற்கு அனுப்பப்பட்ட குயிற்றூதாகிய "கோகிலசந்தேசய" நூலில் சாவகக்கோட்டையும் விளங்குகின்றது. ஆதலால் இவையிரண்டு இடப்பெயர்களுக்கும் காரணமான யாவகக் குடியேற்றம் சிங்கள வேற்றரசுக்காலத்துக்கு முற்பட்டதேயாமெனவும் சந்திரபானுவின காலத்தோடுதான நன்றாய்ப்பொருந்துவதாமெனவும் முடிக்க.

கொலையுண்டானொருவன்

சடாவர்மன் முதலாம் சுந்தரபாண்டியன் (1251—1280) தன் சிதம்பரக் கல்வெட்டுகளில் பின்வருமாறு தீட்டியிருக்கின்றான்.

கொஙக ருடலகிழியக குததியிரு கோட டெடுதத
வெஙக ணழலில வெதுபபுமே—மஙகையாசண
சூழததா மமபுனையுஞ சுநதரததோள பிணவனுக
கீழததா னிட்ட இறை. (செந்தமிழ் IV 493)

இது இலங்கையரசனிடங் கைக்கொண்ட யானைத்திறையைப் பாடியது. அப்பால் அப்பாண்டியனின் மெய்க்கீர்த்தியில் இவ் விரச்செயலை மேலும் புகழ்ந்து:

நண ணுதலபிறா லெண ணுதறகரிய
கண ணு றகொபபததைச கைககொணடருளிப
பொனனிசூழசெலவப புன னுடைக
கனனிநாடெனக காதருளசெயயப
பெருவரையானிற பினன கருககாககிய
கருநடராசனைக களிறு திறைகொணடு
துலஙகொளிமணியுஞ சூழிவேழமு
மிலஙகைகாவலனை யிறைகொணடருளி
வருதிறைமறுததஙக கவனைபபிடிதது
கருமுகிலநிகளங காலிறகோதது
வேநதாகணடறியா விறறிணபுரிசைச
சேநதமஙகலச செழுமபதிமுறறிப
பலலவனடுஙகப பலபோராடி...... (செந்தமிழ் IV 515)

திறைகொடாதொழிந்த காரணம்பற்றி ஈழத்து வேந்தனைக் காலிற் சங்கிலிகட்டி வருத்தினன் சுந்தரபாண்டியனென இச்சாசனம்கூற, சடாவாமன் இரண்டாம் வீரபாண்டியனும் (1254—1275) தன் குடுமியமலைச் சாசனத்தில் (1265—6) இவ்வாறான வெற்றிவிசயமொன்றனை எடுத்துரைக்கின்றான். அச்சாசனத்தில் இவன் "இலங்கையரசர்களிருவருள் ஒருவனைக்கொன்று, அவன் சேனையை, இரதங்களை, பொக்கிஷங்களை, சிங்காசனத்தை, முடியை, ஆரங்களை, வளையல்களை, குடைகளை, மற்றும் அரசவுடைமைகளைக் கைப்பற்றி, கோணமலையிலும் திரிகூடகிரிமலையின் அதிஉன்னதசிகரங்களிலும் இணைக்கயலொடுகூடிய பாண்டிய துவசத்தினை நாட்டி, மற்ற இலங்கையரசனிடம் யானைத்திறை கொண்டனன்" என இயம்புகின்றான். (Ceyl. Antiq. X 49—50) சுந்தரபாண்டியன் சாசனமும்

வீரபாண்டியன் சாசனமும் சுட்டியது ஒரேபடையெழுச்சியை யேபோலும். இச்செய்தி 1254 உக்கும் 1257 உக்கு மிடையிலாமெனப் பல ஏதுக்களால நிச்சயிக்கப்படும். இத்தேதிகளுக் கிடைப்பட்டகாலத்தில் சிங்கள அரசனொவனுங் கொலலப்பட்டிராமை மகாவமிசநூலால் வெளிப்படுகின்றமையாலும், யாழ்ப்பாண இராச்சியத்துளடங்கிய கோணமலையில விசயசின்னம் பொறித்தமை கேட்கப்படுகின்றமையாலும் கொலையுண்டவரசன் யாழ்ப்பாணத்து மன்னனே என்னலேவண்டும். வேழந்திறையிறுக்க உடன்பட்ட மற்றையரசன் இரண்டாம் பராக்கிரமவாகுவாகலாம். திரிகோணமலையில் ''வோட்பிறட்டிறிக்'' எனுங் கோட்டைவாயிலில் பொறித்திருக்கின்ற இணைக்கயல்களே சாசனத்திற் கூறியுள்ளனவாகலாம் என்பதுமொன்று.

யாப்பாவு வெற்றியாளன்

முதலாம் புவனேகவாகு எனும் சிங்கள அரசன் ஆட்சியினிறுதியிற்போலும் (1271—1283. Ceyl. Antiq. X 89 ஆரியச்சக்கரவர்த்தி என்பாஞெருவன் இவன் தலைநகரைச் சூறையாடின சம்பவம் கேட்கப்படுகிறது.

பாண்டி இராச்சியத்தை ஆண்ட ஐவர்சகோதாரும் தமிழருட் தலைமைபெற்றவனுய் (தான் ஆரியனல்லனேயாயினும்) ஆரியச்சக்கரவர்த்தி எனப் பெயர்பூண்டவனுய் விளங்கிய ஓர் பெருவலிபடைத்த மகாமந்திரியை ஓர்சேனையுடனனுப்பினர். இவன் இலங்கைக்கரை பிடித்து நாற்றிசையிலும் நாட்டைப் பாழாக்கிக்கொண்டுவந்து சுபகிரிநகர் (யாப்பாவு) எனும் மகாபிரபலமான கோட்டையினுட்புகுந்து (புத்தருடைய) தந்ததாதுவையும் அங்கிருந்த சகல செல்வசம்பத்துக்களேயும் கொள்ளேயாடிப் பாண்டிநாட்டுக்கு மீண்டனன். அங்கு தென்னவன் அரசவமிசமெனும் தாமரையை மலர்விக்கின்ற ஞாயிற்றையொத்தவனுன குலசேகர மன்னவனுக்குத் தந்ததாதுவை அளித்தனன். (மகாவமி, XC 43—47)

இம் "மந்திரி" சக்கரவர்த்திப்பெயருண்மையால் யாழ்ப்பாணத்தரசனே என்பர் சிலர். ஆயின் லங்காபுரனுக்கு எதிராய்ச் சமராடிய சேனுபதி ஒருவற்கு மாளவச்சக்கரவர்த்தி என்றபெயர் காணப்படுகின்றமையாலும் (மகாவமி 76-ம் அதி.) சரித்திரம் இவனை "மந்திரி" என்கின்றமையாலும் இவன் யாழ்ப்பாணத்தரசனல்லன் என்பர் பிறமேதாவிகள். திருப்புல்லாணியிலுள்ள ஜகநாதேஸ்வர ஆலயத்துக் கோபுரவாயிலில் விளங்கும் ஊறுபட்ட தமிழ்க்கலவெட்டொன்றில் ஆரியச்சக்கரவர்த்தியின்பெயர் காணப்படுதலுமொன்று. (இது மாறவர்மன்

அல்லது திரிபுவனன் எனும் முதலாம் குலசேகரபாண்டியனின் 37-வது ஆண்டது; ஆகவே கி. பி. 1305). ஆயின் திருப்புல்லாணி யாழ்ப்பாண அரசர்களாட்சிக்குட்பட்டிருந்த இராமேசுரத்துக்கணித்தாயுள்ளதாகையால், இவ்வரசர்களுள் ஒருவனே அக்கோபுரத்தைக்கட்டுவித்தவனாகலாம் என்பது இராசநாயகமுதலியாரது சாமர்த்தியமான ஊகம். ஆரியச்சக்கரவர்த்தி சகோதர அரசர்கள் ஐவரதும் மந்திரியே என்பதும், அவன் குடும்பத்தவர்கள் யாழ்ப்பாண அரசு கைக்கொண்டோர் ஆகலாம் என்பதும் கொட்றிங்றன்துரையின் ஊகம் (Ceyl. Antiq. X 89) யாப்பாவ வெற்றியாளன் பாண்டியரசர்களின் மந்திரியாய் அந்நாட்டினின்றும் வாராமல், தன் அரசிருக்கையாகிய யாழ்ப்பாணத்தினின்றுதான் சிங்களர்களைச் சருவிச் செயமடைந்தான் என்பதும், பாண்டியினின்றும் உபபலத்தை வருவித்துக் குலசேகரனுக்குப் புத்தரது தந்ததாதுவைச் சன்மானமாய் அனுப்பியமைபற்றி எம்மரசனை மகாவமிசநூலார் ஐவர் சகோதர அரசர்களின் மந்திரி எனக் கூறலாயினர் என்பதும் எமது மதமாம். பாண்டியிராச்சியம் அந்நாளில் மிக வலிபடைத்து விளங்கியதாகவே, யாழ்ப்பாணத்து ஆரியச்சக்கரவர்த்தி அக்காலம் அவ்விராச்சியத்தின்கீழடங்கிப் பிரதிராசனாயிருந்தவனாகலாம் என்பதுமொன்று.

செந்தமான்

கி. பி. 1292 உக்கும் 94 உக்குமிடையில் இலங்கையைத் தாண்டிக் கடற்பிரயாணஞ்செய்த மார்க்கோ போலோ என்னும் இத்தாலியன் இலங்கையின வடபாகத்தையரசாண்ட "செந்தமான்" (Sendeman) எனும் ஓர் மன்னனைக் குறித்திருக்கின்றான். அவ் யாத்திரிகன் பிராஞ்சுபாஷையில எழுதுவது இது:

(சீலன் என்னும்) தீவு வடபாகத்தில் மிகப் பதிந்து தட்டையாயிருக்கின்றமையால் ஆழியிலே கப்பலில்வரும்போது தரையைக்காணமுடியாது, கரைபிடித்தபின்னே காணலாம். இங்குள்ளோருக்கு செந்தமான் என்று அவர்களால் சொல்லப்படும் ஓர் அரசனுண்டு. இவர்கள் எவர்க்கும் திறையிறுப்போரல்லர். சனங்கள் விக்கிரகாராதனைக்காரர். அரையைமட்டும் மூடிக்கொண்டு முழுதும் நிருவாணமாய்த் திரிகிறவர்கள். இவர்களுக்குக் கோதுமை கிடையாது. அரிசியும் எள்ளுமுண்டு. எள்ளிலிருந்து எண்ணெய் வடித்துக்கொள்வார்கள். மாமிசமும் பாலும் இவர்களுடைய உணவாகும். மரஉவையிலும் (கள்ளு) உலகத்திலெல்லாம் முதற்றரமான சப்பங்கி (சாயமரம்)யும் இங்குண்டு ..... (Cited in Suckling I 251-2)

மார்க்கோபோலோவின் வர்ணனையைநோக்க, அவன்சுட்டிய இலங்கையின்பாகம் யாழ்ப்பாணமே என்பது தோன்றும். தோன்றவே, "செந்தமான்" யாழ்ப்பாண அரசனேயாவான். இப்பெயரோ ஆரியச்சக்கரவர்த்திகளுள் எவன்பெயரோடாதல் ஒட்டுவதாகாது. துர்வேளை போலோவுக்கு இத்தேச வரலாற்றினையுணர்த்தினோர் "எவர்க்கும் திறையிறுக்காது" ஆண்டவனைச் "சொந்தமான" அரசன் என்றதினால், போலோ அஃதே அவன்பெயராமெனமயங்கித் தன் ஆற்றலுக்கிசைய "செந்தமான்" என்று குறித்துவைத்தனனேயோ?

"இலங்கையின் சுலுத்தான்"

1344-ம் ஆண்டில் மாலைதீவினின்றும் இலங்கையையடைந்து சிவனொளிபாதமலையைத் தரிசித்தவனான ஈபன் பற்றூற்றா எனும் மொறொக்கோதேசத்து மகமதிய யாத்திரிகன், ஓர் ஆரியச்சக்கரவர்த்தியைச்சுட்டிய சில மனோகரமான வரலாறுகளை அராபிப்பாஷையில் வரைந்துள்ளான். அப்பாகத்தின் மொழிபெயர்ப்புப் பின்வருவது:—

(இலங்கையைநோக்கிப் பாய்விரித்தோடுகையில்) செறன்டீப்பு [தீவின்] பருவதம் ஓர் புகைத்தம்பம்போல ஆகாயத்தையளாவிநிற்கக்கண்டோம். தீவைச் சமீபித்தபோது, கப்பற்காரர் சொல்லுவார்கள்; "இந்தத் துறைக்குடையவனாகிய சுலுத்தானுடையநாடுகளில் வியாபாரிகள் சேமமாய்ப் போகமுடியாது. இது ஆயிரி சகரவுவதி என்னும் சுலுத்தானுடைய தேசம். இவன் அநியாயமும் கொடுமையுமுள்ளவன். ஆழியிற் கடற்கொள்ளையாடுகின்ற கப்பல்களையுடையவன்" என்றார்கள். ஆதலால் அவனுடைய துறைமுகத்தில் கரைபிடிக்கப் பயந்துகொண்டிருக்கையில், காற்றுமோதத்தொடங்கினதினால், அமிழ்ந்திப்போவோமோ என்று அஞ்சவேண்டியிருந்தது. அவ்வேளை நான் கப்பித்தானைநோக்கி. "என்னை இறக்கிவிடும், இந்தச் சுலுத்தானிடம் எங்கள்பயணத்துக்கு அஞ்சாப்பட்டயம் வாங்கித்தருகிறேன்" என்றேன். கப்பித்தான் என்கேள்விக்கிசைந்து என்னைக் கரையிலிறக்கிவிட்டான். விக்கிரகாராதனைக்காரர் எங்களை எதிர்கொண்டுவந்து "நீயார்" என்றார்கள். நான் சோழமண்டலச் சுலுத்தானுக்குப் பெண்கொடுத்த மைத்துனனும் நண்பனுமென்றும், அந்தச் சுலுத்தானைக்காணப் போய்க்கொண்டிருக்கிறேனென்றும், எங்கள் கப்பலிலிருந்த பொருட்களை அவனுக்குப் பரிசிலாகக்கொண்டுபோகிறேனென்றும் உத்தரமளித்தான். அந்தச் சுதேசிகளபோய்த் தங்கள் அரசனுக்கு எனதுவிடையை அறிவிக்கவே, அவன் என்னை வரவழைத்தான். நான் அவனுடைய இராசதானியாகிய பத்தாளநகரில் அவனைப்போய்ச் சந்தித்தேன் அது மரத்தாலான கொத்தளங்களோடுகூடிய மதிலினாற்சூழப்பட்ட அலங்காரமான ஒருசிறு இடம்.

அதற்கணிமையான கடற்கரையெல்லாம் அருவிகள் அள்ளிக்கொண்டுவந்துவிட்ட கறுவா அடிமரங்களால் நிறைந்திருந்தது. இம்மரங்கள் கரையில் அடுக்கியிருப்பது சிறுகுன்றுகள் போலத் தோற்றியது. இவற்றைச் சோழமண்டலத்தாரும் மலையாளத்தாரும் சுலுத்தானுக்குப் புடவைகள் முதலிய சந்திப்புகள்மாத்திரங் கொடுத்துப்போட்டு வேறு கிரயம் ஒன்றுஞ் செலுத்தாமலே இனமாக ஏற்றிக்கொண்டு போவார்கள். சோளமண்டலத்துக்கும் செறன்டீப்புத்தீவுக்குமிடையில் ஒரு பகலுமிரவுங்கொண்ட தூரமுண்டு. இந்தத்தீவில் திரளான சப்பங்கியும் இந்திய தாழையுமுண்டு. இத்தாழை "அல்கலக்கி" என்னப்படும். ஆயினும் இது "கமாலி"யையாவது "காகவுலி"யையாவது ஒத்ததல்ல. இதனைப்பற்றி மீண்டுபேசுவோம்.

இலங்கையின் சுலுத்தானுக்கு ஆயிரி சகரவுவதி என்று பெயர். அவன் கடல்மேல் பராக்கிரமம்படைத்த ஓர் அரசன். நான் சோளமண்டலக்கரையிலிருந்தபோது அவனுடைய பெரிதுஞ் சிறிதுமான கப்பல்கள் நூறு ஒருநாளில் அங்குவந்துசேரக்கண்டேன். துறைமுகத்திலே அந்நாட்டின் சுலுத்தானுடைய கப்பல்கள எட்டு [அராபியாவிலுள்ள] யேமனுக்குப் பயணம்பண்ணவேண்டியவைகளாய் அங்குநின்றன. அரசன் இவைகளைப் புறப்படத் தயாராகக்கற்பித்து இவைகளைக் காவல்பண்ண ஆட்களையும் நியமித்தான். சிங்களவர் [யாழ்ப்பாணத்தரசனுடைய கப்பற்காரர்] இவைகளைப்பிடிக்கத்தங்களுக்கு அமயம்வாய்க்காததுகண்டு "யேமனுக்குப் போகவேண்டியவைகளாயுள்ள எங்கள் மரக்கலங்களைப் பாதுகாக்கவே நாங்கள் இங்குவந்தோம்" என்றார்கள்.

விக்கிரக உபாசகச் சுலுத்தானின் சந்நிதியிலே நான்சென்றபோது அவன்எழுந்து, தன்பக்கத்தில் என்னை உட்காரச்செய்து, மிகவும் தாராளகுணத்தோடு என்னுடன் சம்பாஷித்தான். "உன்னுடைய கூட்டாளிகள் யாதொரு பயமுமில்லாமல் கரையிலிறங்கட்டும். இங்கிருந்து போகுமட்டும் அவர்கள் எனது விருந்தாளிகளாவார்கள். எனக்கும் சோளமண்டலச் சுலுத்தானுக்குமிடையில் ஓர் ஐக்கியக் கட்டுப்பாடுண்டு" என்று உரைத்ததோடு, எனக்கு ஒருவிடுதியும் அமைப்பித்தான். நான் மூன்றுநாள் அவனுடன் தங்கினேன். ஒவ்வொரு நாளும் எனக்கு அதிகமதிகமான மரியாதைகள் நடந்தன. அவன் பார்சீகபாஷை அறிந்திருந்தான். அன்னிய அரசர்களையும் தேசங்களையும்பற்றி நான் எடுத்துச்சொல்லியவையெல்லாம் அவனுக்கு உருசிகரமாயிருந்தது. ஒருநாள் நான் அவன்சமுகத்திலே பிரவேசித்தபோது அவனது இராச்சியத்திலுள்ள முத்துக்குளிப்புக்களிலிருந்து வந்த முத்துக்கள் தொகையாக அவனுக்கருகிலிருந்தன. அரச ஊழியர்கள் விலையேறப்பெற்றவைகளையும் விலைகுறைந்தவைகளையும் வேறாகத் தெரிந்துகொண்டிருந்தார்கள். அரசன் என்னைநோக்கி "உனதுதேசப்பகுதிகளில் முத்துக்குளிப்புநடக்கக் கண்டிருக்கிறாயா?" என்றான். அதற்கு நான் "ஆம் ஈபன் அசவுவாமேலிக்குச்சேர்ந்த கயீஸ் தீவிலும் கெச்தீவிலும் கண்டேன்" என, அவன் "நானும் அவைக

ளைப்பற்றிக் கேள்விப்பட்டுள்ளேன்" என்று விடைபகர்ந்தபின், சில முத்துக்களைக் கையிலெடுத்து "இவற்றுக்குச் சமமான முத்துக்களை அந்தத்தீவிற் கண்டிருக்கிறாயா?" என, நான் "இத்தனை விசேஷமானவைகளை நான் கண்டதேயில்லை" என்றேன். எனதுவிடை அரசனைச் சந்தோஷிப்பித்தபடியால் அவன் "இவைகள் உனக்குத்தான்: கூச்சப்படவேண்டாம், உனக்குத் தேவையானதெதுவோ அதைக் கேள்" என்றான். அதற்கு நான் "இந்தத்தீவில் நான் வந்திறங்கியதின்பின் கீர்த்திவாய்ந்த ஆதாமின் பாதத்தைப் போய்த் தரிசிப்பதற்கொழிய வேறொன்றுக்கும் ஆசைகொண்டேனல்ல" என்றேன். ஊர்ச்சனங்கள் ஆதிமனுடனை பாபா (பிதா) என்றும் ஏவாளை மாமா (மாதா) என்றும் அழைக்கிறார்கள். அதற்கு அரசன்: "அது கஷ்டமானகாரியமல்ல. உன்னைக்கூட்டிக்கொண்டுபோக ஆளனுப்புவோம்" என, நான் சொன்னேன்:- "இதுதான் எனதுவிருப்பம், நான்வந்த மரக்கலம் மாபாருக்கு [கோடிக்கரைக்கு]ச் சிந்தாத்திரையாய்ப்போகும். நான் மீளும்போது என்னை உமதுகப்பல்களில் அனுப்பிவைப்பீரா?" என்றேன். அதற்கு அவன் "தடையில்லாமல் அவ்வாறுசெய்வேன்" என்றான்.

இவ்விஷயத்தை நான் கப்பலின் கப்பித்தானுக்கு அறிவித்தபோது இவன் "நீ மீளும்வரையும் நான் போகமாட்டேன்; உன்னை ஒரு வருஷமட்டும் காத்திருக்கவேணுமானாலும் இருப்பேன்" என்றான். இதை நான் சுலுத்தானுக்குச்சொல்ல அவன் "நீ மீளும்வரையில் கப்பித்தான் என் விருந்தாளியாயிருக்கட்டும்" என்றான். பின்பு தன்னுடைய அடிமைகள் என்னைத் தோளிலே சுமந்துகொண்டுபோக ஒரு பல்லக்குந்தந்து, திருப்பாதத்தைத் தரிசிக்க வருஷந்தோறும் போகின்றவர்களான யோகிகளுள் நால்வரையும் எனக்குத் துணையாக அனுப்பினான். இன்னும் மூன்று பிராமணரும், தன் சிநேகிதர்களுள் மேலும பதின்மரும், உணவுப்பொருட்களைச் சுமந்துகொண்டுபோகப் பதினைந்துபேரும் எங்களோடு போகச்செய்தான். தண்ணீரைப் பற்றிக் கவனிக்கவேண்டியதாயிருக்கவில்லை. அது வழியில் ஏராளமாயிருந்தது.

நாங்கள் புறப்பட்டதினத்தில் மூங்கிலால்செய்த ஓடத்திலேறி ஒரு ஆற்றைக்கடந்து அதன்சமீபத்தில் விடுதிவிட்டோம். இங்கிருந்து, சுலுத்தானுடைய தேசத்தின் அந்தத்திலுள்ள சிறந்த பட்டணமாகிய மேனார்மெந்தலிக்குச் சென்றோம். அங்குள்ள ஜனங்கள் எங்களுக்கு முதற்றரமான விருந்தளித்தார்கள். அணிமையான காட்டிலே வேட்டையாடி உயிரோடுபிடித்த எருமைக்கன்றுகளின் மாமிசம், சோறு, நெய், மீன், கோழிக்குஞ்சு, பால் இவைகள் பரிமாறப்பட்டன. இந்தப்பட்டணத்திலே நாங்கள் ஒரு மகமதியனையாவது காணவில்லை. கொராசன் எனுமிடத்தவனாகிய ஒருவன்மட்டும் வியாதியினால் இங்கு தரித்திருந்தவன் எங்களோடுகூட வருவோனானான். பின்பு நாங்கள் பெண்டெர்செலாவுத் எனும் சிறுபட்டணத்துக்குச்சென்று அப்பால் கரடுமுரடான பிரதேசங்களைக் கடந்துபோனோம். அவ

விடம் அநேகமாய் வெள்ளம்பிடித்திருந்தது........அப்பால், தீவின் பிரதான அரசனுடைய வாசஸ்தானமாகிய கொனகார் எனும் பட்டணத்தைச்சேர்ந்தோம். இது ஒரு பெரிய பள்ளத்தாக்குக்கருகில் இரண்டு மலைகளுக்கிடையிலுள்ள கணவாயிற் கட்டப்பட்டிருக்கிறது. சொல்லிய பள்ளத்தாக்கில் மாணிக்கங்கள் அகப்படுகின்றமையால் அதற்கு மாணிக்கப் பள்ளத்தாக்கு என்றுபெயர்......கொனகாரின் சுலுத்தானுக்கு கொனார் என்றுபெயர்......(In C. R. A. S. Journal Extra No. 188[?], pp 37-44.)

ஈபன்பற்றுற்று சிவனொளிபாதமலையில் "ஆதாமின்பாத" தரிசனைசெய்தபின் தினேவெர் எனும் (தேவநகர் = Dondra) பட்டணத்தூடு கரைமார்க்கமாய்நடந்து காலியையும் கலென்புமாநகரையும் (கொளும்பு) கடந்து, பத்தாளவிற் சேர்ந்து சுலுத்தானைத் தரிசித்தபின் தனதுகப்பலிலேறி மாபாருக்குப் பயணமானான். கீர்த்திவகித்த இவ் யாத்திரிகன் ஆரியச்சக்கரவர்த்தியைத் தரிசித்த "பத்தாள" நகர் யாது? அது புத்தளமாகவேண்டுமென்பது, அங்குகறுவாமரங்கள் அள்ளுண்டுவந்து கிடந்தமையாலும் சமீபத்தில் ஓடத்திறைற் கடக்கவேண்டிய ஆறும் அதற்கப்பால், சக்கரவர்த்தியின் இராச்சிய அந்தத்தில், மேனார் மெந்தலி எனும் பட்டணமும் அதற்கப்புறம் பெண்டெர் செலாவுவாத்தும் இருத்தலாலும் பெறப்படும். கறுவாமரங்கள் புத்தளத்திலில்லாவிடினும் தென்பாகங்களிலிருந்து உட்கடலமார்க்கமாய்வந்தடைந்திருத்தல் ஒக்கும். யாத்திரைகாரர் மூங்கில் ஓடத்திறைற்கடந்த ஆறு வத்துளுஓயாவின் வாயோடுகூடிய புத்தளவாவியின் தென்பாகமாகும். அதன் எல்லையில் முந்தல் உண்மை பிரசித்தம். ஆயினும் இதனை மேனார் மெந்தெலி எனக் கூறியமை யாதுகாரணம்பற்றியோ? முந்தல் யாழ்ப்பாண அரசனின் பிராந்தநகரியானதுபோல, பெண்டெர் செலாவுவாத்து எனப்பட்ட சிலாபம் சிங்கள அரசனுக்குப் பிராந்தநகரியாயிற்று என்பது பெண்டெர் எனும் மொழிசத்தாற் தோன்றும். பெண்டெர் (சிங்களத்தில் பண்டார) சுங்கம்வாங்கும் தலத்தைக்குறிக்கும். (Jl. cited p. 10) சிங்கள அரசனின் சுங்கத்தலம் சிலாபமாகவும் அதற்கு வடக்கான முந்தலுட்பட்ட நாடெல்லாம் ஆரியச்சக்கரவர்த்தியுடையதாயிருந்தமை நன்றாய்ப் பொருந்துகின்றது. முந்தலுக்கப்பாலான சிறுகாடுகளில் இன்றைக்கும் காட்டெருமைகள் சஞ்சரிக்கின்றமையும் நோக்கத்தக்கது. சிலாபத்தினின்று ஈபன்பற்றுற்று குருநாகலுக்குப் போயினனாகத் தோன்றுகிறது. இதனையே கொனகார் என்றனன்போலும். கொனார் என்றபெயர் அளகைக்கோனாரைக் குறிக்கலாம். அக்காலமே அளகைக்கோன் அல்லது

அளகேஸ்வர எனும் மந்திரி அரசனாய் நடிக்கத்தொடங்கினனாகலாம் (cf C R. A. S. Jl 75 p. 107 and Tennent I 605) பத்தாள புத்தளமன்று, போட்டுக்கீஸ் குடாவிலுள்ள களாஓயா முகத்துவாரத்திலிருந்த வேறொரு பட்டணமே என்பதும் ஒன்று. (Jl. cited, p. 38) பத்தாளநகரை (யாழ்ப்பாணப்) பட்டினம் எனவும், மேனூர் மெந்தலியை மன்னார் எனவும் சிலர் ஊகிப்பது எவ்வாற்றானும் பொருந்தாதெனத் தள்ளுக.

பாண்டியனுக்குதவிய வீரச்செயல்

"கடல்மேல் பராக்கிரமம்படைத்த"வனாய்ப் பற்றுற்றுகூறும் ஆரியச்சக்கரவர்த்தியை வீரோதயனென்னும் நாலாம் பரராசசேகரனெனக் குறித்துள்ளோம். வைபவமாலை இவனுக்குக் கொடுத்தோதுகின்ற வன்னியைச்சார்ந்த வீரச்செயல்கள் இவனுக்கு நன்றாய்ப் பொருந்தும். ஆயின் மதுரைச் சந்திரசேகர பாண்டியன், இராச்சியமிழந்து யாழ்ப்பாணத்துக்கு ஒளித்தோடிவந்து அடைக்கலம்புகுந்தவனுக்கு, உதவிசெய்ய வீரோதயன் மதுரையிற்புகுந்து போராடி வெற்றிவாகைசூடிப் பாண்டியனுக்குப் பறிபோன செங்கோலை மீட்டும் உரிமையாக்கிய வரலாறு தென்இந்திய சரித்திரக்கோடு பொருந்தாமற் புறங்கிடக்கின்றது. இராசநாயகமுதலியாருடைய அபிப்பிராயப்படி வைபவமாலைச் சந்திரசேகரபாண்டியன் மதுரைச் சுந்தரபாண்டியனாவான். இவன் மாறவர்மன் குலசேகரனின் தர்மபத்தினி மகன். தந்தை, இராச்சிய உரிமையைத் தன் உபபத்தினியின் குமாரனான வீரபாண்டியனுக்கு அளித்ததினால் வெகுண்டு மலிக்கபூர் எனும் மகமதியனை மதுரையில் நுழையச்செய்தவன். (கி. பி. 1310) மகமதிய வெற்றியாளன் நகரைச் சூறையாடிக்கொண்டு திரும்பிவிடச் சுந்தரபாண்டியன் வீரபாண்டியன் வகித்த செங்கோலைப் பிடுங்கி மூன்றுவருடம் வகித்தான், 1317 இல் சேரர் மதுரையைக்கைப்பற்றிச் (Ep. Indica IV p. 146) சின்னாளுக்கெல்லாம் மீட்டும் மகமதியருக்குப் பறிகொடுத்துவிட்டார். மகமதிய அரசும் 1365 இல் விசயநகருக்காயிற்று. இவ்வரலாற்றிற்சொல்லப்பட்ட மூன்றுவருட அரசுகைக்கொள்ளச் சுந்தரபாண்டியனுக்குப் பக்கத்துணையாய்நின்றதே வீரோதய சிங்கையாரியனின் வீரச்செயல் என்ப. அங்ஙனமாயின் இவ்வாரியச்சக்கரவர்த்தியின் ஆட்சிக்காலம் 1310 முதல் 1344 ஈறாக 34 வருடங்களுக்குமேற்படும். ஆயின் முந்திய குணபூஷண சிங்கையாரியன்கீழ் இளவரசாயிருந்தகாலை

யில் அச்செய்தி நிறைவேறியதாயின் ஆட்சிக்காலம் குறைவுள்ளதாகலாம்.

நான்காம் அதிகாரம் முற்றும்.

———o———

ஐந்தாம் அதிகாரம்.

செகராசசேகரன் V

நாலாம் பரராசசேகரன்நாளில் யாழ்ப்பாண இராச்சியம் எய்திய சீர்த்தி அவன்பின் வந்தோனாகிய ஐந்தாம் செகராசசேகரனோடு (சயவீரசிங்கையாரியன்) உச்சிநிலையை அடைவதாயிற்று. சரித்திராசிரியர்கட்கு நல்ல திஷ்டமாய், இவனைச்சுட்டியே வர்த்தயான கவியொருவன் வரைந்துவைத்த சில சரித்திரக்குறிப்புகள் எங்கைக்கெட்டியிருக்கின்றன. இங்கு நாம் வைபவமாலையாதிய நேற்றையிற் போலிச்சரித்திரங்களையன்று, சமகாலீன தமிழ்நூலொன்றனையே பின்பற்றுகின்றோம். இச் செகராசசேகரன்

தன்கடவுட்சுருதிகளின்மனமெனுஞ்சோதிடமதனைத்தலத்தின்மீது
மின்குலவுதென்கலையாற்றருகவெனவருள்புரியவிருத்தப்பாவாற்
பொன்குலவுசெகராசசேகரமாலையைச்

செய்தவனாகிய பொருந்துமேன்மைத் தொன்குலவு மிராசவிரா மேசனருள்சோமனெனுஞ் சுருதியோனே (செகராசேகரமாலை சிறப்புப்பாயிரம் 12) நாம் முன் 58-ம் பக்கத்துட்டந்த பாவடிகளின் தொடர்ச்சியாய்ப் பின்வரும் விருத்தங்களைப் பாடியிருக்கின்றான்:—

கற்றதிறன்மற்படையைத்துரந்துகச்சாய்த்துறையினில்வெங்கண்டவாளான்
கொற்றமிகுவட்கருயர்தென்றிசைக்குச்செலவிடுத்தகுருதிவேலான் (8)

கோமாறன்காகமலமோடைபட்டங்குளமீதுகுவியக்கண்டு
மாமாரிமதக்கலுழிக்களியானைசெம்பொனுடன்வழங்குவேந்தன்
பாய்மாவுதிதிக்குலமும்பட்டமுநீடரசுரிமைப்பதியுமிக்க
தேமாலைபுனைபுயத்தேமத்தையர்கோன் றனக்களித்தசெங்கைவேந்தன் (9)

சேகரிக்குமணிமவுலிப்பாரசர்செம்பொனுடன்நிகழ்ந்தவென்றிப்
பாகரிக்குங்களியானைத்திறையளித்துப்பதாம்புயங்கள்பணிந்துவாழ்த்த

மோகரிக்குஞ்சலஞ்சலங்கண்முழங்குகடற்கலைப்புவனிமுழுதுந்தந்த
மாசரிக்குஞ்சேடனுக்கும்பொறைநீக்கிப்புரந்தபுகழ் வரைந்தமார்பான் (10)

ஐந்தருவுநவநிதியுங்குலமணியும்பொன்முகிலுமாவுமொன்றாய்
வந்தனையகொடைக்குரிசில்வரியளிகளிசைகுலவுவனசத்தாமன்
சந்ததமுந்தருமநெறிகோடாதசவப்பெருமான்றழைத்தகீர்த்திக்
கந்தமலையாரியர்கோன்செகராசசேகரமன்கங்கைநாடன் (11)

இவற்றுள் ஈற்றுவிருத்தம் (11-வது) தன்னைப் பரிபாலித்த அரசனின் கொடைவண்மை, நடுநீதி ஆதியவைகளைக் கவியியற்றியோன் எடுத்துப் புகழுவது இவ்வாறே. முன் 6-ம் 7-ம் கவிகளிலும் 8-ம் அடிப் பாதியிலும் எடுத்தியம்பியவைகள் (முன் 58-ம் பக்.) இச் செகராசசேகரனது குலமுதல்வரின் வீரச்செயல்களாம். எஞ்சிய 8 ஆவது விருத்தப்பாதி, 9, 10 என்பவைகளில் புலவன்றனக்கு* இனியனான ஐந்தாம் செகராசசேகரனின் அரசாட்சியை ஒட்டிய சரித்திர அம்சங்கள் சில வருகின்றன. இவற்றை ஆராய்வாம்.

கச்சாய்த்துறைப்போர்

"இராசமுறை"யிற் சயவீரசிங்கையாரியன் (9) எனத் தோன்றுகின்ற இவன் பராக்கிரமச்செயல்களுள், வடக்கரைப் பொருதுவென்றமை காணப்படுகின்றது. வடக்கரென்போர் தெலுங்கு போர்வீரர்கள்; விசயநகர் இராச்சியத்தின் படையெழுச்சிகளோடு சம்பந்தப்பட்ட அஞ்சாநெஞ்ச மறவர்கள். இக் "கொற்றமிகு வட்கரை" இட்டுக்கொண்டு யாழ்ப்பாண இராச்சியத்திற் புகுவான் கச்சாய்த்துறையினில் இறங்கினோன் யாரென்பது புலப்படவில்லை. செகராசசேகரன் அன்னோன்படை, நாட்டுள் நுழைந்து விசயகெம்பீரமாய் விரைந்துவந்ததனை முதுகிடச்செய்து, கச்சாய்வரை துரத்தித் தன் "வெங்கண்டவாளான்" வென்று "தென்றிசைக்குச் செலவிடுத்த" செய்தியட்டுமே கேட்கப்படுகின்றது. அருங்கலைவிநோதனுக்கும் இம்மன்னவனால் ஆதரிக்கப்பெற்ற வைத்தியநூலோனொருவன், தன் அங்காதிபாத அறிவுதிருந்த இதுசமயமெனவுன்னி, கச்சாய்ப் போர்க்களத்தில் மடிந்துவீழ்ந்து உருண்டுகிடந்த பிரேதங்களுட் சிலவற்றைக்கீறி மானிட உள்ளுறுப்புகளின் விபரங்களை அளந்து பரீட்சிப்போனாயினான். அவ்வைத்தியன் இவ் அரசர்பெருமானின் பெயர்புனைந்து தான் இயற்றிய செகராசசேகர வைத்தியநூலின் அங்காதிபாதப் பிரிவினுள் இதனைக்கூறியுள்ளான். அக்கூற்றுப் பின்வருவது:

இயம்பியதோலுழனு மென்புநாடிகளுமற்றுஞ்
செயம்பெறுசிங்கைநாடன் செகராசசேகரன்றான்
வயஞ்செறிலடக்காரகம் உருட்டியகளத்தின்மீது
அயஞ்சிறிதுளதுசீர அளந்துகண்டறிந்ததாமே

என்பது. செகராசசேகர வைத்தியநூலின் ஆக்கியோன்பெயர் தெரியவில்லை. அந்நூல் முழுமையாகக் கிடைத்தபாடுமில்லை. அகப்பட்ட சிற்சிலபாகங்களைப் பழந்தமிழ் நூலபிமானமும் ஆயுள்வேதமுறையை ஆராய்ந்து மெச்சும் அருந்திறனோடு அதனை முன்னேற்றமடைவிக்கமுயலும் ஊக்கமும் ஒருங்கமையப் பெற்ற "சன்மார்க்கபோதினி"ப்பத்திராதிபர் தேடியெடுத்துப் பிரத்தியுபகாரங்கருதாது அச்சிட்டு உலகுக்கு உபகரித்துள்ளார்.

மாறனும் ஏமத்தையர்கோனும்

வெங்கண்டவாளை ஒச்சிய இவ்வரசனின் தண்ணளியும் பெரிதேயென்பது மாறன் தன்னைக் குறையிரந்து வழுத்த அவற்கு மதக்கலுழிக்கிளையானையும் செம்பொன்னும் வழங்கியமையினால் விளங்குகின்றது. (கை. 9-வது செய்யுள்) பாண்டியர்களது மதுரை அந்நாளில் சம்பன்ன உடையாரின்கீழ் விசயநகர் இராச்சியத்திற்குரிமையாகிவிட்டது. இவற்குமுன் அரசாண்ட பாண்டியனே செங்கோலிழந்து செகராசசேகரனின் தயவினைப்பெற வந்தவனாகலாம். அன்றேல் அன்னார் தூரத்து இங்கு நுழைந்தாரோ எம்மன்னனால் தென்புலஞ்செலுத்துற்ற வடக்கருமாகலாம். பிறவதுக்கள் கிடைக்கும்வரையும் இவற்றைச்சுட்டி மேலொன்றும் விளம்ப அறியோம்.

தேமாலைபுனை ஏமத்தையர்கோன்றனக்குப் பாய்மாவும் நிதிக்குலமும் பட்டமும் நீடரசுரிமைப்பதியும் அளித்த தண்ணளிச்செயலொன்று செகராசசேகரமாலை 9-ம் விருத்தக் கட்டைப்பாதியிற் கேட்கப்படுகின்றது. தனக்கு முந்தினோன் 4-ம் பரராசசேகரன் புசபலத்தால் அடக்கித் திறைகொண்ட வன்னியர்கள், இனிக் கர்வமின்றி ஒழுகினோருள் ஒருவற்குக் குதிரையாதிய விருதும் நீடரசுரிமையும் அளித்தனன் இச்செகராசசேகரன். அவ்வன்னியனின்பதி ஏமத்தையாயிற்று. ஏமத்தை தற்காலம் ஓமந்தை என்னப்படுவது; வவனியாவுக்கு வடக்கே மூன்று நாலுமைல் தூரத்திலுள்ளது. பழைய வன்னியகுடும்பங்களோடு சம்பந்தங்கொண்ட யாழ்ப்பாணத்துத் தமிழ்ப்பிரபுவாகும் கோப்பாய் ஸ்ரீ நாகநாதமுதலியார் எமக்கறிவித்தபடி, யாழ்ப்பாண வன்னியகுலதிலகர்கட்கு ஏமத்தை

யில் வெருகிலங்கள் தற்காலம்வரையிற் பிரசித்தியாய்க்கிடந்துவருகின்றன. ஓர்காம் ஒர்கு பிரசித்திபெற்ற வன்னியனொருவன் விளங்கினனென்பதுவும் கர்ண பரம்பரை. எங்காளத்து ஓமந்தைப் பிள்ளையார்கோயில் ஒன்றே பூர்வகால வபத்தையர்கோனையும் அவற்கு அரசுரிமையளித்த கொடைவெள்ளலையும் ஞாபகப்படுத்தும் தனிச்சின்னமாய் நிலைபெறுகின்றது.

தென்னிலங்கை அரசரைத் திறைகொண்டமை

கம்பளையில் அரசிருக்கைபமைத்து ஆண்ட சிங்கள அரசனான 5-ம் புவனேகவாகுவின் காலம் நம் செகராசசேகரனின் காலத்தோடு பொருந்துகின்றது. அவனோடுதான் இவன் "முத்துச்சிலாபத்தைக்குறித்து" போர்முனைந்து இலங்கையின் தென்பாகங்கட்குப் படையெடுத்துச்சென்று "யுத்தஞ்செய்து வெற்றிகொண்டு......இலங்கைமுழுதும் ஒருகுடைக்கீழ் அரசாண்டான்" போலும். (முன் 75-ம் பக்.) சிங்களச் சரித்திரம் இத்தமிழ்வெற்றியைக் குறித்துவையாவிடினும், அச்சரித்திரத்தினுள்ளே எடுத்தாளப்பட்ட வேறு சம்பவங்களால் இதனுண்மை ஒருவாறு நாட்டப்படும். சிங்கையாரிய அரசர்கள் வேறெவராயினும் சாசனங்களிற் றம்செய்தியைப் பொறித்துவிட்டுப்போகாதொழிய, இச் செகராசசேகரனின்சாசனமொன்றுமட்டும் எங்கைக் கெட்டியிருப்பதுபோற் றோன்றும். அது கேகாலைப்பிரிவிலுள்ள கொத்தகம எனும் குறிச்சியின் விகாரையில் கண்டெடுத்ததோர் கற்சாசனம்; 5 அடி 7 அங்குலம், 2 அடி 8 அங்குலம் நீள அகலமும், 7 அங்குலத் தடிப்புமுள்ள ஓர் கற்பலகையில் வெட்டப்பட்ட வெண்பா; அது பின்வருவது:

செது
கஙகணமவெறகணணிணையாறகாடடிஞா
காமாவளெபஙகையககைமெறிலதமபாரிததா
பொஙகொலிநீறசிஙகைநகராரியனைசசெரா
வனுரெசாதககளமடமாதாதாம

Arch. of Ceyl .XIX p. 72.

அலைமோதுகின்ற ஆழி அருகேயமையப்பெற்ற சிங்கைநகராளும் ஆரியச் சக்கரவர்த்தியின் பக்கலைச் சென்றடையாத "அனுரேசர்" (அநுராசர் = சிற்றரசர்) எல்லாம் அவன் பொருகளத்து மடிந்தமையால், அன்னோர் மங்கையர்கள் வேல்போலும் தம்பிருகண்களால் அருவிபொழிய, கையில் மாண்டோரின் அர்ப்பணத்துக்காகத் திலோதகம் கொண்டுசென்றார் என்

பது இக்கல்வெட்டின் அர்த்தம். சிற்றரசர்கள் என்றது, குருநாகல் கம்பளை ஜயவர்த்தனகோட்டை எனும் தலைநகர்களை யாண்டோரை ஒழித்தொழிந்த பிறரைப்போலும். அன்றேரும் வன்னியர்களும் செகராசசேகரனுக்குத் திறையரசர்களாயினர். இச்சாசனத்தின் தலைப்பில் "சேது" எனும் மங்கலமொழி இருத்தல் கவனிக்கத்தக்கது. "விடைக்கொடியும் சேதுவும்" கலைகைநாடராகும் யாழ்ப்பாணத்தரசர்களது விருதாகையால், தங்கள் சாசனங்களின் தலைப்பில் சேதுவை, விடைச்சின்னத்தை இட்டுவந்தனர் என்பது தோன்றும். அன்றோது முத்திரைக்காசில் சேது தனித்தும் இடபத்தோடுசேர்ந்தும்வருதல் பிரசித்தம். (நாம் Ceyl. Antiq. V p. 172—9 இல் பதிப்பித்த சேதுக்காசுப் படங்களைக் காண்க.)

"மணிமவுலி" சூடிய இலங்கை அரசர்கள் "செம்பொனுடன்......யானைத்திறை அளித்து பதாம்புயங்கள் பணிந்துவாழ்த்த"ச் சிங்கைநகரிலிருந்து "சலஞ்சலங்கள் முழங்குகடற்கலை"த் தீவீபம் முழுதினையும் இச் செகராசசேகரன் ஒருகுடைக்கீழ் ஆண்டசெய்தியை (ஷை 10-ம் கவி), செகராசசேகரமாலை வேறோரிடத்தில் வேறொருவிதமாய்க் கூறுவதாகி, ஐந்துகிரகம் உச்சத்துறின்

சீரியவேற்பரகிருபரிறைஞ்சும்பொற்றாட்
செகராசசேகரமன், சிங்கைதங்கும்
ஆரியர்கோனெனக்குடைக்கீழவனியெல்லா
மடக்கியொருகோலோச்சவளிக்குமாதோ
(மைந்தர்விளைப்பட. 12)

எனச் சுட்டுகின்றது. செகராசசேகர வைத்தியநூலிலும் இவன் பெருவெற்றி எதிரொலிசெய்யும். (சர்ப்பசாஸ்திரம் 8)

பாரிலுள்ளசூத்திரனும்பாம்புபுற்றிற்
பரிந்திருக்கும்; இரையெடுக்கிற்பலவுந்தின்னும்
ஏருடனேதானுடிற்பத்மராக
மிலங்குமணிமுடிபுனையுமிலங்கைவேந்தர்
சீரியபொன்றிறையளக்கச்செங்கோலோச்சுஞ்
செகராசசேகரமன்சிங்கைமேவும்
ஆரியர்கோன்வெண்குடையினிழலேசெய்யும்
அவனிதனைப்பார்த்துநின்றேஅமர்ந்தாடும்மே

சூத்திரப்பாம்பு அமர்ந்தாடும்போது, செகராசசேகரன் இலங்கைவேந்தரெல்லாம் தனக்கிறையளக்கத் தனிக்குடைநிழற்றிப் பரிபாலிக்கும் எம் சுயநாடாகிய பூமியைப் பார்த்தாடும் என்ற

து சரித்திர உண்மையும் கவியலங்காரமும் ஒருங்கேயமைந்த அழகிய கூற்றுகின்றது.

அரசாட்சிநிலை

“தென்னவர்பரவும் பொலன்மணிக்கழலான் செகராசசேகரனென்னும் மன்னவர்மன்னுமாதிராரணன்” (செகராசசேகரமாலை, மணிவினைப். 5) புவிபுரந்தநாளே யாழ்ப்பாண இராச்சியம் பல்வளங்களும்பொருந்திப் பகலவன்போலிலங்கிய நாளாயிற்று. ஆரியச்சக்கரவர்த்திகட்குக் கதிரைமலையின்பின் இராசதானியாயமைந்தது சிங்கைநகரெனக் கூறியுள்ளோம். (பக். 67-8) சுன்னாகத்திலுள்ளதாகிய கதிரைமலையே பழைய இராசதானி என்பதற்கு அக்கதிரைமலைக்கணித்தாய் அயரத ஸ்தானத்துக்கு வடக்கே கோட்டைக்காடு எனுமோர் பிரதேசம் அமைந்துள்ளமையும் கவனிக்கத்தக்கது. (முன் 28-ம் பக்கமுங் காண்க) சிங்கைநகர்தான் செகராசசேகரனுக்கு இராசதானியாய்த்திகழ, இராச்சியத்தின் தென்மேற்கு எல்லையை அண்டிப் புத்தளம் வேலூர் அரணுடை அரசநகராய்விளங்கிற்று. இலங்கைப்படக்கில் பத்தளத்துக்குத் தெற்கேகிடக்கும் முந்தல்கொடக்கம் திரிகோணமலைப்பிரிவின் தெற்கெல்லைவரையும் ஓர்கோட்டை இடுப்போமாயின், அதற்கு வடக்கேயுள்ள பாகமெல்லாம் அக்கால யாழ்ப்பாண இராச்சியமாகும். அந்நாட்டுக்குத் தெற்கேயாண்ட சிங்கள அரசர்கள் யாழ்ப்பாணத்துக்குத் திறைகொடுக்குமரசர்களானார்கள். தமிழ் இராச்சியத்திலுள்ளடங்கிய “ஏழு” வன்னிய சிற்றரசர்களையன்றிச் சிங்கள இராச்சியத்திலுள்ளும் குருநாகல்வரையில் பதினெட்டு வன்னிய சிற்றரசர்கள் ஆண்டனரெனத் தோன்றும். “பதினெண் வன்னி” எனச் சிங்களச்சரித்திரங்கூறுமதில் வைபவமாலைகூறும் “ஏழுவன்னி” அடங்கியுள்ளதுமாகலாம்.

சிங்கைநகரிற் செங்கோலோச்சிய செகராசசேகரனைப் பிரசைகள் “தெண்டிரைக்குட் கண்டுயில் மால்” (செக. மாலை மணிவினைப். 36) என மதித்து, புவிபுரக்கும் விட்டுணுவின் அமிசமாகப் போற்றினர். அரசர்களெல்லாம் க்ஷத்திரியரென்றும், காவற்கடவுளின் அவதாரமென்றும் அந்நாளவர்கள் எண்ணினர். ஆயின், செகராசசேகரன் க்ஷத்திரிய அரசனல்லன், “காத்தியாயன சூத்திரத்துமன்னிய காசிபகோத்ரமருவு கேண்மைச் செய்யசதுர்மறைவாய்மைக்காசிவந்த....துப்பபுகழ்ப் பூசுரமன்னவ”னும் என்னப்பட்டது. (செக. மாலை வேந்தர்

வினைப்ப. 8) பிரமசத்திரிய வமிசோற்பலனான இவன் காசியம்பதியை இடமாகப்பெற்றான் என இக்கவியிற்சுட்டியது அவன் குல முதல்வர்களது காங்கேய காலிங்க உற்பத்திக்குப் பொருத்தமாயினும், செகராசசேகரமாலை வேறிடங்களில் அவனை "மணவையாரியவரோதயன்" என்றற்றொடக்கமாய் (செக. மாலை பக் 69, 70, 76, 113 காண்க.) இராமேசுரத்தவனுக்குவது, நாம் முன் 63-ம் பக்கத்திற் சுட்டிய மகேயந்திர—கந்தமாதன மயக்கத்தாலெழுந்த மாறுபாடெனக்கொள்க.

செகராசசேகரன் சுபதினத்தில் இராசாபிடேகம்பெற்று, நெற்றியிற் சுவர்ணபட்டமும் மார்பில் பூணூலும் அங்குலியில் முத்திரைமோதிரமுந் தரித்துச் சிங்காதனத்தில் வீற்றிருந்தான். அரசனுக்குரியோரான வன்னியர்கள், சேனாபதிகள், மந்திரிமார், சேவகர்கள்மட்டுமன்று, யானை குதிரைகளும் நெற்றிப்பட்டத்தோடு விளங்கின. (செக. மாலை வேந்தர்வினைப்ப. 3) அரசனது மார்பிற்சூத்திரம் மனையாளின் கழுத்திற்றரித்த மங்கல சூத்திரத்துக்கு உபமானமாகச் சொல்லப்பட்டது. (செக. மாலை, மணவினைப்ப. 37)

முத்தமிழ்தேர்செகராசசேகரமன்றிருமார்பின்முன்னூலென்ன
மெத்துமியன்மயிலனையார் பைங்கழுத்தின்மங்கலநாண் விளங்கு
மின்னே

அரசன் ஓலக்கமண்டபங்கொள்ளுகையில் சங்கீதநிருத்தாதிகள் அவ்வவற்றினுக்குரியோரால் நிகழ்த்தப்பெறும். இராசசமுக தரிசனைக்குவருவோர் நின்றநிலைபாய் இருகைகளையுஞ் சிரமேற்குவித்து வணங்கிச்செல்லுவர். செம்பொன் திறையிறுக்கும் அரசர்களின் தானபதிகளும், யானைத்திறைகொண்டுவரும வன்னியராதியோரும், சேனாபதிகள், தலையாரிமார் ஆதியோரும் இராசதரிசனம் பெற்றுப்போவர்.

கச ரத துரக பதாதிகள் என்னும் நால்வகைப் படையுமிருந்தது. ஆனைப்பந்திகள் குதிரைப்பந்திகள் கட்டப்பட்டிருந்தன. வில் வாள் ஆதியனவெல்லாம் சாஸ்திரவிதிதயான அளவோடு செய்யப்பட்டன. சேனாபதிகளின்கீழ் முதலிமாரும், இவர்கீழ் ஆராய்ச்சிமாரும், இவர்கீழ் கால்வீரரும் அமைந்து அத்திர சத்திராப்பியாசம், இரதாரோகணம், யானையேற்றம், குதிரையேற்றம் எல்லாம் விதிப்படி பயின்றுகொண்டிருந்தார்கள். (ஷை வேந்தர்வினைப்படலம்)

கேம”ங்களில் நெல் ஏராளமாய்விளைய, தோட்டங்களில் பழவிருட்சங்கள், கிழங்குவர்க்கங்கள், கொடிவகைகள் பயிராக்கப்பட்டன. பனை, கமுகு, வாழை, மா இம்மரங்கள் பொலிந்திருந்தன. கரும்பு, உழுந்து, பயறு, வெற்றிலை, செங்கழுநீர், ஆதியன ஆங்காங்கு நாட்டப்பட்டன. புகையிலையும் அந்நாளின் தோட்டப்பயிர்களுள் ஒன்றாகத்தோன்றும். (ஷை கூழ்வினைப்படலம்)

அரசிறைவருமானத்துக்கெனப் பலவரிகள் இடப்பட்டிருந்தன. நெல் சிறுதானியங்களில் அடைத்தானியம் ஏற்குங் கணக்கப்பிள்ளைகள் மணியகாரரின்கீழ் தந்தொழிலைச் செலுத்தினர். சாயவேர்வரி, கள்ளுவரி, புகையிலைவரி, துறைமுக ஆயவரி ஆதியன குத்தகையாய் விற்கப்பட்டன. அவ்வத்தொழில்களை மேற்பார்க்க விதானைமாரும் அன்னோருக்குமேல் தலையாரிமாரும் வைக்கப்பட்டிருந்தனர். (இக்குறிப்புக்கள் பிற்கால நடபடிகளைக்கொண்டு ஊகிக்கப்பட்டன.) முத்துச்சலாபம் ஓர் பெரும் பொருள் வருவாயாயிற்று.

யாழ்ப்பாணத்து அரசநாணயம் செப்புக்காசுமட்டுமே போலும். இவை நங்காலத்துச் சதமும் அரைச்சதமும்போன்ற அளவுள்ளவை. பொன் வெள்ளிக் காசுகள் பிறநாட்டரசருடையவை. இங்கு வழங்கினவாகத்தோன்றும் வராக (பன்றி) உருவந்தாங்கிய வராகன்கள், கப்பற்சித்திரமுடைய “சாண்டான்காசு” ஆதியன மாத்திரமன்று, உரோமரின் பொன் வெள்ளி நாணயங்கள்தாமும் யாழ்ப்பாணத்தின் வெவ்வேறிடங்களிற் பழம் புதையலாய்க் கண்டெடுக்கப்பட்டுவருகின்றமையை நோக்குக.

செகராசசேகரன் மாற்றாரோடு போர்த்தொழிலும் தன் இராச்சிய நற்பரிபாலனமுஞ்செய்து அரசுகட்டிலில்வீற்றிருந்தவன், தீந்தமிழிலுந் தேர்ந்த நிபுணனாகி “முத்தமிழ்தேர் செகராசசேகரமன்”, “சதுர்மறைபயில்’வோன் எனவும் புகழப்படுதற்கு இலக்காயினான். (செக. மாலை, பக். 53, 36) செகராசசேகரமாலை, செகராசசேகரம் (வைத்தியநூல்) என்னும் இரண்டோடு தக்ஷிணகைலாசபுராணமும் இவன்காலத்துத் தமிழ்நூல்களாகத் தோன்றுகின்றன. செகராசசேகரமாலை அக்காலத்துச் சோதிடக் கல்விப்பிரியத்தினைக் காட்டுவதுபோல, செகராசசேகரம் வைத்திய கல்வித்திறனைப் பிரதிபிம்பிக்கின்றது, சத்திரம்வைத்தல், காரமிடல், அட்டைவிடல், சுடல் இவை

யெல்லாம் அந்நாள் பயிலப்பட்டன. (செக. மாலை, பக். 78) அரசன் வித்துவான்களைத் தன் அவைக்கழைத்து கவரி, குடை ஆதிய பரிசில்களை வழங்கிக் கண்ணியப்படுத்துவான் என்பது:

மன்னர்மன்னுசெகராசசேகரன் மணவையாரியவரோதயன்
பன்னுசெந்தமிழ்வளம்பெறற்குதவு பரிசிலங்கவருசித்தியாம்
பொன்னின்மிஞ்சியகளாஞ்சிகெண்டிகை பொலன்கலம்பிறவுமாம்
சின்னம்........... (பரிச்

எனும் செகராசசேகரமாலை (பக். 69) விருத்தத்தாற் பெறப்படும். தமிழைவளர்த்ததோடு தன் சமயத்தையும் வளர்ப்பவனுமன் இவ்வரசனேறு. திருக்கோணமலையில் புத்தசமய எழுச்சியால் சைவமழிந்துகிடந்தமையைச் சொல்லிப்புலம்பிய தக்ஷிண கைலாசமாலை

அம்புயத்துதரத்தண்ணல் அமைத்தவாரியர்தங்கோமான்
உம்பர்வந்திறைஞ்சுஞ்சேது வுயர்கரைக்காவல்வேந்தன்
செம்பொன்மாமவ்லிச்சென்னிச் செகராசசேகரேசன்
தும்பையஞ்சடையான்சைவந் தோன்றிடத்தோன்றினுல்

எனக் குதூகலித்துக கூவுகின்றது. (1916ம் ஆண்டுப்பதிப்பு பக். 78) "நூல்வாங்கிக் கோயிலுக்கொப்புவிக்கிறதற்கு ஒரு இறைகடமையில்லாத திரியாயூரும், அதற்கு ஏழுகுளமும் ஏழு வெளியுங்கொடுத்"தானெக் கோணேசர் கல்வெட்டு (பக். 21) புகழ்கின்ற "திரிகைலைக்கு வடமேல்பாலில் இராச்சியம்பண்ணிய" அரசன் இவனேபோலும். இவனது மெய்க்கீர்த்தியெல்லாம் விளம்பலாற்றாது. தக்ஷிண கைலாசபுராணத்துச் சிறப்புப்பாயிரம் சங்கிரகித்துக்கூறிய புகழாளனுகும்

பொன்னுட்டைந்தரு பொருவருகாதலன்
மறுவிலநிருபரை வானிலத்திருத்தி
உறுநிலமுழுவது மொருதனிபுரப்போன்
தென்னிலங்காபுரித் திசைதொறுமருவும்
மின்னிலங்கியவேல் மேவலர்புயத்துப்
படவராமுடித்தலைப் பார்முழுதாண்ட
இடபவான்கொடி எழுதியபெருமான்
சிங்கையாதிபன் சேதுகாவலன்
கங்கைநாயகன் கருங்கடற்சேர்ப்பன்
பௌவமேற்றுயில் பராபரன்சூட்டிய
தெய்வமாமுடிச் செகராசசேகர

னல் யாழ்ப்பாண அரசு மங்காப்புகழ்பெற் றிலங்குவதாயிற்று எனும் ஒன்றே யாங் கூறற்பாலது.

ஐந்தாமதிகாரம்முற்றும்.

ஆறும் அதிகாரம்.

அளகேஸ்வரன் கையிற் தோல்வி

ஐந்தாம் செகராசசேகரற்குப்பின் சிங்காசனம் வகித்த பராராசசேகரன் நம் அரசராவலியில் பத்தாமிடத்தவனாகும் குணவீரசிங்கையாரியன்போலும். இவன் "மதுரையை அரசாண்ட நாயக்கருக்குஞ் சில பேருதவிசெய்தான்" என வைபவமாலை கூறியது மிக மங்குளமானதோர் சம்பவம். ஆயின் "கண்டியரசர்கொடுத்த திறையைக் கொடாததினால் சிலபகுதியிற் தமிழ்க்குடிகளையிருத்தித் தன்னரசாட்சியாக்கினான்" என்றதிற் சரித்திர அமிசமொன்று தொனிக்கின்றது.

சிங்களரின் யுத்தசன்னத்தம்

மகா செகராசசேகரனெனக் குறியீடுசெய்தற்கருகனாய் விளங்கிய ஐந்தாம் செகராசசேகரன் சிங்களரைப் பெரிதும் வலியிழந்துவாடச் செய்திட்டான். புவனேகவாகு மிக ஒடுங்கித் திறையளந்துகொண்டு கம்பளையில் இராசரிக்கம் செய்தனன். "ஆரியச்சக்கரவர்த்தி, மற்றைஅரசர்களைக்காட்டிலும் சேனாபலத்தாலும் செல்வத்தாலும் சிறந்தவனாய், தனக்கு மலைநாடு கீழ்நாடுகளினின்றும், நவத் துறைமுகங்களினின்றும் திறை கொணர்ந்து செலுத்தப்பண்ணிக்கொண்டிருந்தான்." (Rajav. p. 66) இதற்கிடையில் நிசங்க அளகைக்கோனார், அன்றேல் அளகேஷ்வரய எனப் பெயர்பூண்ட மகா மந்திரி சிங்களரின் அபசெய நிலையைநீக்கும் ஆபத்சகாயனாய்த் தோற்றினான். சிங்களமுடிபுகொடுத்து ஓதப்பட்ட இவன்பெயர்கள் அளகைக்கோனார், அளகேஸ்வரன் எனும் தமிழ்ப்பெயர்களே. இவன் தானும் காஞ்சிபுரத்தினின்றும்போந்து ஐந்தாம் பராக்கிரமவாகுவின் காலத்தே இலங்கையை அடைந்து அரசசன்மானத்தோடு இத்தீவில் றாயிகமம எனும் கிராமத்தை மானியமாயடைந்துகொண்ட மலயமான்வமிசத் தமிழ்க்குடும்பத்தோன்றல். தமிழ மலயமான்குடி சமஸ்கிருத ரீதிப்படி சிங்களத்தில் கிரிவம்சம் எனப்பட்டது. நாம் சுட்டிப்பேசுகின்ற ஐந்தாம் புவனேகவாகுவின்முன் அரசுசெய்த மூன்றாம் விக்கிரமவாகுவின் காலத்திலெல்லாம் அவன்கீழ் பிரபுராசாவெனும் பதவியிலமர்ந்துகொண்டவன். (C. R. A. S. XVIII p 283) புசவலி சிறிதுமில்லாப் புவனேகவாகு கம்பளையிற் றலைமட்டால அரசுகட்டிலில் வீற்றிருக்க; அளகேஸ்வரனே இராச்சியத்தினைப்

புரந்து நம் ஆரியச்சக்கரவர்த்தியின் மேலாட்சி என்னும் நுகத்தைக் கழற்றியெறிந்துவிடப் பிரயசிப்போனாயினான். அளகேஸ்வரன் ஜயவர்த்தனகோட்டையை நிருமாணித்தமையை நிகாய சங்கிரக எனும் சககாலத்து நூல் பின்வருமாறு பிரஸ்தாபிக்கின்றது.

அளகேஸ்வரன் தன்சேவையிலமர்ந்துள்ள பிரமாணிக்கமான மண்டலீகர்கள் மூலமாய்க் கட்டளைவிடுத்துக் கொளும்பு எனும் துறைமுகத்துக்கணிமையில், ஓர் தடாகத்தின் மத்தியிலே, குன்றாத சலதாரைபொருந்தியதோர் நதியினால் எப்புறமும் சூழப்பட்டதாய் விளங்கிய தறுகிராமம் எனும் ஊரைமுற்றிப் பயங்கரமான காட்சியுள்ளதும் மிக அகன்று தாழ்ந்ததுமான அகழினை வெட்டுவித்து, அவ்வகழியினடிதொடக்கம் சுவரின் கோப்பியபரியந்தம் மிக உறுதியாய்க் கல்லினால் அமைந்த மதிலெடுப்பித்து, அம்மகாமதிலின் உச்சியிற் பொருந்திய இடைவெளிகளில் விஸ்வகர்மாவின் சிருட்டியேபோன்ற விவிதசூழ்ச்சியோடுகூடிய அலங்காரங்களையும் புரிவித்தான். இவ்வாறே அவன் புகழ்சிறந்த அபிநவ ஜயவர்த்தனகோட்டையை நிருமாணித்து, இடங்கினி, புலிமுகம், பூமியந்தட்டு, அட்டாலை, வட்டவேட்டம் எனும் அங்கங்களை ஆங்காங்கு சமைப்பித்து அரண்படுத்தினான். பின்னும் நகரின் நாற்புறத்திலும் காவல் அயரும்பொருட்டு, இலங்கையின் திக்குப்பாலகராகும் அரசதெய்வங்களான கியிரிமாநீலவண்ணன் (விட்டுணு) கற்சிகரலட்சுமணன், விபீஷணன், கந்தகுமாரன் என்போருக்கு அந்நகர மகாமதிலுச்சியில் தனித்தனி ஒவ்வோர் ஆயலமியற்றி, அவ்வவ்வாலய வழிபாடுகளும் விழாக்களும், மேளம், குழல், நடனம், கானம், என்றற்றொடக்கமான சகல நாதகீதங்களோடும் இடையறாது நடைபெற்றுவரவேண்டுமென்றுக் கியாபித்தனன். நகரைப் பலவளங்களாலுஞ் சிறப்பித்ததற்பின் தொகையிறந்த குடிகளை அதனுளிருத்தினான். (Nikaya Saugraha p. 26)

இவ்வாறு அளகேஸ்வரனால் அரண்செய்யப்பட்டபோதிலும், கோட்டை அவனால் புதிதாய் ஆரம்பிக்கப்பட்டதன்று, அவன்காலத்துக்கு ஒரு நூற்றாண்டுக்கு முன்னரேயும் ஓர் நகரியாய் விளங்கியதென்பது தெமறிஞோலி எனும் கத்தோலிக்க குருசிரேஷ்டரொருவர் 1348-ம் ஆண்டளவில் கோட்டையைத் தரிசித்து எழுதிவைத்தகுறிப்புக்களாலும் தோன்றும். அளகேஸ்வரனின் யுத்தசன்னத்தங்களால் இறுமாந்துபோலும், ஆரியச்சக்கரவர்த்தியின் மேலரசுக்குள்ளமைந்த சிங்களநாடுகள் இறையிறுக்க மறுக்கத்தொடங்கின. பரராசசேகரன் அந்நாடுகளுட் படையெடுத்துச்சென்று ஏழு சிங்களத்துறைமுகங்களை அடிப்படுத்தி முன்னிலும் அதிகமான வரிகளைச் சிங்களர்தலைமேற்சுமத்தித் திரும்பினான். (Valentyn V, p. 71)

அளகேஸ்வரன் இவ்வவதரத்தில் யாழ்ப்பாணஅரசனுக்கு ஈடு சொல்ல இயலாது, தன் பிறந்தகமாகும் றூயிகமத்தையடைந்து, அதனையுமோர் அரண்கொண்ட பட்டினமாகக் கட்டியெழுப்பிக்கொண்டிருந்தான்.

தமிழ்ப் படையெழுச்சியின் கதி

அளகேஸ்வரன் இருபது வருஷம்வரையில் ஆயத்தஞ்செய்து, ஈற்றில் சேனைகளைத் திரட்டிப்பார்த்து இனி நாம் யாழ்ப்பாணத்தின்கீழ்த் திறைகொடுத்தாளுவது யுக்தமல்ல வெனத் துணிந்து, ஆரியச் சக்கரவர்த்தி ஆங்காங்கு நியமித்திருந்த வரியறவிடுவோரைப் பிடித்துத் தூக்கிக்கொன்றான். இச்சமாச்சாரம் பராசசேகரன்செவிக்கெட்டுதலும் இவன் அடியுண்ட அரசநாகம்போற்சீறி 100000 பேர்கொண்டதோர் மகா சேனையைச் சோழதேசத்தினின்றும் வரித்துத் தன்யுத்தவீரர்களையுஞ்சேர்த்துக் கம்பளையையும் ஜயவர்த்தனகோட்டையையும் ஒரே அமயத்திற் தாக்குவான் இரண்டு தனிப்படைகளை அணிவகுத்து, ஒன்றைக் கரைமார்க்கமாயும் மற்றதனைக் கடல்மார்க்கமாயும்அனுப்பினான். கரைப்படை கம்பளையைச்சருவுமாறு மாத்தளையையடைந்தது அச்சமாச்சாரத்தைச் செவிமடுத்த புவனேகவாகு தமிழ்ச் சேனைவெள்ளத்துக்கஞ்சி நடுங்கி முதுகிட்டு றூயிகமத்துக்கோடி ஒதுங்கினான். தம்மரசன் மீசைமுளையாத பேடிபோற் பதுங்கி யோடிவிட்டதைக்கண்ட கம்பளையிராச்சியத்தின் பஞ்சமாகாணத்தாரும் ஆபத்திற்பிறக்கும் அருந்தைரியம்பூண்டோராய்த் திரண்டெழுந்து, அந்தரங்கமாய்ச் சென்று, நள்ளிருள் இராவின்கண் திடீரெனத் தமிழ்ப்பாளையத்தின்மேற் பாய்ந்தனர். அகஸ்மாத்தாய்நேர்ந்த தாக்குதலுக்கு வகைசொல்லவியலாமல் தமிழ்ப்படைகள் அல்லோலகல்லோலமாய் அங்குமிங்குமோட எத்தனித்தவிடத்துச் சிங்களர் திரளாமனோரைத் தூங்குபிடித்து ஈட்டிகளாற்குத்தி எமலோகம்போக்கினர். தப்பியோடினோருள்ளும் பலர் மலைப்பிரதேசங்களில் அலைந்துலைந்து மாண்டனர். (Valentyn கட்டியவிடம்)

தலைநகரைக் கைப்பற்றுவான்சென்ற கரைப்படை இவ்வாறு முறியுண்டுவருந்த, கோட்டையை எதிர்க்கப்புறம்போந்த கடற்படை கொளும்பிலும் பாணந்துறையிலும் இருபிரிவாயிறங்கித் தெமட்டக்கொடையில் கொறக்கானையெனுமிடத்தில் பாளையமிட்டது. சேனைகள் இங்கிருந்து பாணந்துறை

வரையும் நிறுத்தப்பட்டிருந்தன. (Rajav p. 67) இவ்வெல்லையுளன்றி வத்தளை, நீர்கொளும்பு, சிலாபமெனுமிடங்களிலும் யாழ்ப்பாணச்சேனைகள் நிறுத்தப்பட்டனவாக நிகாய சங்கிரகங்கூறும். (p. 27) வீரரெல்லாம் "பன்னிறக்கவசம்பூண்டு ஆயுதபாணிகளாய் விசப்பெலவி, நடசால, மருசி எனும் படைத்துணைகளோடு பொருந்தி" நின்றனர் என அந்நூல் நுவலும். ("விசப்பெலவி" விஷப்படையையும், "நடசால" நாடகசாலையுமேயோ?)

அளகேஸ்வரன் ஆரியச்சக்கரவர்த்தியின் வலிகெடச்செய்வதற்கு நல்லமயம்பார்த்துக்கொண்டு ஜயவர்த்தனகோட்டை மதில்களின் மறைவில் தன் சிங்களரோடும் கூலிக்கமைத்த தமிழ்ப்படைகளோடுமிருந்தவன், யானையிலிவர்ந்து சடிதியிற்புறப்பட்டுத் தெமட்டக்கொடைக்கு விரைந்துபோய் ஐயாயிரம் வரையிற்கொண்ட தமிழ்ச்சேனையை எதிர்த்து முதுகிடச்செய்திட்டான். ஓடியவர்கள் தம்நாட்டுக்கு மீளாவண்ணம் அன்னோரின் மரக்கலங்கள் கொளும்புத் துறைமுகத்தில் நின்றவைகளை அழித்துவிட்டபின்னர், பாணந்துறைக்கும் புகைப்போலச்சென்று சக்கரவர்த்தியின் உபபலங்களைச் சின்னபின்னமாக்கிக் கப்பல்களையுந் தகர்த்தெறிந்துவிட்டான். (Valentyn) இவ்வாறே அளகேஸ்வரன் செயபேரிகைமுழக்கித் தீபாதிராஜா எனும் பட்டஞ்சூட்டப்பெற்றுத் திகழ, பரராசசேகரன் புகழிழந்து வலியிழந்து தன் இராச்சியத்தினுள் ஒடுங்கி அடங்க வேண்டியவனாயினன்.

அளகேஸ்வரன்கையிற் றோல்வியடைந்ததற்பின்னே பரராசசேகரன் இராமேசுரக்கோயிலின் கர்ப்பக்கிரகங்களில் வேலைசெய்வித்தனன்போலும். இக்கட்டடங்கள் திருக்கோணமலையில் வெட்டியெடுத்த கருங்கற்கள்கொண்டு பரராசசேகரனாற் சகவருஷம் 1336 இல் சமைக்கப்பட்டன எனுஞ் சாரமமைந்த கல்வெட்டுக்கள் அவற்றுள் ஒருகாலங்காணப்பட்டன. சகவருஷம் 1336 கிறிஸ்தாப்தம் 1414 உக்குச் சரியாகும். ஆயின் 1866ம் ஆண்டில், இராமநாதபுரச் சேதுபதிக்கும் கோயிற் பிராமணர்களுக்குமிடையில் வியாச்சியம்நடந்தபோது, ஓர் கட்சிக்காரரால் குறித்தகல்வெட்டுக்கள் அழிக்கவும் மாற்றவும்பட்டொழிந்தன. (Indian Antiq. XII p. 315)

ஆறாம் அதிகாரம் முற்றும்.

ஏழாம் அதிகாரம்.

செண்பகப்பெருமாள்

1450—1467

கோட்டையில் அளகேஸ்வரன் சிலகாலம் சிங்களநாட்டுச் சார்வபௌமிய அரசனைபோன்று இராசரிக்கஞ்செய்துவந்தனன். அவன்பின்னர் சிறிசங்கபோ எனும் ஆறும் பராக்கிரமவாகு கோட்டையிலேதான் அரசனாயினான். இது 1415ம் ஆண்டளவிலாம். பராக்கிரமவாகுதானும் தாயான மலயமான்வமிசச்சுநேத்திராதேவிவழியாய் அளகேஸ்வரனின்ஞாதியும் தமிழ்க்கலப்புள்ளவனுமேயாம். இத் தமிழ்க்கலப்பை இனி ஒழிக்கும்பொருட்டுப்போலும் தான் பெலிக்கல்கோறளையிலுள்ள கீறிவல்ல எனும் கிராமத்தில்வசித்த ஓர் சிங்கள அரசகுமாரியைக் கைப்பிடித்துக்கொண்டனன். இவளால் உலகுடையதேவி எனும் பெண்மகவுமட்டும் உற்பவித்தது. உலகுடையதேவி சொல்கராயன் என்போனைமணந்து ஜயவீரன் எனும் குமாரனைப் பெற்றனள்.

பராக்கிரமவாகு தன்செங்கோலை ஓச்சும்படியான பௌத்திரன் பிறக்குமுன்னமே பின்னும் தமிழ்க்குலக் கலப்புள்ள இருகுமாரர்களைத் தனக்குச் சுவிகார மக்களாக்கிக்கொண்டான். அதெவ்வாறெனில் வடகரையினின்று ("From the hills of Malabar and from a place called Tuluuar" Queiros p. 37) வந்த பணிக்கன் ஒருவனை அரசன் உபசரித்து, அவனது உயர்வமிசத்தையும் சாதுரிய சவுரியங்களையும்நோக்கிக் குலவதியான ஓர் கன்னிகைக்கு அவனை மணம்முடிப்பித்திட்டான். இவ்வதுவையினால் செண்பகப்பெருமாள், (சப்புமல்குமாரய) சபவீரன் (சிறிதடாகுமாரய) எனும் இருவர்மக்கள் பிறந்தார். பேரனொருவன்பிறக்குமுன் இவ்விருவரும் பராக்கிரமவாகுவுக்குப் பிள்ளைகள்போலானார்கள். இத்தத்தபுத்திரரிருவரும் இராச்சியவாஞ்சையுள்ளோராகி, பௌத்திரனின் சீவனுக்கும் கெடுதிசூழுவதைக்கண்ட அரசன், இருவரையும் ஒவ்வோர் பணிவிடைமேற்செலுத்துவான்கருதி, மூத்தவனை யாழ்ப்பாணராச்சியத்தைச் செயித்துவருமாறு வடபாகத்துக்கும், இளையவனை "கந்தவுட பஸ்றட்ட" எனும் கண்டியிராச்சியத்தில் சுயவரசுவகிக்கத்துணிந்த ஜோதியசித்தூராசன் என்பவனைப் புறங்கண்டுவரவும் அனுப்பினான்,

சிங்களர் படையெழுச்சி

செண்பகப்பெருமாள் பிரபலம்பெற்ற குதிரைவீரன். உருவத்தால் இராட்சதனைப்போலும் காத்திரமுடையவன். மகாபலங்கொண்டவன் (Couto in R A S Jl; XX p. 69) ஆயினும் யாழ்ப்பாணத்தையாண்ட கனகசூரிய சிங்கையாரியன் எனும் ஆறும் செகராசசேகரன், பாதி நூற்றாண்டுக்குமுன் ஓர் ஆரியச்சக்கரவர்த்தி இலங்கை முழுதினையும் தனிக்குடைக்கீழாண்டதை மறவாமல், தன் ஆணவத்தை நிலைநாட்டி இராச்சிய எல்லைகளிற் போர்தொடுத்ததனால், படையெடுத்துவந்த செண்பகப்பெருமாள் முன்னேறமாட்டாது பிராந்தக் கிராமங்களிற் கைக்கொண்ட கைதிகளோடு கோட்டைக்கு மீண்டான். போரிற்பிடித்த சிறைகளைக்கண்டமாத்திரத்தில், இது சிங்கள அரசனின் வெற்றிச்சின்னமாமெனப் பிரசைகள் அக்களித்தபோதிலும், பராக்கிரமவாகு திர்ப்தி அடைந்தானில்லை. ஆதலால் விரைவில் மீண்டும் சிங்கள சேனாவெள்ளம் செண்பகப்பெருமாளையே நாயகமாகக்கொண்டு யாழ்ப்பாணத்தைநோக்கிப் பிரவாகிக்கத்தொடங்கிற்று.

சிங்களப்படை யாழ்ப்பாண ராச்சியத்தின் கடையெல்லைகளிலிருந்த அரண்களை ஒவ்வொன்றாய்க் கவர்ந்துகொண்டது. அது கரைபுரண்டு இராசதானியின்மேல் எழுந்துவருவதையறிந்த செகராசசேகரன் "தன் இராசபிருத்தியர்களுள் ஒருவனை Conta Cara Demalis என்பவனையும், பின் Panigevorum என்னும் ஒருவனையும், அவன்பின் Valamunivorussa என்பவனையும் போக்கி சப்பு குமாரனைத்தடுக்க எத்தனித்தான். இவன் அம்மூவரையும் சிறிது நேரத்துட்கொன்று, தன் பச்சைப் பிடர்மயிர்பொருந்திய நீலத்துரங்கத்திலிவர்ந்து பட்டினத்தை முற்றிக்கையிடச் செலலுந் தீர்மானத்தைக்காட்டினன். இவன் முன்னேறிவருவதைக்கண்டு சஞ்சலங்கொண்ட அரசன், Varacara எனும் வீரசூர மாவுத்தனை எதிர்போக்க, இவன் சிங்கள சேனாபகத்தைச் சின்னாபின்னமாய்த் துணிபவேனென வீரங்கூறிப் போயினவனை, அவன்வீரர் அவனை அணுகுமுன்னரே குத்திவீழ்த்திவிட்டனர்.' இவ்வளவும் வலன்றயின எனும் ஒல்லாந்த சரிதாசிரியன் எடுத்தோதும் பழைய ராஜாவலிய நூலின்பாகம்.

இவ்வரலாற்றிற் கூறப்படும் ஒல்லாந்தத்திலிட்ட நாமங்கள் தமிழ்ச் சேனாபதிகளின்பெயரோ அன்றிச் சேனைகளிற்பெ

யரோ அறியோம். ராஜாவலியின் வேறொருபிரதியில் Varacara என்பது வடக்கற என்றிருக்கிறது. (Pieris, Port. Era I 20) இது வடக்காராகலாம். இன்னுமொன்றில் "தொளுவராசேனே"யென்றிருக்கிறது. (Gunasekara's Trans.) இது இடவீரர்படைபோலும். அவ்வாறாயின், முன் செகராசசேகரன் போக்கியவையும் ஒவ்வோர் சேனையாகலாம். முந்தியது கொண்டைக்காரத் தமிழர்போலும். பிந்திய இரண்டும் விளங்காதனவைகளாகின்றன.

செகராசசேகரன் தோற்றோடல்

செண்பகப்பெருமாள் யாப்பா பட்டினத்துள் நுழைந்து அதன் வீதிகளை இரத்தவெள்ளமோடும் ஆறுகளாக்கினான். அரசனும் குடும்பமும் ஒளித்தோடிவிட, பல பிரதானிகளைச் சிறைசெய்து வெற்றிவாகைசூடித் திகழ்ந்தான். வெற்றியாளன் கைதிகளையுங்கொண்டு பராக்கிரமவாகுவின் சமுகஞ்சென்றானென்றும், இவன் Ariattetoe Addum Prauwmal எனும் அவன் மருகனொருவனை யாழ்ப்பாண அரசனாக்கினான் என்றும் வலன்றயின் கூறுவது தவறுபோலவும், செண்பகப்பெருமாள்தான் ஆரியவேட்டை ஆடும்பெருமாள் எனும் பெயர் தாங்கி யாழ்ப்பாண அரசனானான் என்பதே உண்மையெனவுந் தோன்றுகின்றது.

ஆரியச் சக்கரவர்த்தி இவ்வமரிற் கொல்லப்பட்டானென ராஜாவலி கூறுதல் பொருந்தாது. (p. 69) இந்நூல் பிற்காலத்தது. ஆயின் சுட்டிய நிகழ்ச்சிகள் நிறைவேறியகாலத்திலேயே எழுதுற்றதாகிய ஓர் சிங்களநூலால் ஆரியச்சக்கரவர்த்தி ஒளித்தோடியமை நன்றாக நிச்சயிக்கப்படுகின்றது. அந்நூல் செண்பகப்பெருமாள் யாழ்ப்பாணத்தைக் கைப்பற்றியதுகேட்டுச் சிங்களர்கள் ஆனந்தநிருத்தமாடிய காலத்தில் இயற்றப்பட்டது. அதனைச் செண்பகப்பெருமாளுக்கே தேவேந்திரநகரிலிருந்துவந்த ஒரு தூதாக, "கோகிலசந்தேசய" எனப் பெயர்கொடுத்து அந்நகரத்து "இருகல்குலபிரவேணி"யின் அதிபன் பாடினான். அதில்

உன் ஆறிய ஸ்க்விதி றஜ தியதறய் துறட்ட
தய்ன் வய்ஜம்பென யாப்பா பட்டுன இறகொட்ட
நன் ஸிறியுத் ஸப்புமல் றஜ குமரிந்துட்ட
தென் மெஹஸ ேன் கென கொஸ் மரித்ததுற லத் றட்ட (9)

அதாவது, "ஆரியச்சக்கரவர்த்தியைத் துரத்துதிவிட்டு

யாப்பா பட்டினத்தை (நல்லூரை)த் தன் அரசாக்கி வாழ்கின்ற ஈரா சுகீர்த்திபொருந்திய சப்புமல் (செண்பகப்பூ) ராச்குமாரேந்திரனுக்கு" அக்குயிற்றாதை அனுப்பியதாகக் காட்டியிருக்கின்றது. (கோ. ச. 26, 322 ம் காண்க) ஓடிய ஆரியச்சக்கரவர்த்தியாகும் கனகசூரிய சிங்கையாரியனைச்சுட்டி வைபவமாலைகூறும் விர்த்தாந்தங்கள் முன்னர் எடுத்தோதப்பட்டன. (77ம் பக்கங்காண்க)

சிங்கைநகரும் நல்லூரும்.

செண்பகப்பெருமாள் கைக்கொண்டு பிரதிராசாவாய் ஆண்டநகர் விசாலித்த தெருக்களும் உப்பரிகைபொருந்திய வீடுகளும் மாளிகைகளும் இராமன்கோயில், "புனல" எனும் அரச தேவதையின்கோயில் முதலியனவைகளும் உள்ளதாகக் குறிக்கப்பட்டுள்ளது. (கோகிலசந்தேசய) தமிழரசரின் சேனைகளும் அவன்கீழ்ச் சேவகத்தமர்ந்துகொண்டன.

தெமல மலல தொளுவர வீஹூல பலய

என்றது (கோகிலசக்.) தமிழர், மலையாளர், இடவீரரோடு சிங்களவரும் இவனுக்குப் பலமானார் எனக்காட்டும். இடவீரர் எம்மரசனது மெய்க்காவலராய் விளங்கினரென்ப. இனி, வைபவமாலைகூறும் ஆண்டுக்கணக்குச் சரியாயின் இவன் 17 வருஷம் பிரதிராசாவாக யாழ்ப்பாணத்தை அரசுபுரிந்துவருகையில் 1467-ம் ண்டளவில் ஜயவர்த்தனகோட்டையில் பராக்கிரமவாகு துஞ்சிவிட, அவனிடத்தில் அவன் தனயன் ஜயவீரன் அரியாசனமேற, இவன் யாழ்ப்பாணத்தைவிட்டுப் படைவீரர் சகிதமாய் ஆங்குச்சென்று அன்னோனைத் தென்புலஞ்சாய்த்து புவனேகவாகு எனும் பெயரோடு கோட்டை ராச்சியக் கோமானாயினான்.

செண்பகப்பெருமாளே புவனேகவாகுவாயினமையால் இருபேருடையவனான ஓர் "பேரமைச்சன்" தான்

நலமிகும்யாழ்ப்பாணத்து நகரிகட்டுவித்துநல்லைக்
குலவியகந்தவேட்குக் கோயிலும்புரிவித்தானே

என்னப்பட்டதுபோலும். செண்பகப்பெருமாள் யாழ்ப்பாணத்தை வெற்றிகொண்ட காலையில் சிங்கைநகரன்று நல்லூரே (யாப்பா பட்டுன) தலைநகராயிற்றென்பது சிங்கள நூல்களால் விகசிதமாகின்றது. அளகேஸ்வரன்கையில் ஓர் ஆரியச்சக்கரவர்த்தி அடைந்துகொண்ட தோல்வியின்பின் எமது கப்பற்பலம் அழிந்துபட்டு உள்நாட்டுப் பட்டினமொன்றே எமக்கு ராசதானியாயிற்றெனத் தோன்றும். செண்பகப்பெருமாளாகு

ம் புவனேகவாகு அவ்விராசதானியை மேலும் திருத்தி கயிலாசநாதர் கோயிலையும் நல்லைக் கந்தவேள் ஆலயத்தையும் ஆக்குவித்தான்போலும். (முன் 66ம் பக்கத்திற் கூறியன காண்க.) செண்பகப்பெருமாள் தமிழ்க்குருதி தன்னாளங்களில் ஓடக்கொண்டவனாதலாலும், தமிழுற்பத்தியாளனேயாகிய அளகேஸ்வரன் காலந்தொட்டு ஜயவர்த்தனகோட்டையிலேயும் கந்தகுமாரனாதிய இந்துதெய்வங்களின் வழிபாடு பயின்றுவந்தமையாலும், கோகிலசந்தேசமுடையார் அவனைப் புத்தமத தாபகனெனப் புகழ்ந்தோதியவிடத்தும் தமிழ்ப்பிரசைகட்கிதமாய்த் தமிழ்த்தெய்வ வழிபாடுகளையே யாழ்ப்பாணத்தில் வளர்த்திருப்பான் என்பதிற் சிறிதுஞ் சந்தேகமின்று. இப் புவனேகவாகு சிறீசங்கபோதியெனவும் அழைக்கப்பட்டான் என்பது ஸ்ரீ முத்துத்தம்பிப்பிள்ளை விசுவநாதசாஸ்திரியார் குறிப்புகளிற் கண்டதாகக் கூறுவது. இவன்தான் நல்லூர்க் கந்தசுவாமிகோயிலின் கட்டியத்தில் இன்றைக்கும்

சிறீமான் மஹாராஜாதிராஜ அகண்ட பூமண்டல ப்ரதியதிகந்த விச்ருந்த கீர்த்தி சிறீ கஜவல்லி மகாவல்லி சமேத சுப்ரமண்ய பாதாரவிந்த ஜநாரூட சோடச மகாதான சூர்யகுல வம்சோத்பவசிறீ சங்கபோதி புவனேகவாகு

என்று வாழ்த்தப்படுகிறான் என்பது இராசநாயக முதலியார் கருத்து.

விஜயவாகு

அங்ஙனமாயின் ஓட்டெடுத்த கனகசூரிய சிங்கையாரியன் மீட்டும் வடகரையினின்றும்வந்து போராடி வாட்படைக்குப் பலிகொடுத்த விசயவாகுவென்னும் சிங்களவன் யாராதல்கூடும்? இவன் செண்பகப்பெருமாள் கோட்டைச் செங்கோலைக் கவர்ந்துகொள்ள விரைந்துசெல்லுகையில் தனதிடமாய் விட்டுப்போன ஓர் சேனைத்தலைவனாகலாம். ஆயின் வைபவமாலையுடையாரின் கூற்றுக்கள் மிகு விமரிசையோடுமட்டும் எடுத்தாளற்பாலன என்பது இதுவரையில் எம் பாராயணர்கட்கு மனப்பாடமாகியிருக்கும் அன்றோ? அப்பால்,

"விசயவாகு என்னுஞ் சிங்களவன் தானே அரசனெனத் தலைப்பட்டுத் தமிழ்க்குடிகளை ஒடுக்கித் தமிழரை உடை நடை பாவனைகளிலெல்லாம் தங்களைப்போலாகவேணுமென்று பலவந்தம்பண்ணி அதற்கமையாதவர்களைத் தண்டித்துப் பதினேழுவருஷம் அரசாண்டான"

என வைபவமாலை எடுத்திசைத்ததனைக்கொண்டு யாழ்ப்பாணச் சரித்திராசிரியர் சில்லோர், எம்நாட்டில் சிங்கள ஊர்ப்பெயர் காணிப்பெயர்கள் எழுந்தமையும், எம்நாட்களிற் கண்டுபிடிக்க

ப்படுகின்ற புத்த ஆலயங்கள் சிலைகள் அமைக்கப்பட்டமையும், அப் பதினேழுவருடங்களுக்குள்ளேயாம் என முன்பின் யோசியாது கூறிப்போந்தார். ஊர்ப்பெயர்கள்தாம் சில நவமாய் எழுந்திருப்பினும், நாடெல்லாமுள்ள காணிப்பெயர்கள், முன்னிருந்தவை அடியோடுமாறிப் பதினேழுவருடங்களுட் சிங்களப்பெயராகிவிட்ட புதுமையை யாரே நம்புவார்! வெற்றியாளர்கள் தம் இராசதானி ஆதிய சிற்சில ஊர்ப்பெயர்களை மாற்றித் தரிப்பது ஆங்காங்கு கேட்கப்படினும், தேசம் முழுதினுமுள்ள இடப்பெயர்களையெல்லாம் மாற்றினாரென்பது எங்குங் கேட்கப்படாததொன்று. அன்றியும் எம்நாட்டின் பல சிங்களப்பெயர்கள் செண்பகப்பெருமாளின் நாட்கட்கெல்லாம் மிக முற்பட்ட காலத்ததாகிய மகாவமிசநூலினுள் வழங்குவனவாகவே, அன்னவை பதினைந்தாம் நூற்றாண்டில் ஓர் பதினேழுவருடச் சிங்கள அரசாட்சிக்குள் உண்டாகிவிட்டன எனும் அசம்பாவிதம் சமூலமாய் மறுக்கப்படும். யாம் முதலதிகாரத்தினுட் பரக்கக் கூறியனவற்றையுங் காண்க.

முன் எடுத்தோதியாங்கு யாழ்ப்பாண வெற்றியாளன் "இந்து"சமயச் சார்பே உடையவனெனத் தோன்றுகின்றமையால், சைவ ஆலயங்களையே புதுக்கியும், நவமாய் எடுத்தும் பரிபாலித்திருப்பன். தன்னோடு எம்நாட்டினுட் குடியேறிய சிங்கள ஏவலாளர் ஆதியோரின் பொருட்டுச் சிறுபான்மை புத்த விகாரைகளையும் அமைப்பித்தான் எனில் இழுக்காகாது. ஆயினும் கந்தரோடை, வல்லிபுரம் ஆதிய பழைய நகரிகளின் பௌத்த இடிகரைகள் பதினைந்தாம் நூற்றாண்டனவல்ல, அதற்கு அதிதூர புராதனமுள்ளவைகள் என்பதே பழம்பொருள் ஆராய்ச்சிவல்லோர் துணிபாம்.

விஜயநகர மேலாட்சி.

செண்பகப்பெருமாளாகும் புவனேகவாகு ஜயவர்த்தன கோட்டை அரசுகட்டிலில் ஏறிக்கொண்டபின்னும் யாழ்ப்பாணத்தைத் தன்கீழ்த் திறையளக்கும் நாடுகளுள் ஒன்றாகமதித்துக்கொண்டிருந்தனன். அவனைப்பின்தொடர்ந்து கோட்டைக்கடைசி அரசனான தொம்சுவாம் தர்மப்பாலன்வரை அவன் பின்னோரெல்லாரதும் உரித்தாடலும் அவ்வாறேஆயிற்று. ஆயின் அளகேஸ்வரன்கையில் எம்மரசர்கள் வலியிழந்துநின்ற காலையில் சிங்கள அரசர்க்கன்று விஜயநகரரசுக்கே திறையரசர்கள் ஆயினார்கள்என நம்பவிடமுண்டு. செண்பகப்பெருமாள் செயித்துத்துரத்திவிட்ட 6-ம் செகராசசேகரனைச் சிங்கள சந்தேசயநூல் கன்னடன்" என அழைத்தமை இதன்பொருட்

டேபோலும். மகமதியரின் பலத்தைஅடக்குவான் 1336-ம் ஆண்டளவில் எழுந்து 1646 வரையில் சிறப்புற்றுத்திகழ்ந்த இவ் இந்திய தன்னரசு, கன்னட அரசகுடும்பத்தினரான ஒய்சள அல்லது வல்லாளமன்னரின்கீழிருந்த ஐந்துசகோதரர் சேனுவீரரால் அடியிடப்பட்டமையினாலோ (V. A. Smith p. 301, அன்றி கன்னடதேசமுழுமையையும் தன்பெரும் இராச்சியப்பிரிவாகக்கட்டியாண்டமையினாலோ "கன்னடஅரசு" என அந்நாட்பெயரடைந்திருந்தது. யாழ்ப்பாண வேந்தன் (கனகசூரிய) செகராசசேகரனும் அதனோடு ஐக்கியம்பூண்டிருந்தமையால் கன்னடப்பெயர்அடைந்தான் என்க, கனகசூரிய சிங்கையாரியன் மதுரையில் உதவிபெற்றது பாண்டியனிடத்தன்று "பாண்டிநாட்டைப் பகுதிபகுதியாய்ஆண்ட சிற்றரசர்கள்" இடமாமென வைபவமாலையுடையார் வழுத்தியதில் சிறிதுஉண்மையிருப்பினும், மதுரையையோ தஞ்சையையோ அந்நாளில் விஜயநகாமேலாட்சியின்கீழ் ஆண்ட நாயக்கன்தான் முதுகுகொடுத்தோடிவருந்திய எம்அரசனுக்குத் துணைபுரிந்தான்என்பதை அறியாதுபோயினர். தஞ்சைநாயக்கனது துணைவலியைக்கொண்டு பிற்காலத்து யாழ்ப்பாண அரசர்கள் பறங்கியரைஎதிர்த்துச் சமர்புரியலாயினமை மேல்வரும் அதிகாரங்களுட் காணப்படும்.

ஏழாம் அதிகாரம்முற்றும்.

எட்டாம் அதிகாரம்.

பரராசசேகரன் VI

1467—1519

கனகசூரிய சிங்கையாரியனின் பின்வந்த அரசனை வெறிதே பரராசசேகரன்என வைபவமாலைகூறும். இப்பரராசசேகரனின் மனைவியர் மக்கள் ஆதியோரின் வரலாற்றினை அது ஒரு சிறிது விபரமாய் வரைந்திருக்கக் காண்கின்றோம். இவை எங்கைக்கெட்டாததாய்க்கிடக்கின்ற "பரராசசேகரன்உலா"விற்கண்டனபோலும். அவ் உலா எக்காலத்தது? அதன் பிரமாணத்தன்மையாது? அதுதானும் வைபவமாலையின் சங்கிலி அரசன்காலச்சரிதம்போல காலவழுக்களும் மனோகற்பிதமான சம்பவங்களும் விரவிய ஓர் குழாம்பற்பழங்கதையேயோ? பரராசசேகரன் சோழராசன்வமிசத்திலுள்ளவன்என்றது எம் இராசகுடும்பத்தவர்களது முற்சரித்திரம்அறியாமையாலெழுந்தமயக்கம். முன் (57-ம் பக்கமாதியனகாண்க) சிங்கைப்பரரா

சசேகரன் என்றதின்கருத்தையும் மாற்றிக்கூறினர் மயில்வாகனபபுலவர். பாராசசேகரனுக்கு ஆண்மக்கள் சிங்கவாகு, பண்டாரம், பரநிருபசிங்கன், சங்கிலி என நால்வர் என்னப்படுகின்றது. இது எவ்வாறாயினும், சங்கிலி என்னும் 7-ம் செகராசசேகரனுக்குப்பாதர் குவேறுேஸ் கூறுகின்ற Vagru Tucuri Pandarao எனும் ஓர் மூத்தசகோதரன் இருந்ததைமட்டும் நிச்சயமாம். சங்கிலியன்காலத்தவனை ஓர் போர்த்துக்கீசன் கூறுகின்றபடி "சங்கிலி தனக்கு முன்னிருந்த அரசனுக்கு இனியனுயிருந்தவன். ஆயின் அவ்வரசனை இவன்கொன்று அவனது இடத்தையும்பிடித்துக்கொண்டதோடு அவ்வரசனின் விசுவாசமுள்ள ஊழியர்கள் இரண்டாயிரவரையும் மாளச்செய்தான் (see The Kings of Jaffna, p.7) எனக்காண்கின்றமையால் பாராசசேகரன் இக்கொடிய மைந்தனாலேதான் இறந்தனன் போலும். அன்றி பாராசசேகரனின் மூத்தகுமாரன், அப்பெயரோடு இராச்சியபாரம்வகித்தவனே மாண்டவனுமலாம். கொலையுண்ட அரசனின் இறுதியாண்டு 1519 ஆகலாமென்று மேல்வருவனவற்றுற்றோன்றும்.

பாராசசேகரனின் தம்பி செகராசசேகரனுவானென்றும், இவன் "வித்துவான்கள்பலரைச்சேர்த்துச் சபைகூட்டிச் சில நூல்களைச்செய்வித்து தானும் சோதிடம் செகராசசேகரம்முதலிய நூல்களைச்செய்தான்" என்றும், "பாராசசேகரனின் மருமகனுகிய அரசகேசரி என்பவன் இரகுவமிசமென்னும நூலை வடமொழியிலிருந்து மொழிபெயர்த்துப் புராணநடையாய்ப் பாடினன்" என்றும் மயில்வாகனப்புலவர்வரைந்தன காலவழுபொதிந்த சம்பவங்களாம். செகராசசேகரனும் பாராசசேகரனும் தம்பி தமையருமென எண்ணியது, இவையிரண்டும் எம் தமிழ்அரசகுடும்பத்தின் சிங்காசனப்பெயரென அறியாமையாலேதான் என முன்னரே கூறினேம். (79-ம் பக்கங்காண்க) இனி செகராசசேகரம் ஆதியநூல்களை, தானல்லன், தன்புலவர்களைக்கொண்டு செய்வித்த செகராசசேகரன் இப்பாராசசேகரனின் தம்பியல்லன், இவனுக்கு ஒரு நூற்றுண்டுக்குமேற்பட்ட காலத்தின்முன் விளங்கிய மகா செகராசசேகரனுகிய சிங்கையாதரனவனும். முன் (67-ம் பக்கங்காண்க) தமிழ் இரகுவம்சநூலியற்றிய அரசகேசரி 8 ம் (உள்ளபடி 9 ம்) பாராசசேகரன் (1591—1616)ஆண்டகாலத்தில்விளங்கியவன். ஆகவே இங்கு எழுபது எண்பது வருடவேற்றுமை காணப்படுகின்றது. மேல்வரும் சங்கிலியனில் வைபவமாலையுடையார் ஐந்துஆளுகைகளை ஒன்றுய்அடக்கிச் "சரித்திரம்" எழுதிவைத்த விசித்திரத்தை அடைவிற்காண்போம்.

அப்பால் பராசசேகரன் கும்பகோணத்துக்குப்போனவிடத்தில் சோழஇராசனோடு போராடிவென்றகதை உபகதையே; எங்ஙனமெனில், சோழஇராச்சியம் விஜயநகர்எழுச்சியின்முன்னே இருந்தவிடமுந்தெரியாமல் அழிந்தொழிந்துபோயினமையால். பராசசேகரன் போராடி வெல்வதற்கு கனவிற்கண்ட சோழனேயன்றி வேறொருவன் அகப்பட்டிரான். அன்றியும் தீர்த்தயாத்திரைக்கு வேற்றுத்தேசம்போனானொருவன் அத்தேச அரசனைப் பொருதுவென்றானென்பது சிறிதும் பொருந்தாததோர்கூற்றாம். ஈற்றில்,

பராசசேகரமகாராசன் தன்னிடத்திலுள்ள சேமத்திரவியத்தை இராக்காலங்களில் யானைகளில் ஏற்றிக்கொண்டுபோய் வன்னிநாட்டைச்சேர்ந்த ஒருபெருங்காட்டுக்குள்ளே தங்கள் முன்னோர் திரவியஞ்சேகரித்து வைத்த இடத்தில் சேமித்து, முடியையுஞ் செங்கோலையும் அவ்விடம்வைத்து உன்மத்தவயிரவனைக் காவல்வைத்துத் திரும்பிவந்து தன் மாளிகையி லிருந்துவிட்டான்

எனவைபவமாலைவரைவது, வையா, கல்வெட்டு ஆகியபழைய நூல்களின்போக்கை அநுசரித்து எழுதிய ஊர்க்கதைரூபமேயன்றி சரித்திர ஆதாரம் ஒருசிறிதாவது கொண்டதல்ல எனக் கொள்க.

சுபதிட்டமுனிவர்

இவை இவ்வாறாயின் "சுபதிட்ட" முனிவர் பராசசேகரன் அவைக்கு எழுந்தருளி, யாழ்ப்பாண இராச்சியம் ஒருநாள் பறங்கியர், ஒல்லாந்தர், ஆங்கிலேயர் என்போர் கைப்படுவதையும், அவ்வவர் அரசாளுங்காலத்தையும் பிழைவிரவவாவது தீர்க்கதரிசனவாக்காயுரைத்திட்டாரென்றகதை நம்பப்படத்தக்கதா? அக்கதையை முழுமையும் மயில்வாகனப்புலவர்தாமே தமது நூலிற்சேர்த்திருத்தல் ஒருபோதும்சாலாது. ஏனெனில், "உலாந்தேசுமன்னன் உரைத்தமிழாற்கேட்க" தாம் அவற்குமுகமனுமெழுதிய, தமது நூலில் அவ் ஒல்லாந்தரை

சிவசமய ஆசாரங்கள்முழுவதையுந் தள்ளிப்போடத்தக்க கட்டாயங்கள்செய்து தன்சமயக் கோயில்களைக்கட்டுவித்துச் சமயகாரியங்களில் நெருக்கிடைபண்ணியும் அநேகவரிகள்வைத்துக் குடிகளை நெருக்கியும் வருத்தியும்

வந்தனரெனவரைந்திருக்கமாட்டார். "இங்கிலீஸ்மன்னன்" இராச்சியம்பண்ணுங்காலம் எழுபத்தொன்பதுவருஷம்மாத்திரமெனவும் இத் "தீர்க்கதரிசனம்" கூறுகின்றமையால், ஆங்கிலேயர்காலமுற்கூற்றிலேதான் இதனை யாரோ வைபவமாலையிற்

போல வையாவிலுஞ் செருகியிருப்பர் என வேண்டியிருக்கிறது. இத் "தீர்க்கதரிசன"மும் கோணேசர்மலையின் தற்காலக்கோட்டைவாயிலின் கல்லொன்றில்வரைந்திருக்கும் வெண்பாவும் ஒன்றையொன்று தழுவியதென்பது எமதுகருத்து. அவ்வெண்பா வைபவமாலையினீற்றிலும் வையாபாடலினீற்றிலும் சேர்த்திருக்கிறபடி பினவருவது.

முன்னாட் குளக்கோட்டன் மூட்டுந் திருப்பணியைப்
பின்னாட் பறங்கி பிடிப்பனே—பொன்னாரும்
பூனைக்கண், செங்கண், புகைக்கண்ண னாண்டபின்பு
மானே வடுகாய் வரும்,

இக்கவி பொறித்திருக்குங்கல்லை யாம் நேரிற்பார்த்து எழுத்துக்களின் உருவத்தைஆராய்ந்தனம். எமது ஆராய்ச்சியில் அது இரண்டொருநூற்றாண்டுகட்கு மேற்பட்டபழமையுள்ளதன்றெனச் சொல்லவேண்டியிருக்கிறது.

அப்பால், போர்த்துக்கேய தேசாதிபதியான கொன்ஸ்தந்தீனு தெசா என்பான் 1624 ம் ஆண்டு கோணேசர் கோயிலையிடித்து அதன் கற்களைக்கொண்டு ஓர் கோட்டைகட்டியபோது கல்வெட்டொன்றுகண்டெடுத்தனன். அதில்வரைந்திருந்ததின் போர்த்துக்கேய மொழிபெயர்ப்பைப் பாதர் குவேறோஸ் தமது இலங்கைச்சரிதத்தில் (p. 51.) தந்திருக்கின்றதை மீண்டு தமிழாக்குங்கால் "இவ் இலங்கையின் சக்கரவர்த்தியான மனுராசா இவ் ஆலயத்தை Vidia Malmanda எனுந்தெய்வத்தினுக்கு (கி. மு. 1300-ம் ஆண்டுக்குச்சரியான) வருடத்தில் கட்டுவித்தான். பறங்கி என்றழைக்கப்படும் சாதியார்வந்து இதனைஇடிப்பர்; பின் இதனைக் கட்டியெழுப்புதற்கு இத்தீவில் அரசன் உளனாகான்" என்றாகும். போர்த்துக்கேயதேசாதிபதி கோணேசர்மலைக்கோட்டைகட்டியதற்கும் அப்போர்த்துக்கேயர் இலங்கையில் உட்பட்டதற்குமிடையில் நூறுவருடங்களின்மேற் சென்றிருந்தன. இப்புதுவெற்றியாளர்கள் வேறிடங்களில் பரசமயக்கோயில்களை இடித்தழித்ததையறிந்தோர் யாராதல் அக்கோயிற்கல்லொன்றில் மேற்குறித்த கல்வெட்டை இடைப்பட்டகாலத்தில் வரைந்திருக்கலாம். கொன்ஸ்தந்தீனுதெசா கண்டெடுத்தகல் அவன்கட்டிய கோட்டைவாயிலில் வைத்திருந்ததுஎனவும் சுட்டியசரிதத்தால் அறிகின்றோம். தற்காலக்கோட்டையின்வாயிலோ புதிதாய்அமைந்தது ஆகவே, முந்தியகோட்டைவாயிலில் கல்வெட்டொன்று வைத்திருந்ததைக் கேள்வியுற்றோர் தற்கா

லக்கோட்டைவாயிலின் கல்லொன்றிலேயும் முன்குறித்தவெண்பாவைச் செதுக்கிவிட்டோராகலாம் என்பதும், வையாபாடலிலும் வைபவமாலையிலும் ஏறிவிட்ட "சுபதிட்டமுனிவர்" தீர்க்கதரிசனமும் இவ்வாறே பிற்காலத்தாரால் ஆதிக்கல்வெட்டின் எழிலைப்பின்பற்றிச் செருகிவிட்டதாகலாம்என்பதும் எமது ஊகமாம்.

சுபதிட்டமுனிவர் என்றபெயரும் உற்றுநோக்கற்பாலது. அது நன்றாக அல்லது மங்கலமாகக் காண்பவர் என்னும் பொருளுள்ளதாகையால் ஓர் தீர்க்கதரிசனகாரனைப் புதிதாய் உருவாக்கும்முகத்தாலே வழங்கப்பட்டதுபோலும்.

ஸ்ரீ இராசநாயகமுதலியார் சுபதிட்டமுனிவரை உண்மையான ஓர் தீர்க்கதரிசியெனவும், அவர் யாழ்ப்பாணத்திற் சொல்லிய பவுஷியவாக்கியத்தின்வதந்தி திருக்கோணமலை வரையில் எட்டி அங்கு கல்வெட்டொன்று ஆக்கிவைக்கப்பட்டதெனவும், கோணேசராலயத்தின் ஆதிக்கல்வெட்டுத்தான் தற்காலப் பறத்திறிக்கோட்டைவாயிலிற் காணப்படுவதெனவும் தாபிக்கத்தேடுவர். அன்னாரின் சாதுரியமான ஊகப்படி மனுராசா என்பவன் குளக்கோட்டனின் தந்தையான மனுநீதிகண்ட சோழனென்றும் Vidia Malmanda என்பது வீதியும் மேல்மண்டபமும் என்றும் வரும். இவ்விவேதங்களை தற்போது அச்சேறியிருக்கும் அவரது Ancient Jaffna எனும் நூலின் 374-80 ம் பக்கங்களிற்காண்க.

எட்டாம் அதிகாரம் முற்றும்.

ஒன்பதாம் அதிகாரம்.

சங்கிலி எனும் ஏழாம் செகராசசேகரன்

1519—1561

ஏழாம் செகராசசேகரனின் ஆளுகைகாலத்தைச் சுட்டிப் போர்த்துக்கேய நூல்களுட் பல வரலாறுகள் கிடைப்பனவாகும். போர்த்துக்கேயர் 1505 ம் ஆண்டளவில் வியாபார நோக்கமாய் இலங்கையினுட்புகுந்து சற்றுச்சற்றாக யாழ்ப்பாண ராச்சியத்தினோடும் சம்பந்தம்பூண்டு ஈற்றில் அதைச்செயித்து ஆப்பிக்கொண்டவர்கள். அன்னோர் நேரிற்கண்டு எழுதி

வைத்த பலசம்பவங்கள் உண்மைச்சரித்திரத்துக்கு உபகாரமாகின்றன.

இச்செகராசசேகரனைப்பற்றி ஒல்லாந்த அரசினர் குறித்துவைத்த விபரமொன்றைக்கொண்டு இவன் சிங்காசனமேறிய காலம் ஒருவாறு நிச்சயிக்கப்படும். அவ்விபரமாவது யாழ்ப்பாணமானது "அரசுரிமைகொண்ட பழைய ராசகுடும்பத்தின் தோன்றலான சியங்கெரி எனும் ஓர் அஞ்ஞான அரசனால் 42 வருஷத்துக்குமேல் ஆளப்பெற்றிருந்தது. பறங்கியர் அவன் அரசாட்சியையும் சந்ததியையும் நிர்மூலமாக்கிவிட்டனர். இவர்கள் யாழ்ப்பாணத்தை ஆண்டது 97 வருஷம் வரையிலாம்" (Instructions from the Governor General of India p 86) சியங்கெரி என்றது சங்கிலி என வழங்கும் பெயரே போலும். சங்கிலியும் சங்கரப்பெயரின் மரூஉவாகலாம். இனி, யாழ்ப்பாணத்தில் பறங்கி அரசு ஒழிந்தது 1658 இல் ஆதலால், அவ்வாண்டினின்றும் 97 வருடத்தைக் கழிக்க, சங்கிலி மன்னன் அரசிழந்தது 1561 இல் என்றாகும். அப்பால் அவனது 42 வருட ஆட்சியை நீக்கிப் பார்க்குமிடத்து அவன் அரசுகைக்கொண்டது 1519 இலாம் எனவரும்.

சங்கிலி அரசன் போர்த்துக்கீசய எழுத்துக்களில் எங்கண்முன் ஓர் கொலைபாதகனும் கொடுங்கோலனுமாய் வெளிப்படுகின்றான். தனக்குமூத்த அரசனைத் தென்புலஞ்சாய்த்து, அவ்வரசனது உண்மையான ஊழியர்கள் இரண்டாயிரவரையும் போரிற் கொன்று அரியணையில் ஏறிக்கொண்டனன் என அவன் காலத்திருந்த அந்திரேதகூசா என்போனால் வரைந்துவைக்கப்பட்டது. (Cros, I 285) இவன்தான் கூறியிருக்கின்றபடி சங்கிலியன் அரச குலத்திலுள்ளவனல்லன். மூத்தஅரசனின் ஊழியனும் மகாதந்திரியுமாம். வேறு அக்கால நூலாசிரியர்கள் இவனை அவ்வாறன்று, இராசகுடும்பத்தவனேயாகவும் அரசாளுதற்கோ உரிமையில்லாதவனெனவும் காட்டுவர். இவனல்லன் இவன்தமையனே அரசுக்குரிமை பூண்டவன். அத்தமையனை இவன் கடிதில் சிறைபுகுவித்துத் தான் ஆக்கிரமசக்கரத்தை அபகரித்துக்கொண்டான் என்பர். (Bartoli I 154) இப்பன்னவனின் கொடுங்கோன்மைக்கு எடுத்துக்காட்டாக ஓர் போர்த்துக்கேயநூல் சொல்வது: 1560-ம் ஆண்டு நமது சேனை யாழ்ப்பாணத்தில்உட்பட்டபோது "நம்மவர்கள் இவனது அரண்மனைவாசலில் ஒரு பெண்ணைப்பெரிய கல்லு கிடக்கக்கண்டார்கள். இவன் அதின்மே

ல் நாள்தோறும் அநேக பிரசைகளை வெட்டுவிக்கும் வழக்கமிருந்தது. அவர்களது குற்றத்தைப்பற்றி எவ்வித விசாரணையாவது அத்தாட்சியாவது தேடமாட்டான். ஒருவர்க் கதை, அல்லது சமுசயம், அல்லது கனவிற்கண்ட காரணந்தானும் அவர்களை வெட்டுவிப்பதற்குப்போதும்." (Couto)

தன் கரைதுறைகளில் வந்தடையும் அன்னிய மரக்கலங்களைக் கொள்ளையாடுவதும் சங்கிலிமன்னனுடைய ஒழுக்கங்களுளொன்றாகக் கூறப்படுகின்றது. இது அக்காலத்துப் பலர் அரசர்களுள் நிலையூன்றிய ஒருவழக்கமேபோலும். 1543-ம் ஆண்டில் கோவைப்போர்த்துக்கேய கவனரான மார்த்திம் அல்பொன்சு தசூசா என்பவன் ஓர் படையெழுச்சியின்நடுவே ஆகஸ்மாத்தாய் நெடுந்தீவிற் கரைபிடித்து அங்கு சிலநாட் தங்கியபோது சங்கிலிமன்னன் பயந்து அவனுக்குத் திறைஅனுப்பியவிடத்து, தான் முன் போர்த்துக்கேயரைக்கொள்ளையடித்துக் கைப்பற்றிக்கொண்ட யுத்த ஆயுதங்களுக்காகவும் ஓர் பெருந்தொகைப்பணம் கட்டினுனென வாசிக்கின்றோம். (Correa)

மன்னார்க்கிறீஸ்தவர்கள் சம்மாரம்

தூத்துக்குடி வாசிகளான பரதவரிற் பெரும்பங்காளேர் 1534-ம் ஆண்டளவிற் சத்தியவேதத்திற் சேர்ந்திருந்தனர். அர்ச்சியசிஷ்ட பிரான்சீஸ்கு சவேரியாரென்னும் அருந்தவ முனிவர் 1542-ம் வருஷம் அத்திசையிலெழுந்தருளி எஞ்சியிருந்த பரதவர்களையும் அச்சமயத்தில் உட்படுத்தியமையை அறிந்த மன்னார்வாசிகளான கடையரும் சத்தியவேதத்திற் சேரவிரும்பி சவேரியாருக்குத் தூதுபோக்க, அன்னார் தாம் அவ்வேளை கைநிறைந்தவேலையோடிருந்தமையால் வரக்கூடாமல் தமதுபெயர்பூண்ட ஓர் இந்திய குருவை மன்னாருக்கனுப்பிவைத்தார். விரைவில் மன்னாருள் எழுநூற்றுவருக்கதிகமானேர் ஞானஸ்நானம் பெற்றுக்கொண்டனர். இதனைச்செவியுற்ற செகராசசேகரன், தன் மன்னார்ப்பிரசைகள் பறங்கியரோடு தனக்கெதிராய்ச் சதிமானஞ்செய்வார்களென்று அஞ்சிப்போலும், ஐயாயிரம் பேர்கொண்ட ஓர் படையை அணிவகுத்துக்கொண்டு திடீரென அத்தீவிற்புகுந்து கிறீஸ்துசமயத்தைத் தழுவினேர் அனைவரையும் பிடித்து அன்னேரை மீட்டும் தங்குலசெய்வத்தொழும்பராகும்படி ஆக்கியாபித்தான். கிறீஸ்தவர்களோ அரசனின் மிரட்டுதலுக்காதல கடையின் மீளேரிடவிருந்த மரணத்துக்காதல் அஞ்சினரில்லை. தாங்கள்

ஒருபோதுஞ் சத்தியவேதத்தை விடுவதில்லையென எல்லவ ரும் உறுதியாகச் சொன்னார்கள். மன்னவன் சீற்றம்மிகுந்து அன்னவரையெல்லாம் வாளுக்கிரையாக்க உத்தரவுசெய்தான். ஆடவர்கள்மட்டுமல்ல பெண்களும் வாலிபரோடு கன்னியர் களும் சிறுகுழந்தைகளுங்கூட தங்கள் சமயத்துக்காக உயிர் துறந்தனர். அன்னையர்கள் பால்குடிக்குழந்தைகளைத் தங் கைகளாலேயே எடுத்துக் கொலைக்காரரின்வாளுக்குப் பலிகொ டுத்த வீரச்செயல் போர்த்துக்கேயநூல்களில் புகழ்ந்து பாரா ட்டப்பட்டிருக்கின்றது. அன்று மாண்டோர் தொகை அறுநூ றுக்கும் எழுநூறுக்குமிடையிலென்னப்படுகின்றது. அவர்க ளோடு மன்னார்த்தேசாதிபதியான இளஞ்சிங்கனும் அங்கு வே தத்தைப்போதித்தவரான பிராஞ்சீஸ்குசவேரியு எனுங் குரு வானவரும் ஆருயிரை இழந்தோரானார்கள். (Letters of S. Fr. Xavier; Ep. Mixtae; Bartoli &c)

மன்னார் "வேதசாட்சி"களின் சம்மாரம் நடந்தது சரவ ருஷம் ஆடிமாதத்திலாமென வைபவமாலைகூறும். ஆயின் அ க்காலத்து எழுத்துக்களால் நாம் அறிகின்றபடி அது 1544-ம் ஆண்டுக் கடைசியில், கார்த்திகை அல்லது மார்கழியிலாதல் வேண்டும். கொலையுண்ட தலம் தோட்டவெளியாமென்பது கர்ணபரம்பரை. அங்குப் போர்த்துக்கேயர் பிற்காலம் ஓரா லயங்கட்டிவைத்தனர். அவ்வாலயத்தின் இடிகரை இற்றைக் குச் சிலஆண்டுகளின்முன் ஓர் கத்தோலிக்க குருவானவரால் கண்டுபிடிக்கப்பட்டு அவ்விடத்தில் புதிதாய் ஓர் சத்தியவேத ஆலயம் இந்நாட்களில் நிருமாணிக்கப்பெற்றுவருகின்றது.

மன்னார்க்கிறீஸ்தவர்கள் அநியாயமாய்க் கொலையுண்ட சமாச்சாரத்தைப் போர்த்துக்கேயர் அறிந்தவுடனே சொல வொண்ணாத கோபம்பொங்கிச் செகராசசேகரன்மேற் படை யெடுத்துவர உன்னினார்கள். அர்ச்சியசிஷ்ட சவேரியாரும் எம்மன்னனையே அதினால் சத்தியவேதத்திற் சேர்த்துப்போட லாமென நம்பி அப்படையெழுச்சியைத் தூண்டிவிடலானார். தாமதமின்றிப் போர்க்கப்பல்கள் ஆயத்தஞ்செய்யப்பட்டன. சேனாவீரருக்குச் சம்பளம் வழங்கப்பட்டது. கப்பற்ப டையை நாகபட்டணத்தில் அணிவகுத்துக்கொண்டு செகராச சேகரன்மேல் கதுமெனவிழ யோசித்திருந்தார்கள். ஆயின், அதற்கிடையில் பெகுநகரிலிருந்து பொன்னும் பட்டுக்களும் ஏற்றிவந்த போர்த்துக்கேய மரக்கலமொன்று சண்டமாருதத் திலகப்பட்டு யாழ்ப்பாணக்கரையையடைய, செகராசசேக

ரன் சாக்குமுழுதையும் கவர்ந்துகொண்டான். நாகபட்டணத்தில் போர்க்கோலமாய்நின்ற சேனைத்தலைவர்கட்கும் அச்சாக்குகளிற் பங்கிருந்தது. ஆதலால் எம்மன்னனோடு அத்தருணம் பகைத்துக்கொள்ளின் தமக்குப் பெரும்பொருள் நஷ்டமாகுமெனக்கண்டு பல சாக்குப்போக்குகளை எடுத்தோதி யாழ்ப்பாணப் படையெழுச்சியைப் பின்போட்டிட்டார்கள். சவேரியாரும் மனஞ்சலித்துத் திரும்பிவிட்டார்.

பரநிருபசிங்கன்

அரசாங்க அதிகாரிகளின் பொருளாசையால் அவ்வேளை யாழ்ப்பாணப் படையெழுச்சி பின்போடப்பெற்றதாயினும் போர்த்துக்கேயர் செகராசசேகரன்பேரிற்கொண்ட பகையை எளிதிற் கைவிட்டவர்களல்லர். பரநிருபசிங்கன் அன்னோரிடம் அடைக்கலம்புகுந்தமையும் அவர்களை இப்போர்முயற்சியிற் தூண்டிக்கொண்டிருந்தது. வைபவமாலை பரநிருபசிங்கன் என்றழைக்கின்ற சங்கிலியனின் தமையனை பாதர் குவேரோஸ் Vagru Tucuri Pandarao என்கிறார். இப்பெயர் ஓர் வேளை வீரோதயசிறீபண்டாரம்போலும். (எமது Kings of Jaffna p. 11 காண்க.) இது அவனது அரசுக்குரியபெயரும், பரநிருபசிங்கன் வீட்டுப்பெயருமாகலாம். மன்னாரை அரசன் வன்கொலைசெய்தபின் நல்லூர்ப்பட்டணத்தில் செகராசசேகரனுக்குமாருயும் உண்மையில் அரசுரிமைகொண்ட பரநிருபசிங்கனை அரியாசனத்திலேற்றும் நோக்கமாகவும் உள்ளூர்க் கலகமொன்று நடந்தது. அந்நாள் யாழ்ப்பாணத்திலும் சிறுதொகையான கிறீஸ்தவர்கள் கரந்துறைந்துவந்தனர். இவர்களை மன்னார்க்கிறீஸ்தவர்களின் கொலைக்குப் பழிவாங்கும்பொருட்டுப் பரநிருபசிங்கன்பக்கமானோர்களெனச் செகராசசேகரன் ஐயுறவுகொண்டு தன்னைக்கெட்டிய கிறீஸ்தவர்கள்யாவரையும்பிடித்துச் சிறைக்கூடத்திலடைத்ததோடு தமையனையும் கைதியாக்கத்தேடினான். ஆயின் பரநிருபசிங்கன் தன்னோடுகூடிய சில்லோருடன் சூழ்ச்சமாய்த்தப்பியோடி மயிலாப்பூரை அடைந்து அங்கிருந்துகரைமார்க்கமாய்க்கோவைக்குச்சென்றான். அங்கு போர்த்துக்கேய கவனரால் அன்பாய் வரவேற்கப்பெற்று ஒருநாள் யாழ்ப்பாணஇராச்சியத்தின் அரசுரிமை தனக்குக்கிடைக்குமென்ற நம்பிக்கையோடு சத்தியவேதத்தையுந் தழுவிக்கொண்டான். (Du Jurric)

இவைதாம் கண்டகண்டசாட்சிகள் வரைந்துவைத்த உண்மைவரலாறுகள். வைபவமாலைகூறும் அப்பாவின் மகன்

கதை ஓர்வேளை உண்மையாகலாம், செகராசசேகரனின் தூர்த்தஒழுக்கத்தைப் பாதர்குவேறோசும் குறிப்பிட்டிருக்கின்றார். (p. 298) ஆயின் தாங்கம்பாடியில் போர்த்துக்கேயர்இருந்தமை, காக்கைவன்னியன் ஊருத்துறைக்கு வந்தமை, அப்பா அவனுக்கு ஓலைகொண்டுசென்றமை ஆதிய விபரங்களெல்லாம் தடுமாற்றமேயென்பது மேல்வருவனவற்றால் விசுசிதமாகும்.

பரநிருபசிங்கன் யாழ்ப்பாணச்செங்கோல் கைக்கொள்வதற்கு அர்ச்சியசிஷ்ட சவேரியாரின் துணையையுந்தேடிக்கொண்டனன். போர்த்துக்கல்தேசப்பார்த்திபன் இவ்விஷயமாய் கோவைத்தேசாதிபதிக்கு எழுதியகடிதத்தை இன்றைக்குங் காணலாம். (Kings and Christians 123-ம் பக்கம் காண்க.) ஆயின் அந்நாட்களில் போர்த்துக்கேயருக்கிருந்த பல தொல்லைகளின்நிமித்தம் உடனே யாழ்ப்பாணஅலுவலைக் கையாளமுடியாமற்போய்விட்டது. செகராசசேகரனைப் புசவலியால் நெறிப்படுத்த இயலாமையைக்கண்ட சவேரியார், புத்திமதியால் வசப்படுத்தஎண்ணி அவன் தலைநகரிக்கு 1548-ம் ஆண்டு வந்தனரெனச் சரித்திராசிரியர்கள் சிலர் கூறுவர். "சவேரியான்பறங்கிவந்துகோட்டையைப்பிடித்துக்கொடுத்தான்" எனவும், "சவேரியார் எரித்த பூவரசடி" எனவும், சவேரியார் நின்று பிரசங்கம்பண்ணின புளியடி எனவும் சொல்லப்படும் கர்ணபாரம்பரியங்களையும் நோக்குக. (Hist. of the Cath. Church in Ceylon 66,67 காண்க)

தமிழ்ச் சிங்கள ஐக்கியம்

செகராசசேகரன் தன்னைப் போர்த்துக்கேயர்க்கும் அவரோடு ஐக்கியம்பூண்டிருந்த ஜயவர்த்தனகோட்டை அரசனான புவனேகவாகுவுக்கும் எதிராய்ப் பெலப்படுத்திக்கொள்ளுமாறு இப்பிந்தியவனின் சகோதரனும் சத்துருவுமான சீதாவக்கை அரசன் மாயாதுன்னையின் ஐக்கியத்தைத்தேடுவோனானன். இவ்விருவரோடும் கண்டி அரசனான விக்கிரமவாகுவும் இணைந்துகொண்டனன். முன், 1545-ம் ஆண்டளவில் ஐக்கியஅரசர் மூன்றும் கூடியும் புவனேகவாகுவுக்கு இணைசொல்லமாட்டாது அவ்வவர்மாட்டு ஒதுங்கிவிட்டனர். பின்பு இரண்டாண்டுபொறுத்து செகராசசேகரன்மட்டும் மாயாதுன்னையோடுசேர்ந்து கோட்டையரசனைத்தாக்க வெளிப்பட்டான். எம்மன்னவன் தனக்குமேலிராசனான தஞ்சாவூர் நாயக்களிடத்திருந்தும் பெறலுக்கொண்ட அஞ்சாநெஞ்சரா

ண வடக்கர்களும் சோனகர்களும்கொண்ட பலத்த சேனையோடுசென்று மாயாதுன்னையின் படைஅணியை அடைந்தான். சீதாவாக்கைச்சேனையும் யாழ்ப்பாணச்சேனையும் பித்திகல், அப்பித்திகம், சியனேகோறளைகளை ஊடறுத்துச்சென்று ஜயவர்த்தனகோட்டையின் சமீபத்தில் சடிதியில் பாளையமிறங்கியிருந்ததைக்கண்ட கோட்டைவாசிகள் வெருவிக் கலங்கினார்கள். ஐக்கியசேனையின் உத்தண்டபலமும் முற்றுகையின் வீராவேசமும் எங்ஙனமிருந்தனவென்றால் இதோகோட்டை விழுந்தது, புவனேகவாகுவின் அரசுபத்தியம் தீர்ந்தது என்றபடியாயிற்று. கோட்டையினுள்ளிருந்தோர் அங்குள்ள போர்த்துக்கேயரின் உதவியோடு உயிரைத் திரணமாய்மதித்துப் போராடினர் கொழும்பிற் தங்கிய போர்த்துக்கேயரும் இனித் தாங்கள் இலங்கையிலிருந்தபாடில்லையெனக்கண்டு தீவிரித்து வந்து கோட்டைச்சேனையோடு சேர்ந்துகொள்ளவே இருபாலாரும் ஒத்து 1547-ம் ஆண்டு ஆடி மாதம் 10ந் திகதியன்று அதிகாலையில் புறம்போந்து முற்றுகையிட்டிருந்த ஐக்கியசேனைத்தளங்களுள் நுழைந்து எதிர்ப்பட்டோரையெல்லாம் வெட்டி வீழ்த்தத் தலைப்பட்டனர். சத்துருக்கள் முதலாம் இரண்டாம் படையணிகளைக்கடந்து தன் பாளையத்துக்கு வருகின்றார்களென்றதை அறிந்த செகராசசேகரன் தைரியமாய்ப் போராடி எதிரிகளை முதுகு காட்டச் செய்தான். செய்யவே, கோட்டைச்சைனியங்களின் விக்கிரமசிங்கமாய் நின்ற விதிராசன், (புவனேகவாகுவின்மருகன்) வெகுண்டு தன்பலங்களை ஒருங்கு திரட்டிப் போர்தொடுத்தனு, ஐக்கியசேனை முரியடிபட்டு அங்குமிங்குமோடத்தலைப்பட்டது. செகராசசேகரனும் மாயாதுன்னையும் நாணித் தலைகுனிந்து தத்தம்பதிக்குத் திரும்பினார்கள். (Conquista pp 112-3)

சின்னாட்களுக்குள் வேறொரு காற்று வீசுவதாயிற்று. செகராசசேகரன் மாயாதுன்னைக்குமாறாய்ப் புரண்டு புவனேகவாகுவுக்கு ஒருவாறு நண்பனாயினான். அஃதெவ்வாறெனில், சீதாவக்கைஅரசன் 1549-ம் ஆண்டின் முற்கூற்றில் கோவையிலுள்ள போர்த்துக்கேய அதிகாரிகளுக்கு ஓர் தானுபத்தியம் அனுப்பி, புவனேகவாகுவை விசுவாசத்துரோகியென அபதூறுமுடைந்தும், தன்னை அப் போர்த்துக்கேய அரசுக்கு உவந்தவனாக, அதன் மேலாட்சியையேற்றுக்கொள்பவனாகக்காட்டியும் பகைமூட்டினமையால், அன்னோர் புவனேகவாகுவைச் சிட்சிக்கத்தேடினர். இச்சூழ்ச்சிகளைச் செவிமடுத்த புவனேகவாகு யாதுசெய்வதென அறியாமற் திகைத்து, பின் இ

லங்கை அரசர்களைத் தன்வசமாக்கிப் போர்த்துக்கேயருக்கு எதிராய்ப் பெலங்கொண்டுநிற்பதே தகைமையென்று தெளிந்து சீதாவக்கை, யாழ்ப்பாணம், கண்டி எனும் மூன்று இராச்சியபதிகட்கும் ஒவ்வோர் தானாபதியைத் தூதுபோக்கினான். தானாபதிகள் மூவரும் இராசகுடும்பத்தைச்சேர்ந்த முதலிமார்கள். சீதாவக்கைக்கு Rata Bau என்பவனும், கண்டிக்கு Camereada என்பவனும் எம்நல்லூருக்கு VanuRaja Bau என்பவனுஞ்சென்றனர் (போர்த்துக்கேயத்தில் கண்ட இப்பெயர்கள் சிங்களத்தில் எவ்வாறுநிற்குமோ அறியோம்.) மூவரசர்களுள் மாயாதுன்னையும் விக்கிரமவாகுவும் கோட்டை அரசனின் தூதை அங்கீகரித்தாரில்லை. செகராசசேகரன்பட்டும் புவனேகவாகுவின்கேள்வியை ஒருவாறு ஏற்றுக்கொண்டு, தான் அவ்வேளை கோட்டைமேலாட்சியை ஒப்புக்கொள்ளின் தன் மேலரசனான தஞ்சாவூர்நாயக்கன் தன்னோடு முட்டிக்கொள்ளலாகுமெனவும், ஆதலால் புவனேகவாகுவின்கேள்விக்கிசையக்கூடாவிடினும் ஜயவர்த்தனகோட்டைக்கு எதிராகத் தான் இனிப் படைஎடுப்பதில்லையெனவும் கூறிச் சத்தியமுஞ்செய்துகொடுத்தான் (Conquista p. 225)

திருக்கோணமலை வன்னியராசன்

1551–52-ம் ஆண்டில் நிறைவேறிய நிகழ்ச்சியொன்றில் யாழ்ப்பாண அரசருக்கும் திருக்கோணமலை வன்னிய அரசருக்குமிடையிலிருந்த உறவு வெளிப்படுகின்றது. கோணேசர் கல்வெட்டை நம்பலாமெனில் திருக்கோணமலையின் வன்னியர்கள் கோணேசர்கோயிலோடு சம்பந்தப்பட்ட கிராமத்தலைவர்களேயாம். (கல்வெட்டு பக். 2) காலகதியில் சுற்றுக்கிராமங்களையுங்கட்டியாண்ட சிற்றரசர்களாயினார்போலும். இச்சிற்றரசர்கள் பிறவன்னியர்களைப்போல ஒருகால் வடதிசையின் தமிழ்அரசர்களது மேலாட்சியின் கீழிருப்போரும் ஒருகால் சிங்கள அரச மேலாட்சிக்குப்பணிவோரும், ஒருகால் எவர்க்கும் அடங்காமற் றிமிறித்திரிவோருமாய் நின்றிருப்பர். மகாசெகராசசேகரனை ஐந்தாவனது காலத்தில் திருக்கோணமலை யாழ்ப்பாண அரசுள்ளடங்கியிருந்ததுபோலும். (முன் 98-ம் பக்கங்காண்க) ஆயின் 1546-ம் ஆண்டளவில் மட்டக்களப்பிற்போல இங்கும் ஓர் சிற்றரசன் இருந்து ஆண்டமையையும், கண்டி விக்கிரமவாகுவின் இராசசபையில் இருவருடைய தூதர்களிருந்தமையையும் காண்கின்றோம். (Kings and Christians p. 132) விக்கிரம

வாகு அக்காலம் திருக்கோணமலையைத் தனது துறைப்பட்டணமென உரித்தாடியதையும் அங்கு தன்னைப் பாதுகாக்கும் போர்த்துக்கேயர் ஓர் பண்டகசாலை கட்ட உத்தரவுகொடுத்ததையும் அவ்வாறே அறிகின்றோம். (ஷை p. 81.)

1551-ம் ஆண்டளவில திருக்கோணமலை வன்னியனார் துஞ்சிவிட, அவனது அரசுரிமையைப்பூண்ட குமாரன் எட்டு வயசுள்ள இளவலாயிருந்தமையால் அரசைப் பரிபாலிக்கும் பொருட்டு அக்குடும்பத்துளொருவனைத் தெரிந்தெடுத்தனர். இதனைச் செகராசசேகரனறிந்து தானே இறந்த வன்னியனாருக்கு அதிக இரத்த உரித்துக் கொண்டவனெனவும் அதனால அத்தேசப் பரிபாலனம் தனக்குரியதெனவும் வாதாடுவோனாயினான். அவ்வன்னியனார் சங்கிலியனின்பேரனான கனகசூரிய சிங்கை ஆரியச் சக்கரவர்த்திக்கு மகன்முறையானவனென்ப. (Courtenay p. 975) அவ்வாறாயின் இரு ராசகுடும்பங்கட்குமிடையில் இவ்வுறவிருந்தமையை அறிவது மனோகரமே. அதுகிடக்க, செகராசசேகரன் திருக்கோணமலைஅரசை மேற்கொண்டமையால், அதைப் பரிபாலிக்க ஏற்பட்ட வன்னியனார் குடும்பத்தவன் அரச இளங்குமாரனையுங்கொண்டு நாற்பது மெய்க்காவலரோடுங் கோடிக்கரைக்குஓடி அங்கு பாதவ கிறிஸ்தவர்கள்மூலமாகச் செகராசசேகரனுக்கெதிராய்ப் போர்த்துக்கேயருடைய உதவியை நாடினான். நாடினவன் தூத்துக்குடியிற் சிலகாலந்தங்கிப் பாதவர்களோடு ஊடாடி அவர்களது சத்தியவேதத்திலுஞ் சேர்ந்துகொண்டபின், பாதவர்கள்கொடுத்த ஓராயிரம் போர்ச்சேவகரோடும் சில போர்த்துக்கேயரோடும் திருக்கோணமலைக்கு மீண்டபோதிலும், தன் கோரிக்கையை முடிக்கமாட்டாமற்போயினான். ஆகவே பாதவசேனை இராசகுமாரனோடு தூத்துக்குடிக்குத் திரும்பிவிட்டது. பரிபாலகனும் மெய்க்காவலர்களும் ஊரிற்றங்கியிருந்தனர். சிலநாட்கழித்து செகராசசேகரன் இவனையே தனக்குக்கீழ் அரசைநடத்துமாறு விட்டிட்டான். (Bartoli III 224)

இதற்கிடையில், ஞானஸ்நானத்தில் அல்பொன்சு என்னும் கிறிஸ்தசமயத்தை அடைந்துகொண்ட திருக்கோணமலை இராசகுமாரன் கோவைப்பட்டணத்துக்கு அனுப்பப்பட்டு அங்கு “சம்பாவுலுகலாசாலை”யில் கல்விபயின்று தன் புத்திச்சணியத்தினாலும் வேதவிசுவாசத்தினாலும் போர்த்துக்கே

யரால் மிக விரும்பப்பட்டவனானன். அன்னோர் காலகதியில் செகராசசேகரனைச் சிங்காசனத்தால்வீழ்த்தி யாழ்ப்பாணத்துக்கும் திருக்கோணமலைக்கும் இவனையே அரசனாக்கலாம் என்று எண்ணமிட்டுக்கொண்டிருந்தனர். (Ceylon Antiq I 222) அக்காலம் பரநிருபசிங்கன் பரமபதமடைந்துவிட்டனைபோலும்.

வீதிராயனுக்குற்ற விபத்து

எம்மரசன் பறங்கியசில் பழிவாங்கநின்றமை பிரசித்தம். அன்னோருக்கெதிராய் யார் வருவாரோ அவரோடு உதவுகொண்டாடுவதில அதி ஊக்கமாயிருந்தவனாகவே, வீதிராயன் எனும் பெலெந்தாநகரத் தலைவன் வெருசமரிற்தோற்றோடிவர அவனை இருகரமும்விரித்து ஏற்றுக்கொண்டான். இவன் வீதிராயன் வீதியேபண்டாரம், தெருவேபண்டாரம் எனும் மறுநாமங்களுமுடைய உத்தண்டவீரசூரன். கோட்டைப்புவனேகவாகுவின் பெண்கொண்ட மருகன். புவனேகவாகு 1552-ம் ஆண்டு குண்டுபட்டு இறந்துவிட அவன் பேரனை இவன்மகன் தர்மப்பாலனைப் போர்த்துக்கேயர் அரசனாக்கிவைத்தனர். வீதிராயன் முன் தன் மாமன் கீழும், பின் மகனுடைய அரசிலும் தளகர்த்தனாயிருந்தவன், போர்த்துக்கேயரோடு பிணங்கிக்கொண்டதனால் அன்னோர் இவனைத் தந்திரமாய்ப்பிடித்துச் சிறையிருத்தினர். தன்மனைவியின் உதவியால் மறியற்கூடத்தைச்சார்ந்ததோர் தோட்டத்தினின்றும் அக்கூடத்தினுக்குக்கீழாய்ச் சுரங்கமறுப்பித்துத் தப்பியோடும்அதிட்டம் இவனுக்குவாய்த்தது. வாய்க்கவே, புறம்போந்து ஓர் பலத்த சேனையைச் சேர்த்துக்கொண்டு கொளும்புதொடக்கம் காலியீறாக போர்த்துக்கேயருடைய கோவில்களைத்தகர்த்தும், கிறிஸதவர்களிற்பலரை வாளுக்குணவுகொடுத்துத் துன்புறுத்தியும் தன்பகைவர்களில் மனங்கொண்டமட்டும் பழிவாங்கியபின், சின்னாட்களுக்குமுன் தன்சத்துருவாயிருந்த மாயாதுன்னையோடு உறவாடி அவன்மகளான ஓர் கைம்பெண்ணையும் வதுவைசெய்பவனானன். அப்பால் மாமனோடு ஏதோ குடும்பவிஷயமாய்ப் பகை மூளுதலும், மனைவியையும் மாமியையும் இட்டுக்கொண்டுபோய் பெலெந்தா எனும் பட்டணத்தை அரண்படுத்தி அங்கிருந்து மாயாதுன்னையோடு கொடும்போர் நிகழ்த்தலுற்றான். இதற்கிடையில் ஒருகால் தர்மப்பாலனுக்கும் போர்த்துக்கேயருக்கும் சத்துருவாயிருந்த சீதா

வக்ணை ஈ மன்னன் இப்போது அவர்களோடு ஐக்கியமாகிவிடவே இருகன்னையும்சேர்ந்து வீதிராயனைத்தாக்கின. பெலெந்தாவின் அதிபதி அபஜெயப்பட்டுத் தோற்றோடிக் கண்டிராசனைச் சரணமடைந்தான். மாயாதுன்னை இவன் தலைநகரிக்குப் படையெடுத்துச்செல்லுவதென மிரட்டவே அங்குங்களை கண்ணில்லாமல் ஒதுங்கிப்பதுங்கித் தன்மனைவி, மாமி ஆகியரோடும் தான் கொண்டுசென்ற திரவியங்களோடும் சிறுப்பரிவாரத்தோடும் யாழ்ப்பாணத்தைச்சேர்ந்து எம்அரசனின் உத்தரவுப்படி தாராக்குளத்தடியிலோ தாமரைக்குளத்தடியிலோ பாளையமிட்டிருந்தான்.

வீதிராயனுடைய அபிலாசையாதெனில், ஓர் மகாபடையைச் சேகரித்து அணிவகுத்துக்கொண்டு போர்த்துக்கேயருக்கும் அவரை ஆதரித்த பிற இலங்கையரசர்களுக்கும் எதிராய்ச் சமராடி எந்துவீபம் முழுதினையும் தானே தனிக்குடைக்கீழ் ஆளவேண்டுமென்பதாம். தான் ஆடிய போர்களிலெல்லாம் உடன்கொண்டு திரிந்த புத்ததந்ததாது தனக்கே ஏகசக்கிராதிபத்தியத்தைத்தரும் என்ற குருட்டுநம்பிக்கையும் அவன்நெஞ்சத்தில் உறுத்திநின்றது. போர்த்துக்கேயரை இலங்கையினின்றும் துரத்திவிடும் துணிகரநோக்கங்கொண்ட ராயனைக்காணுதலும், செகராசசேகரனுக்கு ஒருபுசம் இருபுசமாகி உளம்பூரித்தது. இதுவே தன் உள்ளக்கிடக்கைகளை நிறைவேற்றிக்கொள்ளுதற்குநல்லதருணம் என்று இவனுக்குத்தோன்றிற்று. ஆதலால் இப்பிரயத்தனத்துக்கு வீதிராயனையே தளகர்த்தனுக்கக்கருதிச் செகராசசேகரன் அவனோடு ஓர் பொருத்தஞ்செய்துகொள்ளலாயினன்.

இருதிறத்தாரும் சத்தியஞ்செய்வதற்கு வீரகாளியம்மன் கோயிலின்முன்வந்துகூடினார். செகராசசேகரன் தனது தலையாரிமார், வன்னியர்கள், முதலிமார், ஆராய்ச்சிமார், சேனாபதிகள் ஆகியோர் புடைசூழநின்றான். வீதிராயனும் தன் பரிவாரத்தோடு ஆலயமுன்றிலில் வந்தான். அவ்வேளை அகஸ்மாத்தாய் வெடிமருந்திற் தீப்பற்றிப் பளீரிடவே, சிங்கள அதிபதி தனக்கு ஏதோ சதிமானம் இழைக்கப்படுகின்றதென்றஞ்சித் தன் வாளை உறைகழித்தான். உடனே தமிழருக்கும் சிங்களருக்குமிடையில் ஆயுதப்பிரயோகம் நிகழலாயிற்று. அவ்வமரில் வீதிராயனும் சிங்களர் சிலரும் மாண்டனர். அவனுடன்வந்த இராசகுடும்பத்தவர்களும் அவன் திரவியமுழுமையும் புத்ததசனமும் செகராசசேகரன் கைப்பட்டன.

இவ்வமங்கலம் செகராசசேகரனுக்கு அடங்காத்துயரை மட்டுமன்று பயத்தையும்விளைத்தது. அவமிருத்தடைந்த இராயனதுஆவி தன் இராச்சியத்துக்குப் பங்கம்வருத்துவதுமாகலாமென அஞ்சினன். ஆதலால் அவனை ஓர் தெய்வமாகப் பாவித்து ஆலயமும் ஒன்று அவனுக்கு நிர்மாணித்தான். (Conquista p. 267) நல்லூர்க் கோட்டையின் வடக்குவாசலுக்கணிமையில் காணப்படும் பூதராயர்கோயில் இச்சம்பவத்தினை நினைப்பூட்டுகின்றதேயோ?

ஒன்பதாம் அதிகாரம் முற்றும்.

பத்தாம் அதிகாரம்.

பறங்கிப்படையெழுச்சி
1560

வீதிராயன்மாண்டமை பறங்கியருக்குக் குதூகல காரணமாயிற்று. ஆயின், செகராசசேகரன் முன்னிலும் அதிக துணிவோடு தம் பிரசைகளையும் அவர் தம்முட் கிறிஸ்தவர்களானோரையும் வருத்தியதோடு யாழ்ப்பாணத்துறைகளையடையும் அன்னியகப்பல்களைச் சூறையாடிக்கொண்டும் வந்தமை பறங்கியரின் பழைய கோபாக்கினியுள் ஓயாமல் நெய்வார்த்துக் கொண்டிருந்தது. இதனோடு அன்னார் யாழ்ப்பாணத்திற் படையேற்றுதற்கு இன்னுமொரு முகாந்திரம் ஏற்பட்டமை எவ்வாறெனில், விஜயநகர அதிபர்கள் தங்கீழுள்ள கிறீஸ்வர்களை ஒடுக்கி நெருக்கிக்கொண்டுவருவோராயினர். அக்கிறீஸ்தவர்களுள்ளே அதி துர்க்கதியடைந்திருந்தோரான மயிலாப்பூர்ச் "சந்தோகமை"க்கிறீஸ்தவர்களை அவ்வூரைறப் பெயர்த்து வேறிடத்தில் காட்டுதல் ஆவசியகமாயிற்று. இதற்கு வாய்ப்பான இடம் யாழ்ப்பாணமாமெனப் போர்த்துக்கேயராது இந்திய பிரதிராசாவான கொன்ஸ்தந்தீனு த பிறகன்சா என்போன் எண்ணினன். எண்ணி, இத்தருணம் எவ்விதத்திலும் யாழ்ப்பாணத்தைக்செயித்து பழம்பழியையும் முடித்து சந்தோமைக் கிறீஸ்தவர்களையும் சேமமாய்க் குடியேற்றி போர்த்துக்காலின் கட்டுக்கப்பாற்பட்ட இராச்சியத்திற்கு ஓர் புதியமகாரணத்தை வென்று கொடுக்க உன்னினன். விரைவிலே சகல ஆயத்தங்களும் நிறைவேற்றப்பட்டன. பிறகன்சாதானே படைத்தலைவனாகி 92 மரக்கலங்களை அணிவகுத்துக்

கொண்டு 1560-ம் ஆண்டு செப்டெம்பர்மாதம் 7-ம் உ கோவையைவிட்டுப் புறப்பட்டான். கொச்சியில் இன்னும் 7 போர்க்கப்பல்கள் படையிற் சேர்க்கப்பட்டன. அப்பாகங்களின் மேற்றிராணியாரான தெமூது என்னும் மகாகுருவும் தமதுஉத்தியோகமுகாந்திரமாய் யாழ்ப்பாணத்தைநோக்கி வழிகொண்டார். இன்னும் பிறகுருமாரோடு யேசுசபையின் சிரேஷ்டகுரவரும் சென்றார். செகராசசேகரனைத்தோற்கடித்தபின் யாழ்ப்பாணச்சிங்காசனத்தில் ஏற்றிவைக்கும்பொருட்டு பிறகன்சா இட்டுக்கொண்டுவந்த தொன் அல்பொன்சு என்னும் வன்னிய இளவரசனும் சேனாவீரர்களுள் ஒருவனானான்.

கப்பற்படையானது யாழ்ப்பாணக்களப்பில்வந்து ஒக்டோபர் மாதம் 20-ம் திகதி நங்கூரம்போட்டது. பிறகன்சா கரைகளைப் பார்வையிட்டு இரண்டுநாட்களாகப் பரியாலோசனை செய்தபின் பட்டணத்துறையில் இறங்கத்தீர்மானித்தான். இது இக்காலம் பண்ணைத் துறையெனவழங்குவது. எம்மரசனுடைய பெலம்முழுவதும் இத்துறையிலன்று கொழும்புத்துறையிலிருந்தது. அங்கு 500 காற்துவக்குகளும், 40 பீரங்கிகளும் 20 ஒளிகளும் அமைத்திருந்தான். அத்துறையிலேதான் சத்துரு கரைபிடிப்பானென்றிருக்க காரியம் வேறுவிதமாயினமை செகராசசேகரனுக்கு நெஞ்சிடியாயிற்று. அதுநிற்க, பறங்கியர் இரண்டுநாளின்பின் சிறுத்தீவிலிறங்கி அங்கு அதிகாலையில் தங்கள் சமய நிஷ்டைகளை முடித்துக்கொண்டு பின்னேரம் மூன்று மணியளவில் பண்ணைத்துறையை நோக்கிவந்தார். சத்துரு வட்டமிட்டுவருவதைக் கண்ணுறுதலும், பட்டத்துக்குமாரன்—செகராசசேகரனின் தலைமகன் போலும்—ஈராயிரம்பேர்கொண்ட சேனைக்கதிபனாய் "சேது"வென்ற விருதுநாமம் வரைந்த வெண்சங்கக்கேடயக்கையனாய்ப் பட்டணத்துறையைநோக்கி ஓடிவந்தனன். வந்தும் பறங்கியரின் கப்பல்கள் சொரிந்த குண்டுமாரிக்கு ஆற்றாது பின்னிடவே சத்துருக்கள் எதிரிடையின்றி இறங்கிக்கொண்டனர்.

நல்லூர்ப் பிரவேசம்

பறங்கிப்படை 1200 பேர் மாத்திரங் கொண்டதாயிருந்தும் அணிவகுப்பாலும் புசபலத்தாலும் சிறந்து விளங்கிற்று. அதை ஐந்து சிறகுகளாகப்பிரித்து முன்னணியில் ஓர் குருவானவர் "கிறீஸ்துவின்கொடி" யைச் சுமந்துசெல்ல, பிறகன்

சா பின்னணியில்வர ஒழுங்குசெய்யப்பட்டது. சகலரும் யுத்த சன்னத்தராகியபின் "கிறீஸ்துவின்கொடி" தலைகாட்டலும் சைனியமுழுதும் அதைத்தெண்டனிட்டு வணங்கி "சந்தியாகூ" என்று பேர்ச்சத்தமிட்டுக்கொண்டு பட்டணத்தை நோக்கி நடந்தது. மீண்டொருகால் பட்டத்துக்குமாரன் எதிரிகட்டிப்பார்த்தும், ஆற்றாமல் சில சிவர்களையுமிழந்து ஓடிமறைந்தான். சத்துருக்களமுன்னேறி நல்லூருக்கப்பாற்கிடந்த காட்டையும் ஊடறுத்துச்செல்லுகையில் அப்பாலுஞ் சிலஅரண்கள் தோன்றின. அவற்றைக் காவல்செய்தோரையெல்லாம் முதுகிடச்செய்து நல்லூர்ப்பட்டணத்தை நெருங்கிவரவே, தமிழ்ப்படையானது மதிலின்முன் இரண்டு அணியாகநின்று சத்துருக்களைத்தாக்கினது. கோட்டைப்புரிசை கல்லுங் களிமண்ணுஞ்சேர்ந்து எடுத்ததாய் துலக்கு வீரர்க்காகும் அகழியுடையதாய் எப்புழைகளில் குண்டுப்பிரயோகக் கருவிகள் அமைத்ததாய் விளங்கியது. தமிழ் முன்னணியானது பறங்கியரை வீராவேசத்துடன் தாக்கவே இவர்கள் தம்பலமெல்லாம் ஒருங்குசேர்த்துத் தமிழரைத்தாக்க அன்னோர் அபசெயப்பட்டும் பலர் உயிரிழந்துவிழ எஞ்சினோர் பின்னணியை நாடிப்போடினர். ஞாயில்களிலிருந்து குண்டுமாரிசொரிந்து இப்பின்னணியைக் காவல்பண்ணியும் பறங்கியர் எதிர்கொண்டு மதிலினையடைந்து ஓர் வாயிலை உடைத்துவிட்டுப் பட்டணத்துட் சரிந்தனர். அங்கு அதன் முக்கியதெருவில் இறங்குதலும், ஓலைகளின்கீழ் மறைத்துவைத்திருந்த மூன்று பிரங்கிகள்வெடித்துக் குண்டுசொரியவே பறங்கியரில் எண்மர் மாண்டனர். இதனைக்கண்ணுற்றவுடன் பறங்கியரின் வீராவேசம் மிகத் தூண்டப்பெற்றதனால் அன்னோர் சிங்கேறுகளென்னக் குதித்துப் பாய்ந்து பீரங்கிகளைக் கையாடிக்கொண்டு தமிழ்ப்படையின்மேல் வீழ்ந்து பலரைத் தென்புலஞ்சாயத்துத் தடைதட்டிக்கொண்டுநிற்கவே தமிழரும் ஊழிக்காலத்தீயென்னக் கோபம்மூண்டு சமராடி முன்னணியில் நின்ற பிறகன்சாவின் குதிரையை அவன்கீழ் வெட்டிவீழ்த்தியும், வீடுகளிலுந் தோட்டங்களிலுமிருந்து சரமாரிசொரிந்தும் எதிரிபடையை வருத்தினர். பட்டத்துக்குமாரனின் படையிலமர்ந்து நின்றோராகிய வடக்கரும் சோனகரும் வெகுண்டு தங்கள் கஞ்சா மயக்கத்தின் கடுமேவ உயிரைத் திரணமாய் மதித்துப் போராடினர். ஆயினுமென்? பறங்கியர் தம் முயர்தரமான படைப்பழக்கத்தினுதவியால் ஒழுங்கின்றி மொய்த்துக்கொண்டிருந்த தமிழ் வீரர்க

ளெல்லாம் ஒதுக்கி ஓர்பக்கத்தெருவழியாய் ஓட்டம்பிடிக்கவிட்டனர். இங்கு தமிழ்ப்படை ஐயாயிரங்கொண்டதாய்த் திரண்டு சிறிதுநேரம் பறங்கிப்படையின் ஓர்சிறகை நெருக்கிக்கொண்டிருந்ததை அறிந்த பிரதிராசா அவண் ஓர் உபபலம் அனுப்பித் துணைபுரியவே பட்டத்துக்குமாரன் இனிமுடியாதென்று கண்டு முதுகிட்டோடி அரசன் நின்றுகொண்டிருந்த தெருமுகப்பிலே அடைந்தான். அது கோட்டைவாயிற் றெருப்போலும்.

அரசன் நழுவிவிடல்

இவ்வாறு நல்லூர்க்கோட்டை புறநீங்கலாய்ப் பட்டணம் பிறகன்சா என்னும் போர்த்துக்கேய பிரதிராசாவைகைப்படவே போர்வீரர்கள் அங்குமிங்குமோடிச் சூறையாடத்தலைப்பட்டனர். சூறையாடிய பொருட்களுள் ஒன்று விதிமாசசகொண்டுவந்த புத்ததசனமாமென்பது கவனிக்கத்தக்கது.

அன்று யுத்த மறியற்காரராய்ப் பிடிக்கப்பட்ட ராசகுடும்பத்தவர்களுள்ளே பட்டத்துக்குமாரனுடைய ரூபலாவண்ணியமுள்ள மனைவியும் ஒருத்தியாயினாள். இவர்களைப் போர்த்துக்கேயர்கள் இவர்களது பதவிக்கேற்ற மரியாதையோடு உபசரித்தார். அப்பால் அந்திப்பொழுதாகிவிட்டமையால், பிறகன்சா கோட்டையின் முற்றவெளிக்கணித்தாக இரவைப் போக்கி மறுநாள் உதயத்தில் கோட்டையைப்பிடிக்கும நோக்கமாய்ச் சிலவீடுகளைப் பிடுங்கிவிட்டுப் பாளையமிட்டுக்கொண்டான்.

நல்லூர்க்கோட்டை அக்காலப் போருக்குப் போதிய பலமுள்ளதாயிருந்தமையால் செகராசசேகரன் அதிலிருந்து போர்தொடுப்பானெனப் பறங்கியர் காத்திருந்தனர். ஆயின் அர்த்தசாமத்தில் அவன் தன் திரவியங்கள் அனைத்தையும் அள்ளிக்கொண்டு அரண்மனைக்கும்நெருப்புவைத்திட்டுக் கோப்பாய்க்கோட்டைக்கு ஓட்டம்பிடித்தான. இது "சுடாத செங்கற்களால் நன்றாய்ச் சமைக்கப்பட்டுக் கொத்தளங்களோடும் உருண்டைக்கோபுரங்களோடும் கூடியதாய் நயமான பெலனுள்ளதாய்" விளங்கியது. (Couto) இதன் நிலையம் மானிப்பாய்க் கைதடித்தெருவும் யாழ்ப்பாணப் பருத்தித்துறைத்தெருவும் குறுக்கிடுஞ் சந்திப்பின், வடகிழக்குக் கோணத்தில் தற்காலம் ஸ்ரீ வேரட்ஸ்போத் குடும்பத்தினரது ஆட்சியில்

ருக்கும் "பழையகோட்டை" எனும் வளவாமெனி எம்மால்
சில ஆண்டுகளின்முன்னர்கண்டுபிடிக்கப்பட்டது. (Ceyl. An-
tiq-11-194) அதிகாலையில் பேர்த்துக்கேயர் எரிகின்ற
உரண்மனையைச்சருவ எழுந்தபோது, அது தன்னைக்காப்போர்
ரின்றி வெறிதாயிருக்கக்கண்டு அதனைக்கைப்பற்றிக்கொண்டு
நகரத்தின் "பெரியஆலயத்"தைச் சுத்திசெய்து அதிலோர்
ஸ்தோத்திரப்பூசை செய்வித்து மகிழ்ந்தனர். இப் "பெரிய
ஆலயம்" தற்கால நல்லூர்க் கந்தசுவாமி கோயில் இருக்குமி
டத்தில் நின்றது போலும். பின்பு வீடுகளைத்துறந்து ஓடிப்
போயிருந்த நகரவாசிகளுக்கு அபயங்கொடுத்துப் பறைசாற்
றுவிக்க அவர்களும் சமாதானமாய் வந்து குடிகொண்டனர்.
அயற்கிராமத்தவர்கள்; கோழி, வெண்ணெய், வாழைப்பழம்
ஆதியவற்றைக் கொணர்ந்து பறங்கியருக்கு விற்கத் தலைப்ப
ட்டார்கள். அப்பால் பிறகன்சா, அரிசிகொண்டுவரும்படி
யும் யாழ்ப்பாணத்திற் குடியேறும்பொருட்டுச் சந்தோமைக்
கிறீஸ்தவர்களை ஏற்றிவரும்படியும் நாகபட்டணக்கரைக்கு
வள்ளங்கள் போக்கியும், நல்லூரைக்காத்தற்குக் கப்பற்படை
யின் கப்பித்தான்மார் சிலரை நியோகித்தும், செய்யற்பாலன
வான ஒழுங்குகளைச் செய்துமுடித்தபின் எம்மரசனை யாது
விதமுந்தொடர்ந்து பிடித்துக் கழைந்துபோட வேண்டுமெ
னும் நிர்ணயத்துடன் கோப்பாய்க்கோட்டையை நாடிநடந்தா
ன். அங்குச்சேருதலும் அதுவும் வெறுமையாக் கிடந்தது.
வாயிலில்மட்டும் தலைவர்கள் பன்னிருவரின் சிரங்கள் துணி
த்துப்போடப்பட்டிருந்தன. இத்தலைவர்கள் தன்னைப் பறங்
கியரோடு சமாதானங்கொள்ளுமாறு புத்திகூறிய குற்றத்திற்
காகச் செகராச்சேகரனால் வன்கொலையுண்டார்போலும். பிற
கன்சர் கோட்டையைக் கைப்பற்றிக்கொண்டு, பீரங்கிகள்குமு
ற, வாச்சியங்கள் ஆரவாரிக்க அதனுட் பிரவேசித்தவுடன்
காலதாமசமின்றி நானூற்றுவர் தெரியலான வீரர்களை அரச
னைப் பின்தொடர்ந்து செல்லுமாறு போக்கினன். அரசன், சர்
ச்சாலைப்பகுதியிற் போய் ஒதுங்கியவன், பின் பறங்கியர் தன்
னைத் துரந்துவருவதையறிந்து, பச்சிலைப்பள்ளிக் காடுகளுட்
கரந்துறைவோனாயின். பறங்கிவீரர்கள் காட்டையூடறுத்துச்
செல்லுகையில், மேலும் நாற்பது ஆராய்ச்சிமாரின்
தலைகள் அறுபட்டுக் கிடக்கக்கண்டனர். அப்பால் வீரசிங்கன்
எனும் ஓர்தலைவன் 1500 சேவகர்களோடு அரசனைமறுத்
துத திரும்பி ஓடிவந்து பறங்கியரோடு சேர்ந்துகொண்டமை
யும் தமிழ்ப்படையினுள் உண்டாயிருந்த கட்சிப்பிரிவுக்கு ஓர்

சான்றுபிற்று. (Queiroz 296, seq.) யாழ்ப்பாணவைபவமாலையுடையார் வீரசிங்கனின் சதிமானத்தையே பரநிருபசிங்கனில் ஏற்றி வரைந்துவைத்தனர் போலும். அது கிடக்க. பறங்கியர் பலநாள் உலைந்து அலைந்தபின் அரசனின் தலைக்கருப்பைக் காண்டலும், இவன் தந்திரமாய் நழுந்தி ஓடி ஆனையிறவுக்கப்பால் பாளையமிட்டுக்கொண்டான். பறங்கியர் விடேன் தொடேன் எனத் துரந்தனர், கார்த்திகைமாதம் 15ந் திகதி ஆனையிறவுக் கரையை அடைந்து, வாய்க்காலைக் கடக்கவிடாமல் மறுகரையில் நின்று தடுத்த தமிழர்படையைத் தெறிகெட்டு ஓடச்செய்து அக்கரைப்படுதலும், அரசன் மாயமாய் மறைந்துவிட்டான். பின்னும் ஐந்துநாள் வன்னிக்காடுகளுள் உழன்றதன்மேல் ஓர் வயல்வெளியின் அடிவாரத்திலே காட்டருகில் அரசனது பாளையம் எதிர்ப்படலும், பறங்கியர் அங்குச்சேருமுன், செகராசசேகரன் தன் யானை ஊர்தியின்மேல் ஏறவும் நேரமில்லாதவனாய்ப் பாதசாரியாய்த் தன்படையோடும் திருக்கோணமலை வன்னியன் அனுப்பியிருந்த உபபலத்தோடும் ஓட்டம்பிடித்தனன்.

சமாதான உடம்படிக்கை

இப்போதுதான் எம்மரசனின் தந்திரயுக்தி பறங்கியருக்கு ஒடி வெளித்தது. இவன் சத்துருபடையை அங்குமிங்கும் சிதறச்செய்துவிட்டு இலேசாய்ச் செயங்கொள்ளும் நோக்கத்தைக் கடைப்பிடித்துள்ளான் எனத் தெரியவந்தது. வன்னிக்குள் வந்திருந்த பறங்கியர் சேனையுமோ தொகையிற்சிறிது. அதிலும் நோயும் ஆயாசமும் மேலிட்ட சேவகர்களுமோ பலராயினர். உணவுப்பொருட்களுமோ அருகிவிட்டன. பிரதிராசாவுமோ அதி தூரத்தில் கோப்பாயிலிருக்கின்றான். இவற்றை யோசித்துக்கொண்டு கோப்பாய்க்குச் சமாச்சாரம் போக்குவதற்கிடையில், செகராசசேகரன் திரும்பிவந்து பறங்கியரை எதிர்க்கத் தலைப்பட்டுவிட்டான். இவர்கள் துரிதம் துரிதமாய் அகழியொன்று வகுத்துக்கொண்டு அருஞ்சமராடி, தமிழ்ப்படையின் தளவாய்கள் சிலரையும் திருக்கோணமலை வன்னியனின் மகனையும் வீழ்த்திவிடவே அரசன் முதுகுகாட்டலாயினன்.

இவ்வமயத்தில் Nagana எனனும் பிராமணன், அரசனுக்கு வேண்டியவன்; எடுத்தோதிய ஆலோசனைகளால் இவனி

மனம்மாறிச் சத்துருவோடு சமாதான உடம்படிக்கைபண்ண ஒருப்பட்டான். (இப பிராமணனின் செய்தியையே வைபவ மாலைக்காரர், எலுமிச்சம்பழம் பிழிந்துவிட்ட இளநீர்கொடுத்து முதிய அரசனின் சிரசைக்கொய்த கதையாக மாற்றிவிட்டனர்போலும்.) உடம்படிக்கை செய்வதற்கு அரசன் பிரதிராசாவிடம் அனுப்பிய தமிழ்ப்பிரதானிகளின் பெயர் போர்த்துக்கேயத்தில்: சிறந்த தளபதியான Visiale முதலியார் என்றும், அவனுக்குப் பெண்கொடுத்த மைத்துனன் Vacu ஆராய்ச்சி என்றும் குறித்திருக்கிறது. பிரதிராசாவுக்கோ உடம்படிக்கை செய்துகொள்வது மனோகரமாயிற்று. எதுபற்றியெனில், சந்தோமைக் கிறீஸ்தவர்கள் தாங்கள் எக்கேடுகெட்டாலும் இவ்விடத்தைவிட்டு வரோமென்று சொல்லியனுப்பிய விடை இவனுக்கு இதுவரையிற் கிடைத்திருந்தது. ஆகவே காப்பாற்றுதற்கு அதி கஷ்டமான ஒரு இராச்சியத்தைத் தம் பொறுப்பில வைப்பதினால் ஆவது யாது? அரசன் திறைகொடுத்து ஆளச் சம்மதித்துக்கொள்வதே போதும் எனப் பிரதிராசாவுககுப் புலப்பட்டது.

ஆகவே செகராசசேகரனின் பிரதானிகளை மகிழ்வோடு ஏற்று அன்னோரோடு இருவாரங்களாய்த் தர்க்கமிட்டபின் ஏற்பட்ட உடம்படிக்கையின் நிபந்தனைகள் எவையெனில்: 1-வது போர்த்துக்கேய அரசு செகராசசேகரனை யாழ்ப்பாணத்து ராசாவாக அங்கீகரிக்கச் சம்மதிப்பதும், இவன் அதைத் தனக்கு மேலரசாக ஏற்றுக்கொண்டு வருடந்தோறும 12 கொம்பன் யானைகளும் 1200 "பதக்க" காசும் திறைகட்டுவதும்; 2-வது செகராசசேகரன் தன் இராச்சியத்தில் சமய சுயாதீனம் (அதாவது விரும்பியோர் சத்தியவேதத்திற்சேர இடம்) கொடுப்பது; 3-வது தான் வீதிராசாவிடம் அபகரித்து வைத்திருந்த திரவியங்களைப் போர்த்துக்கேயருக்குக் கையளித்துவிடுவது; 4-வது பிரதிராசா யாழ்ப்பாணத்திற் படையெடுத்துவந்த செலவைச் செகராசசேகரன் இறுப்பது; 5-வது மன்னார்த்தீவைப் போர்த்துக்கேயருக்குக் கையளித்துவிடுவது; 6-வது இவைகளுக்குப் பிணையாகப் பட்டத்துக் குமாரனை இரு முதலிமாரோடும் பிரதிராசா கையில் கொடுப்பது. இவ்வாறு உடம்படிக்கை இருபாஷைகளிலும் வரையப்பட்டுக் கைச்சாத்திட்டவுடன், பிணைகளைப் பறங்கியரின் கப்பல்களுக்கு அனுப்பிவிட்டனர். பட்டத்துக் குமாரனோடு போன இருவரும் யாவரெனில், Uriculuar முதலியாரும் இவன் மந்திரியா

யே Eleagora என்பவனுமாம். இப்பெயர்கள் தமிழில் என்னுருமோ அறியேம்.

பறங்கியர் துரத்துண்ணல்

செகராசசேகரன் அரசாளத்தொடங்கினான். பிரதிராசா சேனையின் ஓர்பாகத்தைக் கோப்பாயிலும், ஓர்பாகத்தை நல்லூரிலும், ஓர்பாகத்தை மரக்கலங்களிலும் விட்டிட்டு ஆனையிறவுக்கு மீண்டான். ஆயின் அரசனோ இதற்கிடையில் பாவிப் பறங்கியர் அனைவரையும் அகமாக்கும் சூழ்ச்சியொன்றை ஆயத்தப்படுத்திவைத்திட்டான். அச்சூழ்ச்சியும் நன்றாய்ப் பலித்தது. சொல்லப்பட்ட ஒருநாளில் ஒரேமணித்தியாலத்தில் ஊரெங்கும் தமிழர்கள் ஆயுதபாணிகளாய் எழுந்து, பறங்கியரும் அவர்களுக்கு அநுசாரராயுள்ளோரும் எங்கெங்கே காணப்பட்டனரோ அங்கங்கெல்லாம் அன்னோரைச் சின்னபின்னமாய் வெட்டிச்சரிக்கத் தலைப்பட்டனர். பிரதிராசா அற்புதமாய்த் தப்பி ஓடி ஆனையிறவுக் கடலில்நின்ற மரக்கலத்திலேறி நல்லூரை அடைந்தான். ஊருக்குள் உலாவிக்கொண்டிருந்த பறங்கிவீரர்களும் பண்டமாற்றுச்செய்தோரும் அங்கங்கே கொல்லப்பட்டனர். சத்தியவேதத்தைப் போதித்துக்கொண்டுநின்ற குருமாருக்கும் அவர்களோடுசேர்ந்த கிறீஸ்தவர்களுக்கும் இக்கதியே பலித்தது. கொச்சி மேற்றிராணியாரும் வேறு சில குருமாரும் அருந்தப்பாகத் தப்பி மரக்கலங்களைச் சேர்ந்தனர். சடுதியில் தமிழர் கோப்பாய்க் கோட்டையையும் மொய்த்து வளைந்துகொண்டு கமுகமரங்களால் ஏணிகட்டி மதில்களால் உள்ளே குதிக்க எத்தனித்தனர். அங்கே போர்த்துக்கேய தளபதியும் வேறு அனேகரும் நோயுற்றிருந்தமையால் யாதுசெய்பலாம் எனக் கலன்றிருக்கும் அவதரத்தில், பிறகன்சா நல்லூரினின்று அனுப்பிய ஒருஉபபலம் சொல்லிமுடியாதகஷ்டத்துடன் கோப்பாய்க் கோட்டையில் வந்து சேர்ந்து தமிழரை முரியடித்தது. அங்கிருந்துநோயாளிகளையும் யுத்த தளவாடம் முதலிய சாமக்கிரிகளையும் இழுத்துக்கொண்டு செல்லுவதோ பகிரதப் பிரயத்தனமாயிற்று. ஆயினும் துர்அதிஷ்டகாலத்திலும் துணிவை விடாத விசேடகுணமுள்ளோராகிய அப்பறங்கியர், தங்கள் பொருள் பண்டங்களை மட்டுமன்று, எடுத்துச் செல்லுதற்கு மிக அரிதாய்ப் பளுவுகொண்டிருந்த இராசசிங்காசனத்தின் முத்துப் பந்தலையும் கவர்ந்துகொண்டு, தமிழர் வழிநீளம் பொழிந்த சரமாரி குண்டுமாரியின் நடுவே எடுத்து

வைக்கும் ஒவ்வொரு அடிக்கும் போராடிப் போராடிப் பட்டினத்துறையை அடைந்தனர். தெய்வாதீனமாய் நல்லூருக்கும் நாகபட்டினத்திலிருந்து ஒரு துணைச்சேனை வந்திருந்ததனால் அங்கிருந்த பறங்கியர் தப்பிக்கொள்ளலாயிற்று.

சத்துருக்கள் கப்பல்களிலேறிப் பாய்விரிக்குமுன் செகராசசேகரன் தன் மகனைப் பிணையாலெடுக்கும்பொருட்டுப் பிரதிராசாவோடு மீண்டொருகாற் சமாதானம் பேசுவித்தும் வாய்க்கவில்லை. பறங்கியர் பட்டத்துக் குமாரனைக் கையில் வில்லூர்திப்பட்டுமூடிய விலங்கிட்டு ஏற்றிக்கொண்டு போயினர். அக்குமாரன் பின்பு கோவையிலே கிறீஸ்தவனாகி 1571-ம் ஆண்டு மரித்தான். யாழ்ப்பாணச் சிங்காசனத்தில் ஏற்றிவைக்கும்பொருட்டு இட்டுக்கொண்டுவந்த தொம் அல்பொன்சு என்னும் திருக்கோணமலை வன்னிய இளவரசனும் கோவைக்கே மீண்டு, அங்கிருந்தும் 1564 உக்கும் 1568 உக்கும் இடையில் மங்களூர்ப் போருக்குச் சென்றவிடத்தில் உயிர் துறந்தான். யாழ்பாணத்திலே பறங்கியர் கைப்பட்டிருந்த வீராசனின் ஸ்திரீகள் ஜபவர்த்தனகோட்டைக்கு அனுப்பப்பட்டனர். வீரர்கள் ஓர் கோயிலிற் கண்டெடுத்த புத்த தந்தத்துக்குப் பைகோவை அரசன் 4000000 ரூபா விலைபேசியும் கொடாமல், அது எக்காலத்திலாவது குருட்டு வழிபாட்டுக்கு ஏதுவாகாதிருக்கும்பொருட்டு, கோவையில எரித்துச் சாம்பராக்கிக் கடலுள் வீசப்பட்டது.

பத்தாம் அதிகாரம் முற்றும்.

பதினோராம் அதிகாரம்.

போர்த்துக்கேய மேலாட்சி

1561 – 1590.

தான் செகராசசேகரனுல் சதிமானமாய்த் துரத்தப்பட்டபோதிலும், பிறகன்சா சமாதான உடன்படிக்கைப்படியே ஒழுகுவோனாய், மன்னார்த்தீவில் இறங்கி அதனைக் கைப்பற்றலாயினான். அங்கும் அமரின்றிக் கரைபிடிக்கக்கூடாததாயிற்று. ஆங்கெவ்வாறெனில் சத்தியவேதத்திற் சேர்ந்தமை காரணமாய்க் கொலையுண்டோனான இளஞ்சிங்கமென்னும் தேசாதி

பதிக்குப் பின் மன்னாரை மாதோட்டத்தோடுகூடச் சிற்றரசனாய் ஆண்டுவந்த மகத்தன் (Mahata) என்போன் போர்த்துக்கேயர் அத்திவை அப்பிக்கொள்ள வருதலை அறிந்து மூவாயிரம்பேர் வரையிற்கொண்ட தன் சைனியத்தோடும் அனுேரைக் கரையிலிறங்கவிடாது எதிர்த்துநின்றான். மகத்தனின் ஆயுதபலம் இரண்டு பீரங்கிகளோடு ஒரு சில துப்பாக்கிகள் மட்டுமே. அவன் வீரர்கள் பறங்கியரை அம்புப்படையினால் வெல்லலாமென்றிருந்தமை வீண் மனோராச்சியமாய் முடிந்தது. பிறகன்சாவின் பீரங்கிகள் தம் பேழ்வாயைத் திறக்கவே, தமிழ்வீரர்கள் நின்றவிடமுந் தெரியாமல் ஓடி மறைந்தனர்.

7-ம் பரராசசேகரன்

பின் பிரதிராசா யதேச்சையாய்த் தீவிலிறங்கி உடனே அங்கு ஓர் கற்கோட்டையைக் கட்ட ஆரம்பித்தான். சீர்ணமாய்க்கிடந்த மாந்தைத் திருக்கேதீச்சரக் கோயிலிருந்தும் அதற்குக் கற்கள் கொண்டுவரப்பட்டன. மணப்பாட்டுப்பகுதியில நெருக்கிடைப்பட்டு வருந்திய கிறீஸ்த குடிகளை அழைப்பித்து மன்னாரிற் குடியேற்றுவதிலும் பிரதிராசா மிக முயன்றான். இம் முயற்சிகள் இடையூறின்றி நடைபெறுதற்கு வாய்ப்பாயிருந்த ஓர் சம்பவம் யாதெனில், யாழ்ப்பாணத்தில் அவ்வேளை நடந்துகொண்டிருந்த உள்ளூர்க் கலகமாம். பறங்கியர் அங்கிருந்து தூரத்தப்பட்டபின் சனங்கள் செகராசசேகரனின் கொடுமைகளை இனிச் சகிக்கலாற்றுதென ஓர்ந்து அவனை நாட்டைவிட்டோட்டி அவன் வைப்பாட்டி மகனை புவிராசபண்டாரத்தை அரசனாக்கினர். (Queiroz 319), இவனை சக்களத்தி பிள்ளையென்றதை அறியாத வைபவமாலையார் சங்கிலியாகிய செகராசசேகரனுக்கு அவ் வம்புபட்டத்தைச் சூட்டினர் என்பது இங்கு குறிக்கத்தக்கது. அப்பால் ஏழாம் பரராசசேகரனும் புவிராச பண்டாரத்தைப்பற்றி யாதும் அறியோம். யாழ்ப்பாணத்தில் அரசனில்லையென்றபடி சிலகாலம் நடைபெற்றது.

அதற்கிடையில் கிழட்டுச் செகராசசேகரன் ஏதோவிதமாய்ப் படைகளைத் தன்வசப்படுத்திக்கொண்டு, பிறகன்சா மன்னார்க்கோட்டையைக் கட்டிவிட்டிட்டுக் கோவைக்குப் புறப்பட்டதன்பின் அதை மிக மூச்சாய்ச் சருவுவதைக் காண்கின்றோம். கோட்டைக்குக் கற்பித்தாயிருந்த ரேத்திரிகேஸ்

கூற்றின்யு என்பவன் அற்புதமான புசபலம் காட்டிநின்றான். செகராசசேகரன் மதில்களால் ஏறிக் கோட்டையினுட்புக ஆன பிரயத்தனமெல்லாஞ் செய்தும் பலிக்கவில்லை. பறங்கியர் தம்மவரின் சவக்குவியல்களையே ஒரு சுவல்போலவைத்து அதன் மறைவினின்று போராடித் தமிழரை முதுகிடச்செய்தனர். 1563-ம் ஆண்டிலும் தமிழர் ஒருகால் Ramal என்னும் படைத்தலைவனின்கீழ் மன்னார்க் கோட்டையைப் பிடிக்க முயன்றபோதிலும் அபசெயமே கதியாயிற்று.

காசி நயினார்

சங்கிலி 1564 ம் ஆண்டிலும் உயிரோடிருந்தனனாகத் தோற்றுகின்றது. அவ்வாண்டில் மாயாதுன்னை என்னும் சீதாவக்கையின் சிங்கள அரசனுக்கு சயவர்த்தன கோட்டையின் முற்றுகைக்கென வடக்கர் சேனையொன்று அனுப்பினான் என்று பாதர் குவேறோஸ் வரைகின்றார். அவன் மாண்டபின் போதும் காசிநயினார் (Cachim Neyra, Congi Naynar) எனும் ஒரு இராசகுமாரன் அரியாசனத்தைக் கவர்ந்துகொள்ளலாயினமையால் மீட்டும் யாழ்ப்பாணத்தில் பெருங் கலிபிலிகள் எழுந்தன. எழவே பிரசைகள் சமாதானத்தைப் பெறுவிக்க வேறு வழியின்றி மன்னார்க் கற்பித்தானின் மத்தியஸ்தத்தைத்தேடினர். ஜோர்ஜ் தெமேலோ எனும் அக்கற்பித்தான் இதனாற் பறங்கிய நடைய மேலரசு யாழ்ப்பாண இராச்சியத்தாரால் அங்கீகரிக்கப்பட்டதுபோலாயினமை கண்டு மகிழ்ந்து, நல்லூருக்குச்சென்று காரியாதிகளைத் தீரவிசாரித்தலும், காசிநயினார் அரசுரிமையின்றி ஆளத் தொடங்கிவிட்டனன் எனக்கண்டு பிரசைகளது வேண்டுகோளின்படி அன்னானைக் காராக்கிருகத்தில் அடைத்து உரிமைக்காரன் வேறொருவனை அரசனாக்கிவைத்தான். இப்புது அரசன் பெயர் எமக்கெட்டாதுபோயிற்று. ஆயின் தெமேலோ மன்னாருக்கு மீண்டும்மீளாமுன்னரே, காசிநயினாரின் பட்சத்தவர்கள், இவனது தூண்டுதலினால், புதிய அரசனைக்கொன்று ஒழித்து, இவனையும் சிறைநீக்கிவிடவே, இவன் முன்னிலும் அதிக பொறுப்பாய்ச் சிங்காசனத்தில் அமர்ந்துகொண்டான். இது பறங்கிக் கற்பித்தானின் முகத்திற்காறியுமிழ்ந்துவிட்டாற்போலாயிற்று. ஆகவே அவன் காசிநயினாரைத் தொலைக்கும் வழியையோசித்து, ஈற்றில் ஓர் யாழ்ப்பாணத்துத் தமிழ்ச்சேவகனைக் கைலஞ்சத்தால் வசமாக்கி இவன்மூலமாய் அவனை எமலோகம்போக்கிவிட்டு இச்சங்கதி தெரிந்தவுடன் திடுமென யாழ்ப்பாணத்திற் கு

இத்தான். சனங்கள் பெரியபிள்ளை என்னும் ஒருவனை அரசனாக்கவேண்டுமெனக் கோரவே, தெமேலோ அன்னவனைச் சிங்காசனத்திருத்தி மன்னாருக்கு மீண்டான்.

பெரியபிள்ளையென்னும் 8ம் செகராசசேகரன்

இவனது அரசைச்சுட்டிய விபரங்கள் எங்கைக்கெட்டாதுபோயின. இவன் தனக்குப்பின் இரண்டாவதாய்ச் செங்கோல் கைக்கொண்ட (1591 – 1619) எதிர்மன்னசிங்கனுக்கும் பரராசசேகரனின் தந்தை எனபதுமட்டுமே தெரிந்தது. இனி பெரியபிள்ளையுடைய அரசின் ஆண்டுக்கணக்கும் சந்தேகம். அதன்தொடக்கம் 1570-ம் ஆண்டுக்குப் பிந்தியதாகாது என்பது ஒன்றுதான் நிச்சயம். ஏனெனில் இவனைச் சிங்காசனத்திலேற்றிய தெமேலோ அவ்வாண்டுவரையுமே மன்னார்க் கற்பித்தானாய் இருந்தவனாம். அப்பால் பெரியபிள்ளை 1582 உக்குப்பின் அரசாளவில்லையென்பதும், அந்தஆண்டில் புவிராசபண்டாரம்என்போன் யாழ்ப்பாண அரசை அபகரித்துக்கொண்டிருந்ததை யாம் அறிந்திருக்கின்றமையால் விளங்குகின்றது. பாதர் குவேறோஸ் சொல்லுகின்றபடி, பெரியபிள்ளையை யாழ்ப்பாணப்பிரசைகள் மன்னாரைக் கைக்கொள்ளுமாறு வாலுருவித் தூண்டிவிட, இவனும் ஒருகாற் தஞ்சாவூர் நாயக்கன் உதவிய பலத்தோடு அக்கோட்டையின்மேற் படையெடுத்துச்சென்றானெனவும், வீணாய்ப் பலவுயிர்களையும் பெருநிதியையும் இழந்ததே அதன் பயனாயிற்று எனவும் தோன்றுகின்றது.

புவிராசபண்டாரம்

இவனை இதிகாசம் Pera Rajera என அழைக்கின்றமையால் தனக்குப் பரராசசேகரப் பட்டஞ்சூட்டிக்கொண்டவன்போலும். ஆயின் இவனைப் போர்த்துக்கேயர் யாழ்ப்பாணச் சிங்காசனபதியாக ஏற்றுக்கொள்ளாமையினாலும் இவனுக்குப்பின்வந்த எதிர்மன்னசிங்க குமாரனை பரராசசேகரப்பெயர் வகித்தமையினாலும் இவன் அப்பெயர்க்குரியவன் எனச் சனாங்கீகாரம் இல்லாதுபோயிற்று போலும். புவிராசபண்டாரத்தை போர்த்துக்கேயர் ஒற்றைக்கண்ணரசன் (Rei Torto) என்றழைப்பர். (Torto என்பது ஒற்றைக்கண்ணன் என்றுமாகலாம், வாங்கலன் என்றுமாகலாம்.)

இவன் 1582-ம் ஆண்டில் யாழ்ப்பாணத்தை ஆள்வோனாக விளங்குகின்றான். அதனை நாம் அறியவருவது யமசிங்கபண்டார் எனும் கண்டிஅரசகுமாரனின் வரலாற்றினின்றும். அஃதெவ்வாறெனில்; கருலியட்டே பண்டார எனும் கண்டியரசனை இராசசிங்கன் எனும் சீதாவக்கை அரசன் குடிமிசெர்ண்டு அவன் நகர்புக, அன்னோன் வீட்டாரோடும் நகர்நீத்தோடித் திருக்கோணமலையை அடைந்தான். அங்கு துர்திர்ஷ்டமாய் அவனும் மனையாளும் அம்மைநோய்வாய்ப்பட்டுமாண்டனர். மாளுமுன் தன் சவலையான ஏக புத்திரியை மருகனாகிய யமசிங்கனிடம் ஒப்புவித்து; இவன் அவளை பரிபாலிக்கவேண்டுமென்றும், வயதுமுற்றியபின் அவளையே மணந்துகொள்ள வேண்டுமென்றும் கோரிக்கொண்டனன். அக்கோரிக்கைப்படி யமசிங்கன் தன் மைத்துனிப்பிள்ளையோடும் யாழ்ப்பாணத்தை அடைந்து, அங்கு அரசாண்டுகொண்டிருந்த புவிராசசிங்க பண்டாரத்தின் கையில் இளநங்கையை ஒப்பித்துவிட்டுக் கோவைக்குச்சென்று போர்த்துக்கேயரைச் சரணடைந்தான். இராசகுமாரத்தியும் பின்பு மன்னாரிலுள்ள போர்த்துக்கேயர் வசத்தில் விடப்பட்டாள். இவளே பிற்காலம் (1594) தொன்சுவாம் விமலதர்மசூரியனாகும் கண்டியரசனின் மனைவியாய்வந்த தோனா கத்தரீனா இராணியாம்.

புவிராச பண்டாரத்தின் பராக்கிரம செய்தியொன்று 1590ம் ஆண்டில் கேட்கப்படுகின்றது. மன்னாரைப் பறங்கியர் கையிலிருந்து பறித்துப்போடவேண்டுமென்பது சங்கிலியன் காலந்தொட்டே யாழ்ப்பாண அரசர்களின் அபிலாசையாதலால் இவனும் அவ் அருமுயற்சியிற் கையிட்டு, மூன்று ஆண்டுகளாய் அந்தரங்கத்தில ஆயத்தங்கள் செய்துகொண்டு வந்தபின்னர்; பறங்கியர் அநேகமாய்க் கோடிக்கரைக்கு முத்துக்குளிக்குப் போயிருந்த அமயம்பார்த்து எழுபத்தைந்து மரக்கலங்களோடும் மன்னார்க் கோட்டைக்கெதிரே வெளிப்பட்டான். அரசன்பக்கத்தில் பெருந்தொகையான காலாட்களும் கோட்டை மதில்களை உடைத்தற்கு வேண்டிய பீரங்கிகள் எந்திரங்கள் ஆதியனவும் ஆயத்தமாய் இருந்தன. அன்றியும் வேறொரு கப்பற்கூட்டத்தில் 10000 வீரர்கள் வேண்டுமான்போது ஓடிவர ஆயத்தமாயிருந்தனர். கோட்டைக்குள் இருந்த பறங்கியரோவெனில் அறுபதுபேர் மாத்திரமே. இவரோடு கோட்டையின் முன்கடல்மேல் பதினேழு ஆள்மட்டுங்கொண்ட ஒரு சிறு போர்க்கப்பலும் நின்றது. புவிராசபண்டாரம் இக்கப்பலையே முன்பு தாக்க நியமித்துக்கொண்டு தன் கப்பற்

சேனையிலிருந்து இரு கப்பல்களைப் பிரித்தெடுத்து அவையிரண்டும் போர்த்துக்கேயக்கப்பலின் இருமருங்கும்நின்று நிறைபூசலாய்க் குண்டுமாரி வருஷிக்கச்செய்தான். ஆயின் தமிழ் வீரரின் இலக்கு மிகப் பிழைக்காக் குண்டுகள் நடுநின்ற எதிரிக்கப்பலில் விழாமல் அப்பால்நின்ற தங்கள் கப்பலையே சேர்வதாயினமையைக்கண்டு வருந்தினர். பறங்கிவீரர்கள் இது தேவாதீனமே என்று உறுதியாய்நம்பிக்கொண்டு ஒருபுசமிருபுசமாய்ச் சிங்கேறுகள்போற் குதித்துத் தமிழ்க்கப்பல்களை இனிமேல் இல்லையென்ற உத்தண்டத்தோடு தாக்க, அவை ஓடித் தங்கள் போர்க்கலக் கூட்டத்திலும் பெருங் கலக்கம் உண்டுபண்ணிவிட்டன. இக் கலக்கத்தின்நடுவே வேறொரு பறங்கிக்கப்பல் தூரத்தில் வருவதையும் அதில் போர்முரசம் முழங்குவதையும் கேட்டவுடன் இதற்கிடையில் கரையிலிறங்கின்ற அரசனும் காலாட்களும் பெரிய சத்துருபடையொன்று வருகின்றதென நெஞ்சுட்கி, விரைந்து கப்பல்களைநாடி ஓடினர். வருகின்ற கப்பலிலுமோ கோயுற்ற ஏழெட்டு வீரரன்றி வேறில்லாதிருந்தும் தமிழருள் திகில்மிகுத்துவிட்டது. ஓடினோர் கப்பல்களில் குதித்தலும் சில கப்பல்கள் வற்றுநேரத்தினிமித்தம் நிலத்திற்பொருந்திருந்தமையால் யாவரும் ஏறி ஓடிவிட முடியாது பலர் கடலுள் பாய்ந்து நீந்தத் தலைப்பட்டனர். இதற்குள் சத்துருக்கள் கடுகிக் கைகலக்கவே நீருள் அமிழ்ந்தினோரும் வெட்டுண்டோருமாய் இரண்டாயிரந் தமிழர் உயிர்நீத்தனர். பதினேழு கப்பல்கள் பறங்கியர் கைப்பட்டன. புவிராசபண்டாரம் தன் உயிர் தப்பியதே பேரதிஷ்டம் எனப் பறந்து ஓடித் தன்பதி சேர்ந்தான்.

மீண்டொருகால் கோட்டையை முற்றுதல்

ஆயினும் இன்னும் ஒருகால் முயற்சித்து மன்னாரைப் பிடித்துப்போடவேண்டுமென்ற அவா பிடர்பிடித்து உந்த, அவன் கொட்டிமூசாமரிக்கார் எனும் தென்னிந்திய சோனகத்தலைவனோடு பொருத்தனை பண்ணிக்கொண்டு, அப்புத வருஷம் செப்டம்பர்மாசம் மூன்றாந்திகதி வடக்கர்களுள்ளிட்ட பன்னீராயிரம் வீரர்கொண்ட சேனையோடும், மதிலுடைப்பதற்குரிய பீரங்கிகள் எறியந்திரங்களோடும், காற்றுவக்கு; நெருப்புக்கூண்டு, ஈரிவாள் ஆதிய தளவாடங்களோடும் மன்னாருக்கெதிரா மாதோட்டக்கரையிற் பாளையமிறங்கினான். கொட்டிமூசாவும், மன்னார்க்கடலில் பதிவிருந்து போர்த்துக்கேயரு

ஞடைய வியாபாரக்கப்பல்களைச் சூறையாட ஆசித்திருந்தவன், இதுவே அக்கடலில் முதன்மைபெறுதற்கு உவப்பான தருணமெனத் துணிந்து தன் கொள்ளைக்கார நாவாய்ப்படையோடும் புறப்பட்டு வந்துகொண்டிருந்தான்.

இவன் மன்னாரைச் சேருவதற்கிடையில் தமிழ்ப்படைகள் வத்தைகளாலும் கட்டுமரங்களாலும் கால்வாயைக் கடந்து கோட்டைக்கு முற்றுகைபோடத் தலைப்பட்டன. எம்மவர்கள் ஆவேசமான தீர்மானத்தோடு முதனாள் காலைதொடக்கம் மத்தியானம்வரையும் கோட்டையைத்தாக்கிப் பொருதினர். ஆயின் அதைக்காத்திருந்த வயோதிக வீரனான நூனோ பெணான்டேஸ் தெஅத்தாயிட் என்னும் கப்பித்தானும் படைப்பயிற்சியிற்தேர்ந்த அவன்சொளுதாதுக்களும் மிகத்தைரியமாய் எதிர்த்துநின்று தமிழர் பலரை உயிரிழக்கச்செய்துவிடவே, அரசன் பின்வாங்கி, அன்றிரவு காத்திராப்பிரகாரம் கோட்டையின்மேற் பாய்ந்து அதனைக் கைப்பற்றுதற்கான எத்தனங்களைச் சூழ்ச்சிப்போனாயினான். அர்த்த நிசியிற் தமிழ்ப்படை கதுமெனக் கோட்டையைத் தாக்கிற்று. ஆயின் தாக்குதல்நிகழ்வதற்குமுன்னமே ஒற்றர்கள் பறங்கிக் கப்பித்தானுக்குச் செய்திகொண்டுபோய்விட்டமையால், இவன் சாவதானமாயிருந்து முற்றுகையிடுவோரின் பிரயத்தனங்களையெல்லாம் நிஷ்பலமாக்கிவிடுதலும், அரசன் நெஞ்சாழிந்து முதுகிட்டு வந்தவழியே மீண்டான். மீளுகையில் ஆற்றாமையினாலுண்டான தன் கோபத்தை மன்னார்த்தீவு வாசிகளான ஏழைப் பரதவர்களிலும் பிறரிலும் செலுத்துவோனாகிச் சிலரைச் சிறையாய்ப் பிடித்துக்கொண்டும் ஊரவர்களுடைய மாடாடுகளைக் கவர்ந்துகொண்டும் போய்விட்டான். இதற்கிடையில் மாதாகோயில்மூலை என்றவிடத்தில் இருபத்தெட்டு வள்ளங்களைப் பறிகொடுப்போனுமாயினான். அவற்றைக் காக்க 1400 தமிழர் குடிமிதட்டிக்கொண்டு நின்றபோதிலும், நீக்கலாம்றூத்திரிகேஸ் எனும் பறங்கிவீரன் தனது ஓரொரு மரக்கலத்தின் உதவியோடு அவ்வள்ளங்களையெல்லாம் பறித்தெடுத்துக்கொண்டான்.

மரிக்காரின் அவமானத்தோல்வி

கொட்டிமூசா மரிக்கார், தருணத்தில்வந்து புவிராசசிங்கனுக்கு உதவிசெய்யமாட்டாமல் காரைதீவில் (போட்டுக்கீஸ் குடா) காற்றின்றி தடைபட்டுக்கிடந்தவன், அரசன் அடை

ந்த அவமானத்திலும் கேடான அவமானத்துள்ளாயினன். அதெவ்வாறெனில், யாழ்ப்பாண அரசனின் யுத்த ஆயத்தங்களைச்சுட்டியும் கொட்டிமூசாவின் துணைவலியைச்சுட்டியும் மன்னார்க்கர்ப்பித்தான் நேரத்தோடு கோவையின் பிரதிராசாவுக்கு தாதுபோக்கியிருந்தமையால், பிரதிராசா உடனே அந்திரேபூர்த்தாடு தெமென்டொன்கா எனும் வெற்றிவீரத் தளபதியை இவண் அனுப்பி, இவன் மன்னாரைக் காக்க உதவிசெய்தபின் யாழ்ப்பாண அரசனின் கர்வத்தையும் அடக்கிவிட்டு வரவேண்டுமென ஆக்கியாபித்தான். பூர்த்தாடு இருபது 'புஸ்தா''க்கலங்களோடு செப்டம்பர்மாசம் 9-ந் திகதி கோவையைவிட்டுப் புறம்போந்திருந்தும், எதிர்காற்றுக்களோடு மல்லாடிக் காலந்தாழ்த்தே கொழும்புமார்க்கமாய் மன்னாரைநோக்கி வந்துகொண்டிருந்தான். வரும்வழியில் காரைதீவுக்கடலில் மரிக்காருடைய இருபத்திரண்டு மரக்கலங்கள்கொண்ட படையானது நங்கூரம்போட்டுக் கிடக்கக்கண்டு உடனே அவற்றைச் சருவித் தாக்குதலும், சோனகர் கரையிற்கிடந்த தம் நாவாய்களை ஆழியிற்செலுத்திப் போராடவுன்னி அவற்றைத் தள்ளிவிடமுயன்றும், அவை மணல்மேடுகளிற் பொழுத்திவிட்டமையால் ஆற்றாது நின்று தியங்கினர். பூர்த்தாடு இதுவேசமயமென்று அன்னோர்மேற்பாய்ந்து துப்பாக்கியாலும கட்கத்தாலும் சங்காரம்விளைக்கத் தலைப்படவே கொட்டிமுசாவும் அவன் ஆட்கள் சிலரும் தம்பினோம் பிழைத்தோம் என்று சல்லியிற்பாய்ந்து ஒளித்துங் கரைபிடித்து ஓடிமறைந்தனர். எஞ்சிய வீரர்களையும் மரக்கலங்கள் அனைத்தையும் பூர்த்தாடு தனது செயசின்னமாகக்கைக்கொண்டான்.

மன்னாரில் சஞ்சுவாம்கோயிலடியில் பூர்த்தாடு கரைபிடித்தபோது 12 பிரான்சீஸ்கசபைக் குருமாரும் யேசுசபைக்குருமார் சிலரும் 500 சொலுதாதுகளும் 6000 பாதவர்கள் கவுரவர்களும அன்னவனை எதிர்கொண்டழைத்து மேலாப்பின்கீழ் நடத்தி மகா ஆனந்த வைபவங்களோடு பிரதான கோவிலுக்கு அழைத்துப்போய் அங்கு இப்பெரும்வெற்றிக்காக தேவதோத்திர நமஸ்காரங்கள் செய்தனர்.

பதினோராம் அதிகாரம் முற்றும்,

———0———

பன்னிரண்டாம் அதிகாரம்.

யாழ்ப்பாணத்தில் இரண்டாம் படையேற்றம்
1591

அப்பால் பூர்த்தாடு முக்கியமான உத்தியோகஸ்தர்களையும் குருமாரையும் சபைகூட்டி, யாழ்ப்பாண அரசனைத் தண்டிப்பதற்குச் செல்லவேண்டியதைக் குறித்த விபரங்களடங்கியதாய் முத்திரையிடப்பட்டதாய்ப் பிதிராசா தன்னிடம் ஒப்பித்திருந்த கடிதத்தை அச்சபையோர் கேட்க வாசித்தபின்னர், ஒக்டோபர்மாசம் 26-ந் திகதி 1400 போர்த்துக்கேய வீரரோடும் 3000 லஸ்கறின்களும் இந்திய காலாட்களோடும் நல்லூரைநோக்கிப்புறப்பட்டான். அவனது கப்பற்படை 20 சவள்வலிக்கும் மரக்கலங்களும் 250 தோணிகளும் கொண்டதாயிற்று. யுத்தச்செலவுக்கென அவன் அவ்வருஷத்து முத்துக்குளிப்பால்வந்த 30000 "பார்டவ்"காசோடு மன்னார்க் கிறீஸ்தவர்களிடத்திலும் 20000 "பார்டவ்" கடனாக வாங்கிச் சென்றானென்பது இங்கு குறிக்கத்தக்கது.

இந்த யுத்தசன்னத்தத்தைச் செவிமடுத்த புவிராசசிங்கனும் போருக்காயத்தமாகி அரியாலைக்கரையில் (Vide Kings of Jaffna p. 43, ni 81) இருநூற்றுக்குமேற்பட்ட தனது மரக்கலங்களைப் பொறுக்கவைத்து மணற்றிடல்களையே மதிலாகக்கண்டு அவற்றின் மறைவில் காற்றுவக்குகளையும் நிரைத்துக்கொண்டு சத்துருவைக் காத்திருந்தான். பூர்த்தாடு அவ்விடத்தைத்தாண்டிக் கொழும்புத்துறைக்குச்செல்லவே, அரசனும் அங்குவிரைந்து, அத்துறையின அண்மையில் நாட்டியிருந்த முள்ளம்வேலியினையில் நின்று சன்னங்களை, தீக்கூண்டுகளை, அம்புகளைப்பொழிந்தனன். பொழிந்துமென்? பறங்கியர் தமிழரைக் கரைக்கருகாமையில் அண்டவொட்டாது பீரங்கிகளாற் குண்டுமாரிசொரிந்து இடம்பிடித்துக்கொண்டு ஒரு விக்கிரமசிங்கனோடு (தளபதி) 150 வீரர்களையும் 200 லஸ்கறின்களையும் இறக்கிவிடுதலும், இவர்கள் முன்னோடிப்போய்த் தமிழரோடு கைகலந்து சமராடி வென்று முள்ளம்வேலி அரணைப் பறித்தெடுத்துக்கொண்டனர். இப்போரில் அரசனின் Branco என்னும் முதலியாரும் 250 வீரரும் உயிர்நீத்தனர். இரு பீரங்கிகளும் 300 துவக்குகளும் வேறு பல ஆயுதங்களும் மருந்து குண்டுகளும் பறங்கியர் கைப்பட்டன.

இவ்வெற்றியின் உற்சாகத்தினால் மேலும் 400 பேர் கரையிலிறங்கிவிட சற்றுக்குள் பறங்கிச்சேனைமுழுதும் அவ்வாறுசெய்தது.

உடனே படையெல்லாம் அணிவகுத்துக் கடற்கரைமார்க்கமாய்நடந்து குருசுக்கோயில் என்ற இடத்தைச்சேர்ந்தது. இந்த இடத்திலேயே பிற்காலம் சம் தமிங்குவின்மடம் கட்டப்பட்டதென்பது பிரசித்தமானசையால், இது தற்கால புரோட்டைஸ்தாந்த் சஞ்சுவாங்கோயிலுக்கும் மேற்றிராசனக்கோயிலுக்கும் இடைப்பட்ட ஒரு பிரதேசமென்பது தேற்றம். சேனை இங்ஙந இராத்தங்கிற்று. அயலிலே, பண்ணைத்துறையிலே, தம் சென்மசத்துருக்களாகிய சோனகரின் கிட்டங்கிகளிருக்கக்கண்டு அங்குச் சில போர்வீரர்கள்போந்து 10000 கண்டி நெல்லும் 400 கண்டி அரிசியும் பறித்தெடுத்துக்கொண்டனர். வைபவமாலையுடையார் சோனகரின் கிட்டங்கிகளையே பறங்கியர் சங்கிலியை அறியாமற் கட்டிவைத்த வர்த்தகசாலையென்று மயங்கி எழுதிவைத்தனர்போலும். தமிழசால 1560-ம் ஆண்டில் துரத்துண்ட பறங்கியர் மீண்டு படையெடுத்துவந்தது, சங்கிலியன் மாண்டு மண்ணாய்ப்போய்ப் பலவருஷம் சென்றபின், அதாவது 1591-ம் ஆண்டிலாம் என்பது உண்மையாயிருக்க, இவற்றை அறியாமல அச்சங்கிலியன் துரத்திவிட்ட அடிக்குள்ளேயே காக்கைவன்னியன் அன்னாரை மீண்டும் இட்டுக்கொண்டுவந்தான் என வரைந்துவைத்தவர், வர்த்தகசாலையைப்பற்றிய மாறுபாட்டினையும் உட்கொண்டது ஆச்சரியமன்று. காக்கைவன்னியனின் சங்கதி மேல்வரும்.

புவிராசனின் அபசெயம்

28-ந் திகதி அதிகாலை பறங்கியர் தம் சமயநிஷ்டைகளை முடித்துக்கொண்டு, குருமார் ஆசிசொல்ல எழுந்து நல்லூரை நோக்கி நடத்தலும், வழியில் (யாழ்ப்பாணத்துப் பூர்வ தலைகரின் ஞாபகார்த்தமாயபோலும்) சிங்கைநகர் எனப் பெயர் தரித்த முள்ளிவெளி அரணில் தமிழர் சத்துருபடையை வீராவேசத்தோடுதாக்கிச் சமராடினர். குண்டு, அம்பு, தீக்கூண்டு, கற்களின்திரள கார்மேகம்போல நெருங்கிப் பறங்கியர்மேல் வருஷித்துகொண்டிருந்தது. இவர்பக்கத்து விக்கிரமசிங்கன், இராசசிங்கனிடத்தில் கவர்ந்த இளம்பச்சைசவர்ண யானைக்கொடி முன்செலல, கையிலகொடியபிதார் கட்டிபிடித்தவனாய் முன்னணியைய நடத்திக்கொண்டு அஞ்சாத் திடவீரத்தோடு

"சந்தியாகூ" எனப் போர்ச்சத்தமிட்டுத் தமிழர்சேனையுட் புகுந்தான். பூர்த்தாடுவும் தீவிரித்துவந்து பறங்கிபருக்கு உயிர்கொடுத்து ஊக்கிவிடுதலும், இருகட்சிக்குமிடையில் விண் மண் தெரியாத வெஞ்சமர் நிகழ்ந்தது. முற்பகல் பத்துமணிவரையும் காடையும் புழுதியுமாய்ப் பிடிபட்டு உடைபட்டு, வெட்டுண்டு குத்துண்டு, ஈற்றில் சத்துருக்களே செயபேரிகை முழக்கலாயினர். அப்போர்க்களத்தில் ஓடாதுநின்று ஆடிய தமிழன் ஒருவனுதல் உயிர்கொண்டு தப்பினானில்லை. தமிழர் சேனாநாயகமாகிய காக்கு (Gago) என்பவன், புவிராசசிங்கனின் மருகன், பறங்கியர் சமீபித்துவருகையில் இவனிடம் சென்று இவனை ஓடித்தப்பிவிடுமாறு மிகக் கெஞ்சியும், இவன், மருகனைப் பேடியென்று பரிகசித்து யாதுவரினும் போரேயாடவேண்டுமெனப் போக்கிவிட்டிருந்தான். காக்கு வீரசூரமாய்ப் பொருதியும் பறங்கியருக்காற்றாது அன்னோர்கையால் இறந்தோருள் ஒருவனானான். இவனது துவசமும், மாமன் இவனுக்குச் சன்மானமாய் அளித்திருந்த சங்குக்கேடயமும் சத்துருக்கள் கைப்பட்டன.

அப்பால் பறங்கியர்கள் இருகோயில்களுக்கிடையில் (வீரகாளியம்மன்கோயிலுக்கும் கந்தசுவாமிகோயிலுக்குமிடையிற் போலும்) முன்னேறிவருதலும், அரசனின் "அத்தப்பத்து" படையானது கேடையக்காரரும் வல்லபக்காரருமாய்த் திரண்டு எழுந்து, சத்துருவை அப்பாற்செல்ல விடுவதிலும் உயிரைமாய்த்தலே நன்று என முனைந்து எதிர்க்கலாயிற்று. அந்த மிகக் கொடூரமான போரின்கண்ணே அகப்பட்ட தமிழர் அனைவரும் மாண்டார். அன்னோரை உற்சாகப்படுத்திக்கொண்டுநின்ற யோகியும் மாண்டான். பெரிய ஆலயத்து (கந்தசுவாமிகோயிற்) பிராமணனும் மாண்டான்.

காயப்பட்டுவீழ்ந்த தமிழ்வீரருள் இராசகுடும்பத்தவனான எதிர்மன்னசிங்ககுமாரனும் (Hendermana Cinga Cumara) ஒருவன். இவன் இரு ஈட்டிக்காயங்களால் உதிரம்பெருக, காதுகள், கடுக்கனை யாரோ பிடுங்கி எடுத்தமையினாற் கிழிந்தவனாய்ப் பாட்டத்திற் கிடந்துகொண்டு, யான் பெரியபிள்ளையின் மகன் என்னைக் கொல்லாதீர்கள எனக்கூற, சீமோன்பிஞ்ஞன் எனும் ஓர் போர்த்துக்கேயவீரன இவனைத் தன்பக்கத்தாரிலிருந்தும் விடுவிக்கும்பொருட்டு ஓடிவருகையில, தானும் காயப்பட்டு, குமாரன்மூதுகிலமிதித்துக்கொண்டே அப்பால் வெட்டுவிழாமல் பாதுகாத்திட்டான். உடனே பூர்த்தாடுவைக்கூவி

அவனிடம் இராசகுமாரனை ஒப்பிக்கவே அவன் இவனுக்கு அபயங்கொடுத்து, தான் அணிந்திருந்த பொற்சங்கிலியை இவன் கழுத்திலிட்டு, முதுகில் ஓர் காப்பை (Capa do gram) போர்த்து, சிரசில் அலங்காரமான இறகுகள்சொடித்த தொப்பி அணிவித்து, இடையில வெள்ளிபதித்த கட்சமொன்றைத்தரிப்பித்து உபசரித்தான். அப்பால் பூர்த்தாடு போராடுதலை நிறுத்தி, ஓர் கோயிலிற்போய் ஒளித்திருந்த அரசனை உடனே பிடிப்பித்து தன் சமுகத்திலே சிரங்கொய்வித்தான். புவிராசபண்டாரத்தின் தலை சிலநாட்களாய் ஓர் ஈட்டிநுனியிற்குத்தி எல்லோருங்காண நாட்டப்பட்டது.

பின், சொளுதாதுகள் தம் வழக்கப்படியே அரசமாளிகையைச் சூறையாடுவோரானார். அதின் திரவியங்களோ அளவிறந்திருந்தன. கண்டெடுத்த திரவியக்கணக்கு ஒப்பித்தலைச் சுட்டி பூர்த்தாடு தன் போர்த்துக்கேய அரசனிடம் பின்னர் பெருங்குறைகேட்பவனுமானான். இராச குடும்பத்தவர் அனைவரும் யுத்தமறியற்காரரானார். அவர்கள் யாரெனில் வெட்டுண்ட அரசனின் மனைவியாகிய இராணியும், ஐந்து குமாரரோடும் இரண்டு குமாரத்திகளோடும் கூட மற்றொரு இராணியும், அரசனின் குமாரத்தியாகிய காக்கு குமாரனின் மனைவியோடு இரண்டு குமாரத்திகளும், சங்கிலி குமாரனோடு அவனது இரட்டையனான சகோதரனும், முற்கூறிய எதிர்மன்னசிங்க குமாரனும் அவன் தம்பியுமாம். முந்திய அரசர்களின் மக்களாகிய ஏழு குமாரரும் இவரோடு சேர்ந்துள்ளார். இக்குமாரருள் இருவர் காசிநயினாரின் மக்களாம். (Queiroz p. 348)

"காக்கைவன்னியன்"

வைபவமாலையின் மாறுபாடுகள்சில இங்கு குறிக்கற்பால. புவிராசபண்டாரம் பறங்கிச்சேனாபதி சமுகத்தில் கொண்டுவரப்பட்டு இராசதுரோகத்தின் நிமித்தம் தலையிழந்ததாக, அவனுக்கு ஓர்கால் நூற்றாண்டுக்குமுன் இறந்தொழிந்த பூதத்தயனை சங்கிலியே வெட்டுண்டான் என்றதும். அச்சங்கிலியின அரசையும் இவன் அரசையும் ஒன்றாக்கிக் கூறியதும் ஒரு மாறுபாடு. காக்கு எனும் சேனைபதி தன் பாபனை அரசனைத்தேடிப்போய்ப் புத்திகூறியதை மாற்றி காக்கைவன்னியன் அரசனைப் பிடித்துக்கொடுத்தானென்றது மற்றொன்று. காக்கு எனப் போர்த்துக்கேயர்காட்டுவது இயற்பெயரோ, அன்றிப் பட்டப்பெயரோ அறிகிலோம். Gago என்

பது அவர் பாஷையில் கொன்னையன் எனப் பொருள்படும். ஒருவேளை "கொன்னையன்" எனும் பட்டப்பெயர் அரசனின் மருகனுக்கு இருந்ததேயோ? அப்படியாயின், காக்கு என்ற பரபாஷைச்சொல்லோடு தமிழ்ச்சொல்லையும் ஒட்டி யாழ்ப்பாணத்தார் பிற்காலம் அவனை காக்கு கொன்னையன் என்றழைத்தமையால் அதுதான் காக்கைவன்னியன் என வந்ததேயோ? இது எவ்வாறாயினும், மயில்வாகனப்புலவர் பறங்கியர்காலத்து யாழ்ப்பாண அரசர்களைப்பற்றி வரைந்துவைத்தனவெல்லாம் தலைதடுமாற்றமான தப்பறைகளேயன்றிச் சரித்திரமல்ல என்பது இதுவரையில் எம் பாராயணர்கட்கு விகசிதமாகாதிராது.

சீமான்பிஞ்ஞனும் இராசகுமாரனும்

இவைநிற்க: எதிர்மன்னசிங்க குமாரனை சீமான்பிஞ்ஞன் என்பவன் சிவமோசத்தாற் காத்தசம்பவம் எம் இலங்கையிலேயே அக்காலம் கலவில் பொறிக்கப்பெற்றிருத்தல் அறியத்தக்கது. பிஞ்ஞன் மகாவீரன். பிரபுக்குலத்துக்குச் சேர்ந்தவன், அதனுல காலகதியில் உத்தியோகத்தில் உயர்ந்து தென்பாகங்களிலே பல போர்களிலே சேனாநாயகமாய்த் திகழ்ந்ததுமன்றி, நிகபித்தியன் எனும் சிங்கள அரசகுமாரனின் சகோதரியும் சீதாவக்கையின் இராசசிங்க அரசனின் உரிமைக்காரியுமான தோனமரியை என்னுங் குமாரத்தியை மணவியாக்கிக்கொள்வோனுகிச் சப்பிரகாவின் திசாவையாயும் அமர்ந்தவன். 1609-ம் ஆண்டளவில் இவன் மரித்தபோது, இவனுக்கு ஞாபகசின்னமாய் இரத்தினபுரிப்பகுதியில் திருவப்பட்ட ஓர் சிலையில், இவன் யாழ்ப்பாண அரசனுக வரதிட்ட எதிர்மன்னசிங்க குமாரனை மரணத்தினின்று காத்தபாவனையாய் ஓர் சித்திரமும் அதன்கீழ் ஓர் கல்வெட்டும் செதுக்கியிருக்கிறது. சித்திரம், குமாரன தரையில் விழுந்து கிடக்க, பிஞ்ஞன், வலக்கையில் ஓங்கியகட்கமும் இடக்கையில் கேடகமும்பிடித்து இடக்காலைக் குமாரன்மேல் வைத்துகொண்டு நிற்பதாகக்காட்டும். போர்த்துக்கேயத்திலுள்ள கல்வெட்டின் மொழிபெயர்ப்பு பின்வருமாறு:

இந்தவாளினுல் இவனை வென்றேன். நான் இந்தியாவுக்கு வந்து 23 வருஷம் ஆயிற்று. 16 வருஷமாய்க் கற்பித்தான் வேலையில் அமர்ந்துள்ளேன். என் பாதவடியிற்கிடக்கின்றவன் யாழ்ப்பாணப்பட்டினத்துஅரசன். இவனை சீமான்பிஞ்ஞன் ஆகிய யான் செயித்தேன்

என்பது. பிஞ்ஞன் இறந்தபின் இக்கல்வெட்டு எழுதப்பட்டமையால் அவனை மெச்சியோரால் "அர்சனை யான் வென்றேன்" என்று சற்றே சரித்திரத்துக்குமாறாய் வரையப்பட்டது. இஞ் ஞாபகசிலை சப்பிரகாமுவாவின் மகாசமன் தேவாலயத்தில் இருக்கின்றது. இதனைப்பற்றிய சகல விபரங்களையும் இதன் பிரதிமைப்படத்தையும் எமது History of the Catholic Church in Ceylon I எனும் நூலினுட் கண்டுகொள்க.

பன்னிரண்டாமதிகாரம் முற்றும்.

பதின்மூன்றும் அதிகாரம்

எதிர்மன்னசிங்க குமாரனாகும் எட்டாம் பரராசசேகரன

1591—1616

தங்களது மேலாட்சிக்குமாறாய்த் துரோகஞ்செய்து பிழைப்பட்ட புவிராசபண்டாரத்தைத் தொலைத்துவிட்டு யாழ்ப்பாணத்தை இரண்டாம்முறை கைப்பற்றிய சந்தோஷ சம்பவத்தினுக்காகத் தேவதோத்திரங்களைச் செய்து முடித்தவுடன், பூர்த்தாகீ இராச்சியத்தின் முதலிமார்களையும் பிறதலையாரிகளையும் ஒருங்குகூட்டி, தாங்கள் பிரசைகளுடைய சுதந்திரங்களுக்கும் நல் ஆசாரங்களுக்கும் விக்கினஞ்செய்வதில்லையென வாக்குறுதி கூறி, இவர்களைப் போர்த்துக்கேய அரசனுக்கு இராசவிசுவாச சத்தியஞ்செய்யும்படி வினவினர். அதற்கு முதலிமார் ஆதியோர் மனப்பூர்வமாய்ச் சம்மதித்தலும், சத்தியஞ்செய்துகொடுக்கும் சடங்கு வெகு ஆடம்பரமாய் நிறைவேறியது. அதன்மேல் பறங்கியர், யாழ்ப்பாணத்தார் தம் சொந்த அரசனில் என்றும் அபிமானமுடையோராகவே, அன்னியர்களாகிய தாங்கள் அன்னோரை அரசாள்வது நன்றன்று, தமிழ் இராசகுமாரன் ஒருவனை செங்கோலோச்சவேண்டுமென்று சங்கதத்தில் தீர்மானித்து, எதிர்மன்னசிங்க குமாரனைப் பரராசசேகரன் என்னும் சிங்காசனப்பெயரோடு இறை அரசனாக்கிவிட்டனர். முன் ஆண்ட புவிராசபண்டாரம் உரிமையில்லா அரசனானதலால் அவன எட்டாம் பரராசசேகரன் என மதிக்கப்படாமல் இவனை எட்டாவதானான். இவ்வொழுங்கீடு அக்காலத்திலேவ கோவைப் பிரதிராசாவினாலும் அங்கீகரிக்கப்படலாயிற்று.

அப்பால் இராச்சியத்தில் மீண்டும் கலகம் எழுப்பக்கூடியவர்களாக எண்ணப்பட்ட எண்ணூறு வடக்கர்கட்கும் சோனகர் சிலருக்கும் சிரசாக்கினை விதிக்கப்பட்டது. துறைகளில் நின்ற வள்ளங்களுள், அரசனுக்கென விடப்பட்ட இரண்டு போக, மற்றவையெல்லாம் அக்கினிக்கிரையாக்கப் பெற்றன. மன்னாரிலிருந்து வந்தவர்களில் ஒருநூறு பறங்கிவீரர்கள் மூன்று கப்பல்களோடும் யாழ்ப்பாணத்தில் தங்க ஏற்பாடாயிற்று. மீளவும் அரசன் பரிந்துகேட்டமைக்கிணைந்து அவனுக்குக் காவலாகக் கஸ்பார் ரெருத்திரிசேஸ் என்னும் முதலி 200 லஸ்கறின்கள் சகிதமாய் அரண்மனையில் இருத்தப்பெற்றான். இந்த ஒழுங்கெல்லாம்பண்ணி முடித்தபின் அந்திரேபூர்த்தாடுதெமென்டோன்கா மன்னார்வழியாய்க் கோவைக்குப் பயணமானான்.

வைபவமாலையுடையார் பறங்கியர் சிங்காசனமேற்றிய இவ்வெட்டாம் பராசசேகரனையே பராசசிங்கன் எனப் பண்ணுகின்றார்போலும். ஆயின் இவனைப் பரநிருபசிங்கனின் மகன் என்றதும் அப்பரநிருபசிங்கனே பறங்கியரால் முன்பு தம்மிழ் அரசனுக்கப்பெற்றானென்றதும் அபத்தங்களாம். பராசசிங்கனைச்சுட்டி அவர் கூறுகின்றவை பின்வருவன.

அதன்பின் பராசசிங்கத்தை அரசாட்சியின் ஆலோசனைத்தலைவனுக்கிச் சங்கிலி எழுதிவைத்தபடியே அவனுக்குப் பராசசிங்க முதலியென்றும் அவன் குலத்துக்கு மடப்பளி என்றும் பட்டஞ்சூட்டி அவனையும் பிதாவைநடத்தினதுபோலக் கனப்படுத்தி நடத்திவந்தார்கள். பராசசிங்கமுதலிக்கு மரணகாலங்கிட்டினபோது, அவன் தன் எழுகுமாரர்களையும் வரவழைத்துத் தன் ஆஸ்திகளைப் பங்கிட்டுக்கொடுத்தான். அழகாண்மைவல்லமுதலிக்கு நல்லூரையும் கள்ளியங்காட்டையுங்கொடுத்து நல்லூரிலுள்ள தன்மாளிகையிலிருத்தினான், தனபாலசிங்கமுதலிக்கு மல்லாகத்தைக்கொடுத்து அதிலிருத்தினான். வெற்றிவேலாயுதமுதலிக்குச் சண்டிலிப்பாயைக் கொடுத்தான். விசயதெய்வேந்திரமுதலிக்கு அராலியைக்கொடுத்தான். திடவீரசிங்கமுதலிக்கு அச்சுவேலியைக்கொடுத்தான். சந்திரசேகரமாப்பாணமுதலிக்கு உடுப்பிட்டியைக்கொடுத்தான். இராயரெத்தினமுதலிக்குக் கச்சாயைக்கொடுத்தான். இவர்களன்றி வேதவல்லி எனும் ஓர் மகளுமிருந்தாள், அவளுக்கு வேளாளகுலத்தில் விவாகஞ்செய்வித்து மாதகலைக்கொடுத்தான்.

பரநிருபசிங்கன் கோவைக்குச்சென்று கிறீஸ்தவனாகி அங்கு 1560-ம் ஆண்டின்முன் அதாவது பறங்கியர் யாழ்ப்பாணத்திற் கால்வைக்குமுன்னரே இறந்துவிட்டான், பராசசிங்

கம் என்பவன் எதிர்மன்னசிங்ககுமாரனாகிய பரராசசேகரனே எனில் இவனுக்கு மைந்தன் ஒருவன்மட்டுமே. அவனும் பின்னர் நாம் காணப்போகின்றபடி கிறீஸ்த சன்னியாசியாகி அன்னியதேசம்போய்த்துலைந்தான். ஆகலால் பரராசசிங்கனுடைய எட்டுமக்களின்கதையும் அன்னோருக்கு உபகரித்த ஊர்களின்கதையும் முயற்கொம்பாகின்றது. இராசகுமாரரின் சந்ததியார் குடியேறி இருந்த அவ்வவ்வூரைக் கண்ணியப்படுத்தும் பொருட்டே பரராசசிங்கனின் மக்களைப்பற்றிய ஊர்க்கதை எழுந்ததுபோலும்.

மடப்பளிப்பட்டம்

இனி, பறங்கியர் பரராசசிங்கனின் குலத்துக்கு மடப்பளி என்னும் பட்டஞ்சூட்டினர் என மயில்வாகனப்புலவர் கூறுகின்றதை ஆராய்வாம். இப்பட்டத்தைச் சங்கிலியே ஆதியிற் பரநிருபசிங்கனுக்கும் மகனுக்குங்கட்டிவைத்தனனெனவும் இதன்பொருள்மடப்பம் + ஆளி = ஐஞ்ஞூறு கிராமத்துக்குத் தலைமையாம் எனவும் புலவர்தாமே முன்னோரிடத்திற் கூறியுள்ளார். தம்மோடு ஏககாலத்தவரான வரதபண்டிதர் “கிள்ளைவிடுதூ”திலே “வெற்றிவிடைக்கொடியர் மேலாரியர்குலத்தினுற்றமடப்பளியிலுள்ளோரும்” என்று இப்பெயரின் உண்மை உற்பத்தி விளங்கப் பாடியதைபாதல் புலவர் நோக்காதுவிட்டமை ஆச்சரியமே. இவர் சரித்திர உண்மையை உணராமல் வலிந்து எடுத்த சொற்பொருளைக்கொண்டு ஒருகாரணஞ் சொல்லியதுபோல எக்காலத்தின் சரிதாசிரியரொருவரும் அரண்மனையின் மடைப்பள்ளியில் (அடுக்களையில்) வேலைசெய்த 'உயர்குல (?) வேளாளருக்கே மடைப்பள்ளியார் (அட்டிற்காரர்) எனும் பட்டம் லபித்ததென்றும், அரசனுடைய அட்டிற்காரர் இராச மடைப்பளியாரென்னப்பட, குமாரர்களுடையோர் குமார மடைப்பள்ளியாராகிவிட, மந்திரசங்கத்தாருடையோர் சங்கமடைப்பள்ளி, சர்வமடைப்பள்ளியாரென்னப்பட்டார் என்றும் எடுத்திசைப்பர். (ஸ்ரீ அ. முத்துத்தம்பிப்பிள்ளை: யாழ்ப்பாணச்சரித்திரம்) இவர் இருவரும் வெவ்வேறு உற்பத்தியுள்ள பதங்கள் ஒரேவடிவாய்த் தோன்றுதல் எல்லாமொழிகளிலும் உண்மையை அவதானியாது தமக்குத்தோன்றிய அர்த்தத்தினின்றும் கற்பனைசரித்திரம் உருவாக்கத்தொடங்கி இடர்ப்பட்டனர்.

யாழ்ப்பாண அரசகுலத்தவர்களது மடப்பளிப்பட்டம் 500 கிராம அதிகாரப்பொருளுள்ளதுமன்று. அடுக்களைப்பெ

ருளுள்ளதுமன்று. அது வடநாட்டிலுள்ள ஓர் ஊர்ப்பெய ராம். இப்பெயர்கொண்ட ஊர்கள் தற்காலத்திலும் இந்தியா வில் இரண்டிடத்துள்ளன, ஒன்று நிசாமுடையதேச றெயில் வே ஸ்தானங்களுளொன்றாகிய மதிரைவுக்கு அணித்தாயுள்ள து. மற்றது எல்லூரின் சமீபத்திலிருப்பது, பண்டைக்காலத்து மடப்பளிப்பேர்கொண்ட ஊரோ கலிங்கதேசத்தின் நத்தவாடி ப்பிரிவிலிருந்ததாம். 1201-ம் ஆண்டு எப்றில்மாசம் 19-ந் தி கதிக்குச்சரியான காலத்தைக் காட்டுகின்றதும் பேஸ்வடாவி லுள்ளதுமான ஓர் கல்வெட்டிலே நத்தவாடியின் மடப்பளி யூரான் மகா மண்டலேஸ்வர ருத்திரதேவராசா என்போன் ஒரு ஆலயத்துக்கு நேர்ந்த காணிக்கை குறிக்கப்பட்டிருக்கின் றது. மகாமண்டலேஸ்வர ருத்திரமகாராசாவின் புத்திரி கோ டபய்யலமகாதேவி, நத்தவாடியின் மடப்பளியில்வசித்தவளின் னுண் கல்வெட்டொன்று அமராவதியிலுமுண்டு. இவற்றால் மடப்பளி என்பது சிற்றரசர்கள்வாழ்ந்த ஓர் கிராமமென்பது வெளிப்படும். பள்ளிப்பெயர்கொண்ட வேறுபெயர்களும் பல கலிங்கதேசத்திலுள்ளன. அவை சத்தனப்பள்ளி, சிந்தப்பள்ளி, வோட்டுப்பள்ளி, கேதப்பள்ளி முதலியன, (Ancient Jaffna pp, 388—9)

ஆகவே கலிங்கதேசத்து மடப்பளியூரினின்றுவந்த அரச குடும்பத்தவர்களே மடப்பளியார் எனறழைக்கப்பட்டனர் எ ன்க. வையா அடிதலைமாறிக்கூறும் குழாம்பல் வாலாற்றிலே மடப்பளியார் குடியேறிய சாதியாராகக் குறித்திருத்தலையுங் காண்க. (முன் 42-ம் பக்கம்) இனி, காரைக்காலினின்றும்வந் தோர் காரைக்கால் வேளாளர் எனப்பட்டவாறு இவர்களும் பிற்காலம் மடப்பளி வேளாளராயினர். அரசவமிசத்தார் பெ ரும்பான்மை வேளாண்குடும்பங்களிற் பெண்கொண்டபோதி லும் மடப்பளிப்பட்டமே என்றும் விரும்பிக் கையாளப்பட் டது, பறங்கியரோடு நம் அரசர்கள் தொலைந்து குமாரர்கள் தாம் ஆங்காங்கு கிராமத் தலைவர்களாய்க் குடியேறியமை யால் குமார மடப்பளி மிகுத்தது. இனி ஒல்லாந்தர்காலத்தி ல் மடப்பளிப்பட்டத்தை ஆசித்துப் பலர் பொருள்கொடுத் துத் தம்மை அவ்வரியில் எழுதுவித்தமை பிரசித்தம். "மட ப்பளி கலவாத சாதியும் தாளிபாத கறியும்" என்ற ஊர்ப்பே ச்சையும் நோக்குக, இவ்வாறு எழுதுவித்தோரே சங்கைமட ப்பளி என்றும் (இழிவுநோக்கி) சருகுமடப்பளியென்றும் பா வைவழக்கில் ஏறப்பட்டனர்போலும். பிறகாலம் "உலக்கைதே ய்ந்து உளியபிடியான"வாறுய் இராசகுலத் தனுக்குகூளாம்

இழுக்குப்படவே, வீழ்குடி உழவர்தாமும் மடப்பளியாரோடு சமனாகபதோடமையாது, இவர்களைத் தாழ்த்திப்பேசவுந் தலைப்பட்டனர். அந்நிய அரசர் ஆட்சியின்கீழே, பிரபுத்துவச் சிறப்புரிமைகள் இல்லாதுபோனகாலத்திலே, இனி நாமெல்லாம் ஒத்தபுத்தியாய் வாழ்வதையொழித்து "முந்திவந்த தீவார் பிந்திவந்த தீவாரை இகழ்ந்த"பான்மையாய் ஒருவரொருவரை யிகழாது சமாதானத்தைச் சுகிப்பதே தகுதியென்க.

உள்நாட்டுக்கலகம்

பரராசசேகரன் தன்னை அரசாளவைத்தோர்பேரில் மிக விசயமுள்ளவனாயிருந்தனன் என்பது சொல்லாமலே விளங்கும். தன்னோடு ஊடாடிய பறங்கியருக்கெல்லாம் சன்மானங்கள் வழங்கியும் அன்னோர்க்கு இலகுவாய்ச் செவிகொடுத்தும்வருவான். இதனால் பறங்கியரும் இராச்சியத்துட் தம்மனம்போனபடியெல்லாம் தாறுமாறுகள் விளைக்கத் தலைப்பட்டமை இயல்பே. இது முதலியாருக்கும் தலையாரிகட்கும் போதாததாயிற்று. நாடெல்லாம் மனப்புழுக்கம் உண்டுபட்டது. படவே, முதலிமாருள் ஒருகட்சியார் பரராசசேகரனைச் சிங்காசனத்தால் இழுத்துவிழுத்தித் தஞ்சாவூரிலிருந்த ஓர் அரசகுமாரனை அதிலேற்றச் சூழ்ச்சிசெய்தனர். சோனகரும் வடக்கரோடு மறவருஞ்சேர்ந்த சேனையொன்று அரசகுமாரனை ஆதரிக்க முற்பட்டது. தஞ்சாவூர் நாயக்கனும் கண்டியரசனான விமலதர்மசூரியனும் அவன்பாரிசமாயினர். இச்செய்தி 1592-ம் ஆண்டு அகுஸ்துமாதம் 4-ந் திகதி பரராசசேகரன் செவிக்கேறவே, உடனே இதனை மன்னார்க் கற்பித்தானுக்குத் தெரிவித்தலும், இவன் தாமதமின்றி மனுவேல்டெ அத்தாயிட் என்பவனது தலைமையின்கீழ் ஒரு முதலியாரைப் படைத்துணையோடு நல்லூருக்கனுப்பிவிட்டு, இருபோர்க்கப்பலும் எழு தோணிகளுங்கொண்ட கடற்படையொன்றை விரைந்து ஆயத்தப்படுத்திக்கொண்டிருந்தான்.

அத்தாயிட்டும் முதலியாரும் நல்லூரைச்சேருதலும் ஊர் முழுதும் அரசனுக்கெதிராய்க் கொதித்துக்கொண்டிருக்கக்கண்டு இவனைக் கரையூரில் அந்நாள் உருவாக்கிக்கொண்டுவந்த பறங்கித்தெருவில்போய் ஒதுங்கும்படி செய்தனர். அடுத்தநாள் அரசகுமாரன் தஞ்சாவூரினின்று புறப்பட்டுவிட்டானெனவும், பன்னிரண்டு தோணிகளோடும் போதிய வீரர்கள்

யுத்தசம்பாரங்களோடும் வருகிறானெனவும் செய்திபிறந்தது. பிறக்கவே, அத்தாயிட் இதுவரையில ஆபத்தமாகியிருந்த மன்னார்க் கப்பற்படையோடு அவனை எதிர்கொண்டுபோகத் தீவிரித்தான். மிற்றைநாள அரசகுமாரனின் கப்பற்திரள் தலையன்னாருக்கணித்தாய்த் தென்பட்டது. அத்தாயிட் காத்திருந்து வடக்கர் கரையிலிறங்கியும் இறங்காமுன்னமே அன்னோரை வாளாற்சருவித் தொலைத்துவிட்டான். இறங்கியோடினோர் முதலியாரின்கையிற் சிக்கிக்கொண்டனர். அன்று 400 வடக்கர் மாள, 200 பேர் கைதிகளாக்கப்பட்டார். இவருள் அரசகுமாரனின் மனைவியும் ஒருத்தியாயினள். வெற்றியாளர் போரிற் கைக்கொண்ட திரவியங்களோடும் ஒட்டோலக்கமாய் யாழ்ப்பாணத்துக்கு மீண்டு அரசனை நல்லூர் அரண்மனையில் இருக்கவைத்தனர். ஏழு எட்டுத் தலையாரிமாரின் தலைகளை வெட்டிவிட்டதோடு இராச்சியம் மறுபடியும் அமரிக்கை அடைவதாயிற்று.

அரசனும் பறங்கியரும்

மேலாட்சியுரிமைபூண்டோரான போர்த்துக்கேயர் இவ்வாறு அரசனுக்கு என்றும் சகாயராயிருந்தபோதிலும் இவன் அவர்மாட்டுக் களங்கமின்றிய மனதுபடைத்தவனாயிருந்தானில்லைப்போலும். ஒருகால் சிங்கள அரசனான விமலதாமசூரியனுக்கு இவன் சனுவாயிருக்கிறானென்றும், வடகரையினின்றும போர்வீரர்கள் யாசகரான யோகிவேஷத்தோடு தன் இராச்சியத்தினூடு கண்டிக்குப்போக இடங்கொடுக்கிறானென்றும் கதை பரம்புவதாயிற்று. இப்படிற்றொழுக்கத்தைக் கேள்வியுற்ற மன்னார்க் கற்பித்தானாகிய சில்வெஸ்தர்தெஅசேஸ் என்பவன் "சந்தோமைக்" கப்பற்படைக் கற்பித்தான் சகிதமாய் இவனை விரட்டிக் கயற்றுதலும், இவன் பல்லைக்காட்டிக் கெஞ்சி, வடகரையினின்றும் போர்வீரர்களொருவரும் கண்டிக்குப் போனாரில்லை, யோகிகளே யாசகத்தின்பொருட்டுச் சிவனொளிபாத யாத்திரைபோகின்றவர்களென்றுவகைசொன்னான், இதனால் பறங்கியர் சாந்திப்படாதமைகண்டு அன்னோரைத் திருத்திபாக்கும்பொருட்டுக் குறித்தயோகிகளில் 300 பேரை முதலிமார்கள்மூலமாய்ப் பிடிப்பித்துப் பின்கட்டாய்ப் பிணித்துப் பறங்கி இலிகிதன் முன்னிலையில் இவர்களைக் காரைதீவிற் தோணியேற்றி வடகரைக்கு அனுப்புவித்தனன். யோகிகளும் அரசனைத் திட்டிச் சபித்துக்கொண்டு அக்கரைப்பட்டனர்.

பறங்கியரைச் சாந்தியாக்க எவ்வாறாக வருந்தியும் எம்மரசன் மீண்டும் மீண்டும் கலக்கத்துக்குள்ளானான். போர்த்துக்கேயக் குடிகளுக்கும் சுதேசகிறீஸ்தவர்களுக்கும் அரசன் காலத்துக்குக் காலம் நிலம் புலங்களை அளிப்பதிலும் தன்தேசபரிபாலனவிஷயங்களிலும் தன்மனம்போலச் செய்யவிடாது மன்னார்க் கற்பித்தான் ஆகியோர் நெருக்கிடைபண்ண முயன்றனர். அரசன் கொடுக்கவேண்டிய 12000 "பார்தம்" எனும் இறைக்கணக்கிலும் சோலிசெய்யலாயினர். ஒருகால் அப்பன்னீராயிரத்துக்குப்பதிலாய்ப் பன்னிரு யானைகேட்பார். யானையைக் கைப்பற்றிக்கொண்டபின் அப்பிரதங்களை வைத்துக்கொண்டே காசையும் கேட்பார். இவையெல்லாம் கீழுத்தியோகஸ்தர்களின் திருவிளையாடல்களே என்றறிந்த அரசன் பிரதிராசாவுக்கு விருபமெழுதி நீக்கடைபெறச்செய்வான். உண்மையில் கிறீஸ்தசமயத்திலூன்றியதும் மிகத் திருத்தமுமான ஒரு சட்டத்தைக்கொண்டதாகிய போர்த்துக்கேய அரசன்று, அவ்வரசின்கீழ் இந்நாடுகளில் உத்தியோகம் வகித்துநின்ற குட்டிச்சாத்தான்களே பலகாலும் பல கெறிகேடுகளை இங்கு நிகழ்த்தலாயினர் என்பது நிச்சயம்.

பரராசசேகரனைச் சிறசில பறங்கி உத்தியோகஸ்தர்கள் பகைத்து இம்சித்தகாலையிலெல்லாம் அவனுக்கு உறுதிச்சுற்றமாயும் உற்ற நண்பராயும் விளங்கினோர் அப் பறங்கிதேசப் பிரான்சிஸ்குசபைக்குருமாராம். தான் அக்குருமாரில்கொண்ட ஆசாளையினால் தன் இராச்சியத்திலேமட்டுமன்று அரண்மனையிலேயும் அன்னோர் தங்கள் போதகத்தொழிலை நடப்பிக்கத் தாராளமாய் இடங்கொடுத்தான். நல்லூரிலேயே அரண்மனைக்கணித்தாக அன்னோர் "வெற்றிமாதாகோவில்" என்னும் தமது பிரதான ஆலயத்தை நிர்மாணிக்கும்பொருட்டுத் தானே போதிய நிலமும் செலவும் கொடுத்தான். வேறிடங்களிலும் கோயில், குருமனை ஆகியவற்றை உண்டாக்குதற்கு வேண்டிய உதவிகளும் குருமாரது சம்ரக்ஷணைக்கு அவசியமான தருமமும் அரசபண்டாரத்தினின்றே வழங்கப்பட்டன. அரசன் தானும் குருமாரது சத்தியவேதத்தைத் தழுவிக்கொள்ள ஆசித்தும் கோழைத்தனத்தால் ஊருக்கஞ்சி அதனை இறுதிவரையிலும் பின்போட்டுக் கைவிட்டிட்டான்.

செந்தமிழ்வளர்ச்சி

எதிர்மன்னசிங்க பரராசசேகரனை இவன்காலத்திலே அந்தகக்கவிவீரராகவன் எனும் இசைவல்லோன் யாழ்ப்பாணத்

னைத்தரிசித்து அரசனைப்பாடிப் பரிசில்பெற்றமையை முன்னர் குறிப்பிட்டுள்ளோம். (16-ம்பக்கம்) இவ் வீரராகவன்காலம் இதற்கு முற்பட்டதாகக் கூடாதென்பது படிக்காசுப்புலவரின் ஆசிரியரும் இலக்கணவிளக்கஞ்செய்தவருமான வைத்தியநாத நாவலரை இவர் பாடியமையாலும், 1685-ம் வருஷம்வரையும் அரசாண்ட சேதுபதியின்பேரில் "ஒருதுறைக்கோவை" செய்த அமிர்தகவிராயர் இவர்காலத்தவர் என்னப்படுகின்றமையாலும் பிறவற்றாலும் பெறப்படுகின்றது. தனிப்பாடற்றிரட்டிலே கவிவீரராகவனைப்புகழ்ந்து பரராசசேகரன் பாடியனவாகச் சொல்லப்படும் பாக்களின வரலாறு உண்மையாயின இவ் வரசனின் தமிழ்ப் பாண்டித்தியமும் போற்றப்படுவதாகும். (இடப்பெயர்வரலாறு 125-ம் பக்கங்காண்க)

காளிதாசகவியின் சமஸ்கிருத ரகுவம்சநூலைத் தமிழில் இரகுவம்மிசம் என மொழிபெயர்த்துபபாடிய அரசகேசரி (யசகேசரி) இப் பரராசசேகரனின் தமயனெனப் போர்த்துக்கேயசரிதம் கூறுகின்றது. அரசகேசரி (Harique Jara Pandara) யே போலும். இவனைத் தமிழ்ச்சரிதங்கள் பரராசசேகரனின் மருகன் எனவழுத்தும். மருகனாயின் கொலையுண்ட புவிராசபண்டாரப் பரராசசேகரனே இவன் மாதுலனாகலாம். வைபவமாலையோ தன் அரியாசைக்கிணங்க 1478-ம் ஆண்டில் அரியாசனம் ஏறிய 6-ம் பரராசசேகரனை இவன் மாமனாக்கி வழுவுற்றது. இவன் இரகுவம்மிசம் பாடியது நாயன்மார்கட்டுக் குளத்தருகில் அமைந்த ஓர் மேல்வீட்டிலிருந்தாம் எனவும், அது இவன் வாலவயதிலாமெனவும் ஐதிகம் கூறும். (செந்தமிழ் VII 3) இளவயதிலாயின் புவிராசபண்டாரம் உரிமையின்றி அரசாண்டகாலத்திற்றான் அந்நூல் அரங்கேறியிருக்கற்பாலது. தன்னைப்பாடத் தூண்டிவிட்டவனென நூலாசிரியர் கூறுகின்ற அரசன் (பாயிரம் 8, 9) இவனேயுமாகலாம். இவனாயின் அந்தக கவிவீரராகவமுதலியாரை ஆதரித்தபுகழும் இவனுடையதேயாகலாம். "அரசகேசரிவளவு" என நல்லூரிலுள்ளதே இராசபுலவனின் வாசஸ்தானமுமாகலாம். நீர்வேலியிலுள்ள "அரசகேசரிப்பிள்ளையார்" கோயிலின் பெயர்க்கும் இவன் காரணனேயோ?

பதின்மூன்றம் அதிகாரம் முற்றும்.

பதினாலாம் அதிகாரம்.

சங்கிலி குமாரனின் தவறுகள்

1616—1620

எட்டாம் பரராசசேகரன் இருபத்தைந்து வருடம் அரசாண்டு 1616-ம் வருடம் இவ்வுலகவாழ்வை யொருவினன். மரணப்படுக்கையிலே சவலைக்குழந்தையாகிய தன் ஏககுமாரனைத் தமயனாகும் அரசகேசரி பண்டாரத்தின் கையில் ஒப்பித்து அச்சிறுவன் வயதுடையவனாகும்வரை இராச்சியபாரத்தைத் தாங்கிக்கொள்ளுமாறு பிரார்த்தித்திருந்தான். அரசகேசரி பரிபாலகனாய் அரசாளுதற்கு கோவைப்பிரதிராசாவின் அங்கீகாரத்தை எதிர்பார்த்திருக்கும்வேளை, சங்கிலிகுமாரன் அந்தப்பதவியைத் தானே அடைந்துகொள்ளும்படி சூழ்ச்சிசெய்யலாயினான். இச்சூழ்ச்சியிற் சேர்ந்தாருள் கொலையுண்ட புவிராசபண்டாரத்தின் மகனுமொருவன். நடக்கப்போகின்ற சதியானத்தைச்சுட்டி அரசகேசரியும் Peleleya Pandara எனும் அவன் சகோதரனும் அறிந்திருந்தபோதிலும் அதனைக் காத்திரமான கருமமாய் எண்ணினாரில்லை. ஒருநாள் நடுப்பகல், பெரிய Migapule எனும் ஆராய்ச்சி காவலருட, அரசகேசரி சயனத்தில் சாய்ந்துகொண்டிருக்கையில், சங்கிலி அனுப்பிய கொலைஞர்கள் திடீரென அரண்மனையுட்புகுந்து இருவரையும் உயிர்போக்கி கதவுகளையும் அகலத் திறந்துவிட்டனர். விடவே, சங்கிலி தன் கூட்டாளிகளோடு அரண்மனையைக் கைப்பற்றிக்கொண்டு அங்கிருந்த இராசகுமாரர்களையெல்லாம் வாளுக்கிரையாக்கவும் அவர்கள் வாசஸ்தானங்களை எரியூட்டி அழித்துவிடவும் கட்டளையிட்டான்; அவன் மைத்துனனை Leucu குமாரன் என்பவனும் முன்குறித்த புவிராசபண்டாரத்தின் மகனுமே கொல்லாமற் காக்கப்பட்டனர்.

இவற்றைக்கண்ட பிரசைகள் கொந்தளித்து சங்கிலியை எவ்வாற்றாலும் கொன்று தொலைக்கவும் அவன் மைத்துனனைப் பரிபாலகனாக்கவும் சமய பார்த்துக்கொண்டிருந்தனர். கொலையுண்ட Migapule ஆராய்ச்சியின் மகனான சின்ன Migapule அரண்மனைவாயிலில் நின்றுகொண்டு, சங்கிலியை மனங்கொண்டமட்டும் வைது திட்டியும் அவனைநோக்கித் துவக்குவெடிகள் வைத்தும் பார்த்தான். மகாதந்திரியாகிய சங்

கிலி அரண்மனைக்குட் பதுங்கிக்கொண்டமையால் ஒன்றும் பலியாமையைக்கண்டு, ஆராப்ச்சிமகன் இராசகுமாரத்திகள் சிலரையும் தன் பாரிசமாக்கிக்கொண்டு மன்னருககுவிலாந்து போர்த்துக்கேயரைச் சரணடைந்து, அங்கு குருமாரை வசியம்பண்ணி தொன்லூயிஸ் எனும் நாமதேயத்தோடு ஞானஸ்நானமும்பெற்றுக்கொண்டான். இவையெல்லாம் இவனது கபடநாடகமே எனப் பின்னர்க்காண்போம்.

வேறு பல கொடுமைகள்

நல்லூரிலே பிரசைகள் அவ்வளவில் அமர்ந்திருந்தனர். சங்கிலி தனக்கு லபித்த அதிஷ்டத்துக்காகத் தோத்திரஞ் செய்யுமாறு ஓர் ஆலயத்துக்குச் செல்ல வெளிப்படுகையில் இவன் பிராணசிநேகிதனான Andayna (ஆண்டையினர்?) அமரக்கோன் முதலியார் என்பவன்: இன்னும் ஒருபுலி அரண்மனையிலிருக்கவிட்டு வெளிப்படலாமோ எனக் கூறினான். அவன் குறித்தது சங்கிலியின் மைத்துனனையாம். உடனே சங்கிலி உள்ளேபுகுந்து Leucu குமாரனின் கண்ணைப் பிடுங்கிவிட்டனன். அதுமட்டுமோ! பழிஅஞ்சாத அப் பாதகன் சகல முதலிமார்களையும் அரசுரிமைபூண்ட சிறுவனையும்கூட நிர்மூலமாக்கத்தேடியும் ஏதோ தேவசங்கற்பத்தால் மறுபடி [illegible]கொண்டிட்டான். ஆயின் இரண்டொருமாசஞ் செல்லுமுன் தொன்லூயிசின் மாமனும் ஏலவே கிறீஸ்தவனாகி தொபபேசுருபெற்றன்கோர் எனும் நாமம்பூண்டிருந்தவனுமான Branco முதலி சங்கிலியின் சூழ்ச்சியால் மாண்டான். பின்னொருநாள் சங்கிலி பல முதலிமாரையும் தலையாரிகளையும் யாதோ ஓர் கொண்டாட்டத்துக்கென அழைத்து உபசரிப்பவன்போற்காட்டி, அத்துணைப்பேரையும் சதிமானமாய்க் கொலலுவித்தான். இவ்வாறான பரமசண்டாளனின் கொடுமைகள் எம்மரசு சமூலமாய்ப் பிறர்கைப்படுதற்குக் காரணமாயினமையும் ஆச்சரியமன்றே.

1616-ம் ஆண்டு ஆகுஸ்துமாதக் கடைக்கூறாயிற்று. அப்போதுதான் மேமாசம் 13ந் திகதி பிரதிராசா ஒப்பமிட்ட ஞாப்பிய அனுமதியும் வந்துசேர்ந்தது. அவ்வனுமதியிலடங்கிய நிபந்தனைகளாவன: யாழ்ப்பாணத்துக்கு ஒரு புது அரசனை வைக்குமுன் காலஞ்சென்ற இராச்சியபதி அவ்விஷ

யமர்கச்செய்திருக்கக்கூடிய மரணசாதனம் வெளிப்படவேண்டும் என்பது. இச்சாதனத்தைத்தேடிக் கண்டுகொள்ளுமாறு மன்னாரிலிருந்து யுவான்தகுருஸ் சிறம் எனும் ஓர் காரியதரிசி நல்லூருக்கு அனுப்பப்பட்டான். இவன் அரண்மனையிலே Compada Raja, Branco, Chula Elegara, Tanavala, Puvinga Cinga, Alaguem, Chilva Nay எனும் பெயருள்ள முதலிமாரையும் அமாதுங்க ஆராய்ச்சியையும் ஒருங்குகூட்டி, சங்கிலியை முன்விட்டு விளக்கி, இவன் துஞ்சிய அரசனின் மரணசாதனத்தைக்காட்டாவிடில் இராசதுரோகியாய் மதிக்கப்படுவான்எனக்கூறிப் பயமுறுத்தினான். சங்கிலி, அரசன் மரணசாதனம் ஒன்றும் எழுதவில்லையென சத்தியத்தோடு வாதித்து, தான் பிரதிராசாவின் அனுமதியிலடங்கிய மற்றச் சகல நிபந்தனைகளையும் கைக்கொள்ளச் சம்மதினானுமென உறுதிமொழிகூறவே, இவ்வாறு சங்கத்தவர்களையுங்கூறிக் கைச்சாத்திடச்செய்துகொண்டு காரியதரிசி மன்னாருக்குமீண்டான்.

இதற்குப்பின் சங்கிலி போர்த்துக்கேயருக்குச் செய்த ஒரு உபகாரம் அவனுக்கு நல்லயோகத்தைக் கொண்டுவரலாயிற்று. அதெப்படியெனில், தென்னிலங்கையில் பறங்கியரசுக்கு மாறாயெழுந்த ஒரு சிற்றரசன் தஞ்சாவூர் நாயக்கனோடு போர் ஐக்கியப் பொருத்தனை செய்யப்போகின்றவனைச் சங்கிலி தன்சேனையில் ஓர்ஆயிரவரை அனுப்பி மறித்தடக்கித் திருப்பிவிட்டான். இதனையறிந்த மன்னார்க் கற்பித்தான் உளம்பூரித்து, உடனே பிரான்சிஸ்குசபைக் குரவர்களும் அரச உத்தியோகஸ்தர்களுங்கூடிய ஒரு சங்கத்திலே சங்கிலியை, பிரதிராசாவின் உத்தரவு வரும்வரையில், தேசாதிபதியாகத் தெரிந்து ஏற்படுத்தினன். அடுத்தநாள் நல்லூரிலே முதலிமார்க்கும் குடிகளுக்கும்முன் சங்கிலியே தற்போதைக்குத் தேசாதிபதியாம் என வெளியிடப்பட்டது. அவ்வேளை தேசாதிபதியின் கடமைகளும் எடுத்துரைக்கப்பட்டன. அவை, சத்தியவேதம் பரம்புதலிற் றடைசெய்யாதிருத்தல், இராச்சியத்தினூடு யோகிகளும் வடக்கரும் பயணஞ்செய்ய ஒட்டாது தடுத்தல், அதில் "கரையார்த்" தலைவன் எவ்விதத்திலாவது கலந்துகொள்ளாமலும் சோனகர் இடங்கோலாமலும் காத்துக்கொள்ளுதல், அரசிளங்குமாரனை முதலிமாரோடுகூடிப் பாதுகாத்தல், 1591-ம் ஆண்டு பூர்த்தாடு பண்ணிய நிபந்தனைகளின்படி ஒழுகுதல் என்பனவாம்.

புதுக்குழப்பங்கள்

கோவையிலுள்ள மேலதிகாரிகள் சங்கிலியின் அக்கிரமங்களின்நிமித்தம் அவனைத் தண்டிக்கவேண்டியமையை உணர்ந்தும், அப்போதைக்கு இராச்சியத்தில் மீண்டும் நெருப்பையுங் கட்கத்தையுங் கொண்டுவரவிரும்பாது காரியங்களை இருந்தபடியே விட்டுவிட்டனர். யாழ்ப்பாணப் பிரசைகளோ சுற்றுக்குள் பொங்கிக் கொதிக்கவேண்டிய நியாயங்கள் காணப்பட்டன. சங்கிலி தன் சகோதரி மகனொருவனை அரசுரிமைக்காரனெனப் பாவித்துவந்தனன், பரராசசேகரனின் சின்னப் புத்திரனையுமோ எவ்விடமுங் காணவில்லை. ஆதலால் குழந்தை அரசனை அப்பாதகன் வதைத்துவிட்டனனோ எனச் சமுசயம் பிறந்தது. ஆகவே ஆயுதபாணிகளான பெருஞ் சனக்கும்பலொன்று அரண்மனையை மொய்த்துப்பிடித்துச் சங்கிலியை வெளியே வரக் கூவிக்கொண்டிருந்தது. அவனும் பயக்கிராந்தனாய் ஓர் சாளரத்தினூடாய்த் தலையை நீட்டுதலும், சனங்கள் அவன் தேசாதிபதியாயிருந்து ஆளவிரும்பின் அரசிளங்குழந்தையைத் தங்கள்வசம் ஒப்புவிக்கவேண்டுமென்றும், இராசகுமாரனைக்கொன்ற பாதகர்களைக் கையளித்துவிடவேண்டுமென்றும், தான் வைத்திருந்த தேவடியாளைத் துரத்திவிட்டு முந்திய அரசனின் இராணிகளுள் ஒருத்தியை வதுவை ஆயவேண்டுமென்றுங் கூச்சலிட்டுக்கொண்டு நின்றனர். சங்கிலி யாதுஞ்செய்ய அறியாமற் கெடிமண்டினவனாய்ச் சனங்களைத் தலைகுனிந்து வணங்கினதோடமையாது, இராசகுழந்தையையுந் துரிதமாய்த் தூக்கிக்கொண்டுவந்து உயர்த்திக் காட்டினன். காட்டவே சனங்கள் தங்கள் சின்ன அரசனின் முன் சாஷ்டாங்கமாய் விழுந்து பணிந்தனர். ஆயின் சங்கிலி கொலைக்காரரைச் சனங்களுக்குக் கையளியாமல் கொல்லைப்புறத்தால் ஒழித்தோடச் செய்துவிட்டான். இதனையுணர்ந்த கும்பலானது படலைகளை முறித்துக்கொண்டு அரண்மனையுட்புகுந்து ஆங்கு Leucu குமாரனின் கண்ணைத் தோண்டுவித்த ஆண்டையினர் (?) அமரக்கோன்மட்டும் இருக்கக்கண்டு, இவனைப்பிடித்துக் கழுத்தில் கயிறுமாட்டித் தெருவீளம் கொறகொடவென்றிழுத்துக் கொன்று பழிவாங்கினர்.

கலகத்தில் முதலிமாரே தலைமையாய்நின்றமையால் அதனையமர்த்தச் சங்கிலியால் ஆற்றாமற்போயிற்று. மன்னார்க் கற்பித்தானும் தனது நீதிபதி ஒருவனையனுப்பி முதலியாரைப் பயமுறுத்தியும் அன்னோர் அமரிக்கையானாரில்லை. குருமாரும்

இரண்டுமோசமாய்ப் புத்திபுகட்டிச் சமாதானம்பண்ணப் பார்த்தும் பயனின்றியதாயிற்று. ஈற்றில் சங்கிலி வலோற்காரத்தால் சித்தி அடையலாமென எண்ணி முதலிமாரைச் சிறைப்படுத்தச் சிலரை அனுப்பினன். ஆயின் முதலிமார் சண்டையிற் கைவந்தோரான "கரையா"ரைத் துணைக்கொண்டு தம்மைப் பிடிக்கவந்தோரையும் வசமாக்கிப்பின் ஆயுதபாணிகளாய் அரண்மனையைநோக்கி நடந்தனர். சங்கிலி தனக்கு அபாயம் வந்ததெனக்கண்டு தன் வீட்டாரோடும் தப்பியோடி வெருத்துறையைச் (?) சேர்ந்து அங்கிருந்து கோட்டைக்கரையை அடைய ஆயத்தப்படுகையில் முன்சொல்லிய போர்த்துக்கேய நீதிபதி அவனைமறித்துக் குருநாதருடைய கோயில்வளவில தங்கும்படி செய்தனன். இங்கு அவன் 5000 பேரைச் சேர்த்து சஞ்சுவாம்வுக்திஸ்தா எனும் ஆலயத்தையே அரணாக்கிக்கொண்டிருந்தனன். இதற்கிடையில முதலிமார் புவிராசபண்டாரத்தின் பெருமகனோ மருமகனோ ஒருவனை இராச்சியத்தைக் கைப்பற்றவருமாறு அழைத்திருந்தனர். (இவன் வடகரையில் இருந்தவன்போலும்.) சங்கிலியும் தஞ்சாவூர் நாயக்கனுக்கு ஆளனுப்பித் துணைப்படையொன்றை அழைப்பித்துக்கொண்டு முதலிமாரோடு போருக்கெழுந்தனன். வடக்கரையே வீடாகக்கொண்ட தஞ்சாவூர்ப்படையானது Varana Gulata (வருணகுலத்தான்?) எனும் "கரையார்" தலைவன்கீழ் போராடிற்று. அப்போரில் முதலிமார் அபசெயப்படவே கலகம் ஒருவாறு அடங்கிற்று.

"பிலிப்பனென்னும் பறங்கி"

சங்கிலி தஞ்சாவூரிலிருந்து துணைப்பலம் வருவித்ததும் முக்கியமாய் "வருணகுலத்தான்" எனும் தங்கள் சத்துருவையே சேனாநாயகமாக்கியதும் போர்த்துக்கேயருக்குப் பொறுக்கொணாப் புழுக்கத்தைத்தந்தது. அத்துடன் தங்களுக்குமாறாய்க் கண்டி அரசனுக்கு உதவி செய்கிறானெனவும், திறைகொடுக்கவேண்டிய யானைகளைக் கொடாது பறங்கிக் கீழ்உத்தியோகஸ்தர்களுக்குப் பச்சைகட்டித் தப்பிக்கொள்ளுகின்றானெனவும் அறிந்தனர். இவ்வையுறவுகளின்நிமித்தமே சங்கிலியின் தேசாதிபதித்துவமும் இதுவரையில் பிரதிராசாவால் அங்கீகரிப்படாதிருந்தது.

அப்பால் போர்த்துக்கேயர் சிமிக்கிடாமல் தம் அலுவலை நிறைவேற்றினர். கொழும்பின் கப்பித்தான் மோர் ஆகிய

கொன்ஸ்தந்தீனு தெசாஇநொரொஞ்ஞா என்பவன் திடீரென பிலிப்தெஒலிவேரு எனும் வீரசூரத் தளபதியை யாழ்ப்பாணத்துக்கு அனுப்பலாயினன். இப்படையேறத்துக்குக் காரணம் ஊராத்துறைக் கரைகளைச் சூறையாடிக்கொண்டு திரிந்த சோனகக் கொள்ளைக்காரரைச் சிட்சிப்பதும், யாழ்ப்பாணராச்சியத்தால் வரவேண்டிய மூன்றுவருடத் திறையை அறவிடுவதுமே என்று சொல்லப்பட்டபோதிலும், உள்ளபடி சங்கிலிகுமாரன் திறைகொடாது எதிர்ப்பின் அவனைக் கொன்று அரசை அப்பிக்கொள்வதே பறங்கியரின் நோக்கமாயிற்று. ஒலிவேரு மூன்று போர்த்துக்கேய கொம்பனிகளோடும், 500 சிங்களவீரர்களோடும் கரைமார்க்கமாய் வழிகொண்டு தண்ணீரில்லாத வரண்ட நாடுகளினூடு வெகு கஷ்டங்களோடு துரிதமாய்நடந்து பூநகரியையடைந்தான். அங்குநின்றும் சங்கிலிகுமாரனுக்குச் செய்தியனுப்ப இவன் தளபதிக்குத் தன் சுபசோபனங்களைக்கூறி ஓர் மரக்கலத்தை அங்குப்போக்கினன். பின்பு மாதாகோயில் என்றஇடத்தில் (தற்போதுள்ள யாழ்ப்பாணக்கோட்டைப் பிரதேசத்தில்) இருந்த போர்த்துக்கேய குடிகள் அனுப்பிய தோணிகளில் சேனைமுழுதும் இக்கரைப்பட எட்டுநாள்சென்றது. அப்பால் ஒலிவேரு காரைதீவுசென்று கொள்ளைக்காரரைப்பற்றிய அலுவல்களை முடித்துக்கொண்டுவந்து பிரான்சிஸ்கசபைக் குருமாரின் முதலாளிமூலமாய் சங்கிலியிடம் திறைகேட்பித்தலும், இவன் இறப்பேன் இறுப்பேனென்றுசொல்லிக் காலதாமதம்பண்ணக்கண்டு மீண்டுமொருமுறை கேட்டனுப்பச் சங்கிலி தன்னிடம் 5000 பார்டம் நாணயம்மட்டும் அப்போது உண்டென்றும் தளபதி திரும்பி பூநகரிக்கப்பாற்போவதற்கிடையில் திறைமுழுவதையும் தீர்த்துப்போடுவதென்றும் போக்குநியாயஞ்சொல்லியனுப்பினன்.

ஆதலால் ஒலிவேரு போருக்காயத்தமாகி வண்ணார்பண்ணையிலுள்ள பனங்கூடலருகில் தமிழ்ச்சேனை சன்னத்தமாயிருப்பதையறிந்து அதனைச் சருவப் புறப்பட்டான். போர்த்துக்கேய முன்னணி சமீபிக்கவே தமிழர் இருமுறை துப்பாக்கிப்பிரயோகஞ்செய்தனர். மூன்றாம்முறை குண்டுமாரிபொழியுமுன் பறங்கிப்படை தீரமாய் எதிர்கொண்டு கைகலக்கவே தமிழர் சின்னபின்னமாய் முதுகிடத் தலைப்பட்டார். வீழ்ந்து உயிர்துறந்தார் அநேகர்: போராயுதங்களைப் பறங்கியர் கைக்கொள்ளவிட்டிட்டு ஓடித்தப்பினர் அநேகர். ஆயின் சற்றுநே

ரத்துக்குள் "கரையாரத்தலைவன்" 20,000 வீரர்கொண்ட தமிழ்ப்படையோடு வெளிப்பட்டுக் கொடுஞ்சமராடியும் பறங்கியரே ஜெயபேரிகை முழக்கினர். நூறு தலைகளுக்குமேல் வெட்டுண்டு உருளத் தமிழர் தெறிகெட்டு வந்தவழி நோக்கி விரைந்தோடினர். சத்துருக்கள் பின்தொடர்ந்து ஓடியும் அன்னோரைத் துரத்தி முறியடிக்கக் கூடாததாயிற்று. அதெங்ஙனமெனில் தமிழர் செருப்பணிந்தகாலினர், போர்க்களம் நிறையப் பரப்பியிருந்த பெரியமுட்களின்மேல் வருத்தமின்றியோடிச்செல்ல, வெறுங்காலோடு பொருதிய பறங்கியரோ கால்பரவி முன்னேறமாட்டாது வருந்தினர். இதற்கிடையில் சங்கிலிகுமாரன் வடகரைக்கு ஒளித்தோடத் தோணியேறியவன் எதிர்காற்றால் எற்றுண்டு பருத்தித்துறையைச்சேர்ந்து, மறுநாளே வேறுதோணிபிடித்துப் பயணமாயினான். இதனைக்கேள்வியுற்ற ஒலிவேரு துரிதமாய் ஓடும் மூன்று மரக்கலங்களை ஆயத்தப்படுத்தி அவனைத்தொடரச்செய்தனன். இவை சங்கிலியையும் அவனோடிருந்த இராசாத்திமார், இராசகுமாரர் குமாரிகளையும், பணிவிடைகாரரையும் குடாக்கடலிலேபோய்ப்பிடித்துச் சிறைப்படுத்தின. வெற்றியாளர்கள் சங்கிலியிடம் 8000 பதக்கநாணயங்களிருக்கக்கண்டு ஆனந்தமடைந்தனர். பணத்தையப்பிக்கொண்டது போதாதென்று கண்ணில்லாதவனான Leucu குமாரன் போட்டிருந்த காதணிகளைப் பிடுங்கியெடுக்கையில் அவன் காதுகளையுங் கிழித்துவிட்டனர். இவ்வாவேசவொழுக்கத்தையும் இராச ஸ்திரிகளுக்குநடந்த அவமரியாதையையுங்கண்ட சங்கிலி தன்காதுகளும் அறுந்துபோகாதபடிக்குக் கடுக்கன்களைக் கழற்றிக்கொடுத்துவிட்டான். அப்பால் சிறைப்பட்டோரெல்லாம் யாழ்ப்பாணத்துக்குக்கொண்டுவரப்பட்டு, சங்கிலி நல்லூரில் மறியலிடப்பட்டான். இராசஸ்திரிகளும் குமாரர்களும் கல்லூரியிலும் கோவிலிலும் குருமாரது ஆதரவில்வைக்கப்பட்டனர். ஏனையோர் தூக்கிக்கொல்லப்பட்டார்.

சங்கிலிகுமாரனின் கதி

இனி மேற்செல்லுமுன் சங்கிலிகுமாரனின்கதியைத் தெரிவிப்பாம். இவன் கன்பனோவிபேரொடும்கூடக் கோவைக்கனுப்பப்பட்டான். அங்கு சிரச்சேதமடையத்தீர்வையாயிற்று. ஆயின் மறியலிருக்கையில் இவன் முழுதும் மனம்மாறி தன் ஆத்துமத்தின் நித்தியகதியைநினைப்பவனாகிச் சத்தியவேதத்திற் சேர்

துக்கொள்ள ஆசித்தான். மனைவியும் அவ்வாறே விரும்பினள். இருவருக்கும் கோவையின் அதிமேற்றிராணியார் ஞானப் பிதாவாய் நிற்க, இராசமரியாதைகளோடு ஞானத்தீட்சை கொடுக்கப்பட்டது. சங்கிலிக்கு தொம்பிலிப்பு என்றும், மனைவிக்கு தோனுமரிகரிதா என்றும் பெயராயிற்று. பின்பு மரணத் தீர்ப்பு நிறைவேறுந் தினம்வரவே சங்கிலி அத்தீர்ப்பை மனச்சாந்தியோடு ஏற்றுக்கொள்ளவொருப்பினன். அலுப்பாந்தியின் முற்றவெளிக்கு அவனை இட்டுக்கொண்டு போம்போது பிரான்சிஸ்கசபைச் சந்நியாசிகள் பலர் உடன்சென்றனர். கொலைக்களம் முழுதும் துக்கத்துக்கடையாளமான கறுப்புத்துகிலாற் பொதிந்திருந்தது. அதன்நடுவில் ஓர் கம்பளம் விரித்துச் சிவப்பு வில்லூர்திப்பட்டுத் தலையணையொன்று போட்டிருந்தது. குற்றத்தினுக்காகக் கொல்லும்போதும் கொலைப்படுவோனின் இராசகுலத்துக்கேற்ற மரியாதையைச்செய்யப் போர்த்துக்கேயர் தவறினாரில்லை. அப்பால் சிரங்கொய்யுமுன் வழக்கம்போல் கைகளைக் கட்டச் சங்கிலி சம்மதியாமல், யான் என் பாவங்களுக்காக மரிக்கின்றேனாதலினால் என்மனமொப்பிக்கொண்டேன் என்றனன். பின் யேசு என்னுந் திருநாமத்தை உச்சரித்துக்கொண்டிருக்கையிலேயே யாழ்ப்பாணத்தைக் கடைசியாய் ஆண்ட எம் அரசதோன்றலின் சிரம் விழுந்தது. சங்கிலி ஓரேயொரு தயவைக் கேட்டிருந்தான். அதாவது தனதேகத்திற்குப் பிரான்சிஸ்கசபையாரின் உடுப்பிட்டுச் சேமஞ்செய்யவேண்டுமென்பது. அவ்வாறே சந்நியாசிகள் மிருதசரீரத்துக்குத் தம்சபையின் அங்கிகளை அணிவித்து இராச வைபவங்களோடு ஊர்வலஞ்செய்து தங்கள் சவக்காலையில் பிரேதசேமஞ் செய்தனர். (Queiroz p. 562)

சங்கிலியின் மனைவியாகிய தோனுமரிகரிதா மனந்திரும்பினோருக்குரிய ஓர் மடத்தில் உட்பட்டு அங்கு "பழங்கிறீஸ்தவர்களும் நாணும்படியான உத்தம கிறீஸ்த சீவியமுள்ளவளாய் விளங்கினாள்." (Far. y Sousa.)

பதினாலாம் அதிகாரம் முற்றும்.

பதினைந்தாம் அதிகாரம்.

பயனில்லாப் போராட்டங்கள்

1620—1624.

பிலிப்பெ ஒலிவேரா யாழ்ப்பாண இராச்சியத்தைப் போர்த்துக்கால் மன்னவனுக்கு ஆக்கிவிட்டதாக மகிழ்ந்துகொண்டிருக்கையில், 1620-ம் ஆண்டுத் தபசுகாலத் தொடக்கத்தில் "கரையாரத்தலைவன்" மீட்டும் ஒருகால் வெற்றிமாதா ஆலயத்தின்முன் திடீரெனத் தோற்றினான். இவன் தஞ்சாவூரிலிருந்தும் ஒரு பெருந்தசேனையை இரகசியமாய் இட்டுக்கொண்டு வந்து "இராச்சியத்திலெல்லாம் அதிகம் போராடும் குணமுள்ளோரான" மீன்பிடிகாரர் சேரியில் பதிவிருந்து போர்த்துக்கேயருடைய அரண்களுள் ஒன்றாய் அங்காலில் விளங்கிய அவ்வாலயத்தைத் தாக்க அதிகாலையிற் புறப்பட்டான். முன்னணியில ஒருவீரன் வாளைச்சுழற்றிக்கொண்டு சத்துருக்களை ஏசிப்பேசி வந்தவனைப் போர்த்துக்கேயர் கைப்பற்றி அவன் சிரசைக்கொய்து ஆலயத்தின் புறமதிலில் உயர்த் தொங்கவைத்தனர். இதைக்கண்ட தஞ்சாவூர்ச்சேனை ஒருபுசமிருபுசமாகி வெகுண்டு ஆலயத்தை முற்றிக் கொடும்போர் நிகழ்த்துகலும், உள்ளிருந்தோரான இருபது போர்த்துக்கேயரும் இடையில் ஆலயத்தின் கொல்லைப்புறத்தால் உள்நுழைந்துவந்த பட்டணவாசிகள் சிலருமாய் காலைதொடக்கம் மத்தியானவரையில் முற்றுக்கையிடும் சேனையைத் தாக்கி அன்னோருட் பலரைத் தொலைத்துவிடவே "கரையாரத்தலைவன்" இனியாற்றுதலை கண்டு ஒதுங்கிப்போயினான்.

மறுநாட்காலை தமிழ்ச்சேனை நல்லூர்க்கோயிலை (கந்தசுவாமிகோயில் போலும்) அரண்செய்துகொண்டிருந்த ஒலிவேராவைக் காத்திராப்பிரகாரம் சருவத் தலைப்பட்டது. உள்ளிருந்தோர் முப்பதுபேர்மட்டுமேயாயினும், இவ்வீரர், ஈசற்கூட்டம்போலக் கோயிலைவளைந்து மொய்க்கத்தொடங்கிய தமிழர் முன்னேற முன்னேற ஒவ்வொருவரையுஞ் சுட்டு வீழ்த்திக்கொண்டிருந்தனர். நெடுந்தியாலமாய் இவ்வாறு போர்நிகழ்ந்துகொண்டிருக்க ஒலிவேரா கோயிலின் வாயிலைத்திறந்து வெளியேறிப் போர்தொடக்குமாறு தன் வீரர்களை ஆக்கியாபித்தான். பறங்கியர் போர்முரசமுழக்கி வாயிலைத்திறக்கவே தமிழரும் தவில்களைச் சப்தித்துக்கொண்டு வாயிலைநோக்கி ஓடி

வந்து குவிந்தனர். இதுவே பறங்கியருக்கு வாய்ப்பான சமய மாயிற்று. அன்னோர் வெளிப்படாமல் உள்நின்றுகொண்டு சனத்திரளின்மேல் ஊழித்தீயென்ன நெருப்பையுங் குண்டையுஞ் சொரிந்துவிட்டனர். விடவே நுழமபுத்திரள்கள் பொசுங்கி விழுவதுபோல தமிழர் எரிந்துகரிந்துவிழ்ந்தனர். எஞ்சியதமிழ்ச்சேனை போர்க்களமெல்லாம் இரத்தவெள்ளமும் சவக்குவியலுமாய்ப் பயங்கரகாட்சிதரவிட்டு ஐந்துமணியளவில் ஓட்டம்பிடித்தது.

தொம் லூயிசின் தோல்வி

அப்பால் Migapule என்பவன், மன்னாரில் போர்த்துக்கேயரைச் சரணடைந்து தொம்லூயிஸ் எனத் தீட்சாஅபிதானம்பெற்றவன் தஞ்சாவூர் நாயக்கனிடம் சென்று தான் நல்லூரிலிருந்துகொண்டு ஏகிய இருவர் இராசகுமாரிகளையும் அன்னோரிடம் ஒப்புவித்துவிட்டு, அவன்போரால யாழ்ப்பாணத்தை வென்று கைப்பற்றுதற்கு அவன்பால் கேம் நாயக்க எனும் தளபதியையும் தானைகளையும் இட்டுக்கொண்டு வந்தனன் (கேம்நாயக்க, செம்நாயக்க "கரையாரத்தலைவன்" வருணகுலத்தான் எனும் இவையெல்லாம் ஒருவனையே குறிக்கின்றனபோலும்) பின் தோணிகள் ஒருபகுதியைத் தொண்டமனாற்றிலிறக்கிவிட்டு மீண்டும் ஓர் அங்கத்தைக் கொண்டுவரப்போயின. இதற்கிடையில் தஞ்சாவூர் வீரர்கள் நல்லூர்க் கோயிலின் போர்த்துக்கேய காவற்சேனையை முற்றுக்கை போட்டுக்கொண்டிருந்தனர். ஆயின் போர்த்துக்கேயருக்கு நல்லதிஷ்டமாய் கொளும்பிலிருந்தும் அனுப்பப்பட்ட உபலமொன்று அப்போதே யாழ்ப்பாணத்தைச் சேர்ந்து தஞ்சாவூராரின் தாக்குதல்களை வென்று இடம்பாமல் நிலைபெறுதற்கு உதவியாயிற்று. ஒருநாள் மாதாகோவிலின் அரணில் பறங்கியர் நடுப்பகல் நித்திரைசெய்யும் அமயம்பார்த்து, தஞ்சாவூரார் கொல்லைப்புற எயிலால் ஏறி தாங்கள் கொண்டுவந்திருந்த வைக்கோலால் காவற்கொட்டிலை எரியூட்ட எத்தனித்தபோது அங்கிருந்த காவலாளர் இவர்கள்மேல் வெடிமருந்துப்பானைகளைக் கொளுத்திக் கவிழ்த்துத் துரத்தி ஓட்டிவிட்டனர்.

இவ்வாறாய் நல்லூரிலும் பண்ணைத்துறையிலும் பறங்கியர்கள் ஒவ்வோர் அரணத்தில் அடைபட்டவாறாய்ப் பொருதிக்கொண்டிருப்ப தஞ்சாவூர்த்தளங்கள் வலியிகுத்துக்கொண்டு வருதலையறிந்த கொளும்புக் கற்பித்தான்மோர் நான்கு

கொம்பனி வீரரோடும் 500 லஸ்கறின்களோடும் லூயிஸ் தெயிக்சேறு என்னும் ஓர் தளபதியை ஒலிவேறுவுக்கு உபபலமாய் அனுப்பிவைத்தனன். இவன் கரைமார்க்கமாய் விரைந்துவர அந்திரே கோரெயல்லோ என்னும் வேறொரு தளபதி கடல் மார்க்கமாய்க் கடுகிக்கொண்டிருந்தான். தெயிக்சேறு வரும் வழியில் யாழ்ப்பாணத்துப் பறங்கியரெல்லாம் வாளுக்கிரையானார் எனும் வதந்தியொன்று பிறந்தது. இதனைச்செவிமடுத்த தளபதி இனி யாழ்ப்பாணத்தாரை வேறுவகையில் அடக்குவது கூடாதெனவுன்னி வழியிலெதிர்த்த ஆடவர்களை மரங்களைப்போற் பிளந்தும், கைப்பிள்ளையோடிருந்த ஸ்திரீகளின் உதரத்தைக்கீன்று பிள்ளையை அதிற் றிணித்தும் வாயினாற் சொல்லொணாப் பயங்கர நிஷ்டூரங்களைச் செய்துகொண்டு வழி நடந்தான். இவற்றைக் கேள்வியுற்றுத் திகிலடிபட்ட யாழ்ப்பாணிகள் தெயிக்சேறு தடையின்றி ஒலிவேறுவின் அரணம்மட்டும் வர விட்டுவிட்டனர்.

இரண்டுநாட்சென்று ஒலிவேறுவும் தெயிக்சேறுவும் புறம்போந்து தஞ்சாவூர்ச்சேனையை ஓர் குளத்தருகிற் பாளையமிட்டிருப்பக்கண்டு பொருது எளிதில வெற்றியாளராய்த் திகழ்ந்தனர்.

வேறொரு இராசகுமாரன்

இவ்வாறான நிகழ்ச்சிகளைக் கனவிலும் காணாமல், தமக்கே வெற்றி கைகூடுமென்றிருந்த எந்தமிழர் "மொண்ணி முதலி" எனும் பட்டப்பெயருள்ள முதலியாரொருவரை வடகரைக்கனுப்பி அங்கிருந்த ஓர் இராசகுமாரனை யாழ்ப்பாணத்து அரசு கைக்கொள்ளும்படி அழைத்துவரச்செய்தனர். இக்குமாரன் யாழ்ப்பாணத்து அரசகுடும்பத்தவன் எனவும் இராமேசுரத்திற் போயிருந்தவன் எனவுந் தோன்றும். (Kings of Jaffna 69) இவன் 800 மறவரும் வடக்கரின் சேனையொன்றும் புறங்காப்ப, Elaur என்னுங் கிராமத்தில் வந்திறங்கி நல்லூரின் கோயிலொன்றில் தங்கினன். ஒலிவேறு இவ்வாயத்தங்களையறிந்து இருளைத் துணையாய்க்கொண்டு அவ்விடத்துக்கு அந்தரங்கமாய்ச்சென்று, பொழுது புலரும்வேளை போர் முரசம் முழக்கி எழுந்து கோயிலின் கதவுகளுக்கு அக்கினியிட்டெரித்து உள்வீதியில் நுழைந்தனன். இராசகுமாரனது பரிவாரமென அங்கிருந்த வீரர்களெல்லாம் மலாடிப்பட்டு நெஞ்சழிந்து தீரமிழந்து உன்மத்தர்கள்போல் அங்குமிங்கு மோட, அனைவரையும் ஒலிவேறுவின் வீரர் தென்புலம்போக்

னர். இராசகுமாரனைச்சேர்ந்தவர்களுள் ஒருவனுன பிராமணனொருவன் வாயிலில் ஓடிவந்து குமாரன் குமாரன் என்று கதற, இவனையும் இராசகுமாரனையும்மட்டும் கொல்லாமல் மறியற்படுத்தினர். பின்பு ஒலிவேரு தங்கும் கோயிலுக்கு இக்குமாரனைக் கொண்டுசென்று, அங்கு ஓர் சாளரத்தினருகிலே காலில் விலூர்திப் பட்டுப்பிடித்த விலங்குபூட்டி ஓர் கதிரையில் இருக்கிவைக்க, இவன்: என்னை வீணே இங்கழைத்து இவ்விதிக்குள்ளாக்கினீரே என மூதலிமாரையுஞ் சனங்களையும் வைதுகொண்டிருந்தான். ஈற்றில் இவனை மாதாகோவில் முதன்மைக் குருவானவர்வசத்தில் ஒப்பித்துப் பின் கொளும்புக்குக் கொண்டுசென்றனர். அப்பால் இவனுக்கு லபித்தது யாதென அறியோம்.

இவையெல்லாம் நிறைவேறியது 1620.ம் ஆண்டு வைப்பிரில்மாசத்தின் முன்னும். தேயிக்சேருவும் கொளும்புக்குத் திருபிவிட்டனன். பின்பு ஒலிவேரு நாடெங்குஞ் சுற்றிப் போர்த்துக்கேய அரசை ஏற்றுக்கொண்டோருக்கு மன்னிப்புக்கொடுத்தும், கொள்ள மறுத்தோருக்குத் தண்டனை விதித்துங்கொண்டு வந்தான். தமிழர் பின்னுமொருக்கால் மாதாகோவில் அரணை தாக்க உன்னியும் சத்துருவின் பெலத்தைக் கண்டு நெஞ்சுடைந்து பின்னடைந்துவிட்டனர்.

தஞ்சாவூராரின் புதுப் படையேற்றம்

மீண்டும் அவ்வருடத்து நொவெம்பர் மாசத்தில் நேரம் லூயிசும் "கரையாரத்தலைவ"னும் ஓர் புதுச் சேனையோடு தொண்டமானாற்றிற்தோற்றினர். இத்தடவை எவ்வாற்றாலும் தஞ்சாவூர் நாயக்கன்பேரால் யாழ்ப்பாணத்தை வெற்றிகொள்ளவேண்டுமென்பதே அன்னாரது தீர்மானமாயிற்று. ஒலிவேரு பட்டணத்துறையில், மாதாகோவில் அரணிலிருந்தவன் தமிழரின் வரவையுணர்ந்து அவர்க்குச் சிலேலடையான ஓர் சமாச்சாரம்போக்கி: நீவிர் நல்லூருக்கு அல்லேல் கரையாருடைய ஊருக்கு வருவதுண்டாயின உமக்கு நல்லுபகாரம்கிடைக்கும் எனச் சொல்லுவித்தான். மறுநாள் போர்த்துக்கேய படைகள் நல்லூர்வரையிற்செல்ல, அதற்கப்பால்நின்ற தமிழர் தாங்கள் ஸ்நானஞ்செய்து போசனம் அருந்தப்போவதாகக் கேலிச் சமாச்சாரமொன்று அனுப்பிவிட்டு இருந்தனர். இதற்கிடையில் வெயில் மிக அகோரமாயிருந்தமையால் ஒலிவேரு தன் இருப்பிடத்துக்கு மீண்டு பசியாறிக்கொண்டிருக்கையில தஞ்

சாவூரார் வந்துவிட்டனரென்ற செய்தி பிறந்தது. உடனே தன்வீரர் சிலரைக் கடலுள் இறங்கி அங்குள்ள ஒரு திடரினின்றும் தமிழரை முன்னேறாது தடுக்குமாறு அனுப்பிவிட்டு, தானும் மார்பளவு தண்ணீரில் இறங்கினன். இறங்கித் திட்டியில் வெளிக்கொள்ளுதற்கிடையில் நால்வர் தமிழ்வீரர் இவனையும் இவனது கேடையக்காரனையும் குடைக்காரனையும் சருவவே, இவன் தன்வாளையுறைகழித்து எதிர்த்தோருள் ஒருவனின் மார்பைப் பிளந்து மற்றொருவனின் தலையைக் கிழித்து எஞ்சிய இருவரும் முதுகிடச்செய்தான். ஆயினும் ஒலிவேறாவுக்குத் தமிழர்வைத்த ஈட்டிக்காயம் வாறானதாயிற்று. இதற்கிடையில போர்த்துக்கேய படைகள் நெருங்கிவந்து தமிழ் அணிகளோடு பெரும் பூசல் நிகழ்த்தின. சிறிதுவேளை தமிழரோ பறங்கியரோ யார் வெல்வார் எனச் சொல்லக்கூடாதபடி கொஞ்சமமர் நடந்தது. பறங்கியர் பக்கப் பெண்களெல்லாம் நடுக்குற்றுத் தங்கள் மாதா ஆலயத்திலுட்போய்த் தெய்வ உதவியையிரந்து கூக்குரலிட்டுக்கொண்டிருந்தவர்கள், அவ்வாலயத்தில் தங்கள் பக்கத்து வெற்றியைக்குறிக்கும் உற்பாதங்கள் காணப்பட்டனவாகக் கூறினர். ஈற்றில் பறங்கியர் தமக்கு அதிக சீவமோசமில்லாமலே வாகைசூடுவோராயினர்.

முதுகிட்டோடிய தமிழ்ச்சேனை நல்லூரில் போர்க்கோலங்கொண்டுநிற்ப, ஒலிவேறா தனது காயத்தின்நிமித்தம் அங்குச்செல்லக்கூடாது படையை அனுப்பினான். பறங்கிப்படை தமிழரை ஒரு சிறு கோவிலடியிற் கண்ணுறுதலும், அதன் தெருமுகப்பினின்று குண்டுமாரிசொரிந்து அன்னோர் பலரை இறக்கக்கொடுத்து முதுகிடச்செய்தது. ஓடிய தமிழரைப் போர்த்துக்கேயவீரர் துரத்திப்போந்து ஒவ்வொருவரும் தலைக்கு இரண்டு மூன்று சிரங்களை வெற்றிவிருதாகக் கொணர்ந்து ஒலிவேறாவுக்குக் காண்பித்தனர். சிங்கள லஸ்கரின்கள் மறுநாட் காலைவரை தமிழரைத் தொடர்ந்துசென்று திரளான சூறைப்பொருட்களோடு மீண்டனர். பின்னுமொருகால் போர்த்துக்கேயவீரர் தமிழரைத் தேடிச்சென்று கோப்பாய் வயல்வெளிகள்மட்டும் போந்து பார்த்தவிடத்து அன்னோர் பின்னும் வடதிசைநோக்கிச் சரிந்துவிட்டமையால் தம்பதிக்கு மீண்டனர்.

சிலநாட்கள்சென்றொழியுமுன்னரே மறுபடியும் தஞ்சாவூர் நாயக்கன் யாழ்ப்பாணத்தை அப்பிக்கொள்ள வழிதேடினான். அவனது புதுப்படை துறையில்வந்திறங்கும்போது

யாழ்ப்பாணத்தார் வெள்ளைக்கொடி உயர்த்தவேண்டுமென்பது சங்கேதமாயிற்று. இதனைச் செவியுற்ற ஒலிவேரு மிகு சாக்கிரதையாய் அவ் விறங்குதுறைக்குச் சமீபமாய் ஒளியொன்றமைத்து, தஞ்சாவூரார் கரையிற் கால்வைத்தலும் தன்வீரர் புறம்போந்து அனைவரையும் ஒவ்வொருவராய்த் தொலைத்துவிடும்படி ஏற்பாடுசெய்திருந்தான். இவ்வேற்பாடும் நன்றாய்ப் பலித்தது. கரைபிடித்தோரெல்லாம் வாளுக்கிரையாயினர். எஞ்சியோர் புண்பட்டோராய் கடலுட் குதித்து வந்தவழியைக் கடைப்பிடித்தனர்.

கடைசிப் போரின் பயன்

இச்சம்பவங்கள் கொழும்புக் கற்பித்தான்மோரின் செவிக்கேற அவன் முன் ஒருமுறை தான் இங்கனுப்பிய கல்வங் என்பவனைப் போதுமான உபபலத்தோடு ஒலிவேருவுக்குத் துணைச்செய்ய ஏவினன். கல்வங்வரவே நாடு மீண்டொருகால் அமரிக்கையாயிற்று. ஒலிவேருவும் 1621 ம் ஆண்டு பெப்றவரிமாசம் 2-ந் திகதி பட்டணத்துறையைவிட்டுப் புறம்போந்து நல்லூரைத் தன் தலைத்தானமாக்கி, ஊரவர்கள் எவ்வளவாக வருந்தி ஓலமிடவுங் கேளாமல் அந்நகரின் பெரிய ஆலயத்தை (கந்தசுவாமிகோவில்போலும்) தரைமட்டமாக்குவித்தான். இக்கோவில் சத்துருக்களுக்கு ஓர் அரணாகாமலிருக்கும்பொருட்டு அவ்வாறு செய்தனன் எனத் தோன்றும். ஊர் அடங்கியிருந்தது. ஆயின் சின்னாட்செல்லுமுன், தஞ்சாவூர் நாயக்கன் பின்னுமொருகால் பெரும் படையொன்றை யாழ்ப்பாணத்திலிறக்கி, இத்தடவை தன் மேலாட்சிக்குட்பட்டதென அன்னோன் உரித்தாடிய இவ்விராச்சியத்தை வென்றுகொள்வதோடமையாது இந்திய பிரசைகளை இங்கு குடியேற்றவுந் தலைப்பட்டிருக்கின்றனனெனச் சப்தம் பிறந்தது. இதனையுணர்ந்து, கல்வங் என்போன் பருத்தித்துறையில் தஞ்சாவூராரைக் காத்திருந்தும் அன்னோர் அங்கு கரைபிடியாது மேற்குப்புறத்துள்ள வேறொருதுறையிலிறங்கிவிட்டனர். விரைவில் போர்த்துக்கேய ஒற்றர்கள் அவரை புத்தூரில் ஓர் பனங்கூடலைச் சார்ந்த குளத்தருகில் பாளையமடித்திருக்கக்கண்டார். பறங்கிப்படை தாமதமின்றிப் புறப்பட்டு இராவிராவாய் நடந்து அதிகாலை நாலுமணியளவில் தமிழர் படையானது பனங்கூடற் பக்கத்தில் காவலின்றி யிருக்கக்கண்டு அப்பக்கமாய் அதனை மூடினர். திடீரென உண்டான ஆயுதங்களின் கலகலப்பும் ஞாசமாதியவற்றின் ஆற்றுதலும் லஸ்கறின்களின் போர்ச்

சத்த் ஆரவாரமும் செவியில்விழவே, துயில்கொண்டிருந்த தமிழர் கெடிக்கலங்கி எழுந்து பரபரப்பாய் யுத்தசன்னத்தராக முயன்றனர். சிலர் ஏதுசெய்வதென்றறியாது திகைக்க, சிலர் குதிரைகளிலேறிப் போர்பொருதத் தலைப்பட்டும் அந்தோ! காலந்தாழ்ந்து போய்விட்டது. போர்த்துக்கேயர் அவர் அணிகளூட்பாய்ந்து கைசலிக்குமட்டும் தலைகளை அரிந்து கொட்டிக்கொண்டுநின்றனர். தமிழர்ப்படை வெட்கி வெருவித் தோல்வியடைந்து முதுகிட, பறங்கிவீரர் தாங்கொய்த 800 சிரங்களோடு நல்லூருக்கு மீண்டார். அவற்றுள் யாழ்ப்பாணத்துக்கு அரசனாகுவேன் என்று மனப்பால்குடித்துக்கொண்டு வந்த சேனாநாயகத்தின் தலையுமொன்று. அது முன்புறம் சவுளம்பண்ணியதும், அழகாய்ப் புரளுந் தாடியுள்ளதுமானது. பின்னும் அநேக தலைகள் மரங்களிற் தூக்கிவிடப்பட்டன. அளவிறந்த சூறை அகப்பட்டன. துவக்குகள், வாள்கள், அம்பு வில்லுகள முதலியனவும் குதிரைகளும் பல பிடித்துச் சொற்பவிலைக்கு விற்கப்பட்டன. கைதியானோர் பெரும்பாலும் பெண்களும் சிறுவருமே. இவரெல்லாம் தங்களுக்கு இனி யாழ்ப்பாணமே குடியேற்ற நாடாகுமென்னும் உறுதியான நம்பிக்கையோடு சுவநாட்டைவிட்டுத் தத்தம் ஆடவர்களோடு கூடி தங்கள் நாய், பூனை, கிளிப்பிள்ளை ஆதிய இட்டசெந்துக்களோடும் வந்தவராம். "மொண்ணி முதலி"யாரின் மனைவியோடு மக்களும் சிறைப்பட்டிருந்தனர். அம்மாது தான் மறியலானமையைப்பற்றி எத்துணைக் கவலைகொண்டாளெனில் நாக்கையிழுத்துத் தற்கொலைசெய்வாளானாள். அவள் பிள்ளைகட்குப் பறங்கியர் விடுதலை ஈய்ந்தனர். ஏனை யுத்தமறியற்காரரெல்லாம் சொளுதாதுக்களால அன்னோரது போர் ஒழுக்கப்படி விலைகூறி விற்கப்பட்டார். அப்பால் கொளும்பினின்றும் வந்திருந்த உபபலம் மீண்டும் போம்வழியில் Maliavale எனுமிடத்தினில் தமிழ்த்தளங்களின் ஓர் அங்கம் நிற்கக்கண்டு அதனையும் முரியடித்துவிடுதலும், எந்தமிழர் பிறவாசாட்சிக்குட்படாதிருக்கும்பொருட்டு ஆடியபோரெல்லாம் விழலுக்கிறைத்த நீராகி, நாட்டைக் குடிசனமற்றதாய்ப் பாழ்பட்டதாய்ப் பண்ணுதற்கே ஏதுவாயிற்று.

பறங்கியரசின்பான்மை

வையாபாடல் ஆசிரியரோ மயில்வாகனப்புலவரோ அறியோம் "பிலுப்பனெனும் பறங்கிகிளை அரசையாண்டு குருநெறியும் மனுநெறியுமில்லாதாகிக் கொடுமைசெய்தது" யாழ்ப்பாண

த்தில் நாற்பதுவருஷம் நிலைபெற்றதெனக் கூறியது சரித்திரம் அறியாத்தன்மையாம். பறங்கியரது அரசுச்சட்டம் ஒல்லாந்தர், ஆங்கிலேயர் ஆகிய ஐரோப்பிய கிறிஸ்த அரசுகளின் சட்டத்தையொத்த சமநீதியுள்ளதொன்றேயன்றிப் பிறிதன்று. எம்நாட்டுச் சமயங்கள் விஷயமாய்ப் பறங்கியர் செய்தது இக்காலத்தோரான எமக்குக் கொடுமைபோலத் தோன்றுவது வாஸ்தவமே. ஆயின் அக்காலத்து எவ்வெச்சமயத்தவருங் கொண்ட கொள்கைப்படி அவ்வாறு துணிதற்கிடமில்லை. அக்காலத்து அரசரெல்லாம் தாம் பிரசைகளுடைய லௌகிக சீவியத்தை மட்டுமன்று வைதிக சீவியத்தையும் பரிபாலிக்குங் கடமையுள்ளோரென்று உணர்ந்து, தாம் மெய்யென நம்பிய சமயத்தையே பிரசைகளும் கைக்கொள்ளவேண்டுமென வற்புறுத்தினர். அந்நாட்களில் ஐரோப்பாவில் புரொட்டெஸ்தாந்த அரசுகள் கத்தோலிக்கரைச் சமயவிஷயமாய்த் துன்பப்படுத்தின. கத்தோலிக்க அரசுகள் புரொட்டெஸ்தாந்த குடிகட்குப் பல் சுதந்திரங்களை மறுத்தன. மகமதியர் கிறீஸ்தவர்களை ஒறுக்க, இவர் அவரை நாட்டைவிட்டோட்டினர். ஆசியாவிலும் இதுவே ஒழுக்கமாயிற்று. நம் இந்தியர் இதற்கு மாறுபட்டதன்று. அங்கு சைவர் சமணரைக் கழுவேற்றிய சம்பவம் பிரசித்தம். வைஷ்ணவ அரசரால் சைவமும் சைவ அரசரால் வைஷ்ணவமும் துன்புற்றமை எவர்க்குந் தெரிந்தது. இலங்கையிலும் இவ்வாறே பறங்கியர் வருமுன் பௌத்தமும் இந்துசமயங்களும் அவ்வவ்வரசின்கீழ் உயர்ந்தும் தாழ்ந்தும் வந்தனவன்றோ. ஆயின் பாரபட்சமற்றோரெல்லாம் பறங்கியர் பக்கமாய்ச் சொல்லத்தக்கதொன்றுண்டு. எம்மரசர்கள் சிலரும் மகமதியரும் செய்ததுபோல இவர் எவரையாதல் தஞ் சமயத்தைக் கைக்கொள்ளுமாறு பலவந்தஞ் செய்தாரில்லை. இந்தியாவிலும் இலங்கையிலும் சிற்சில அரசர் தாம் அரியணையில் ஏறிக்கொண்டவுடன் தமக்கு உவப்பான சமயத்தையே தம்பிரசைகளெல்லாம் அனுஷ்டிக்க வேண்டுமென நெருக்கி ஆக்கினை பிறப்பித்ததுண்டு. மகமதியர் ஒருகையில் குருஆனெனும் தம் சமயநூலையும் மறுகையில் வாளையுந்தாங்கித் தம்மாலடிப்படுத்தப்பெற்றோரைத் தம்சமயத்தில் வலிந்து உட்படுத்தியதுண்டு. ஆயின் போர்த்துக்கேயர் அவ்வாறு செய்யாது தங்களோடுவந்த குருமாரே பொறுமையோடுகூடிய போதகத்தினாலும் அன்பு ஆதரவுகளாலும் சனங்களை வசப்படுத்தித் தம் சமயத்தில் உட்படுத்துமாறு விட்டிட்டார். சமயத்திற் சேருவோருக்கு விசேட உத்தியோகமாதிய சலுவு

களையும் அடிமைமீட்சி ஆதிய சுதந்தரங்களையும் கொடுத்ததொன்றுமே அரசினர் சமயப்பிரவிருத்திசம்பந்தமாய்ப் பண்ணிய உதவிப்பாடாம்.

ஆயின் பிலிப் தெ ஒலிவேரு யாழ்ப்பாண அரசு கைக்கொண்டவுடன் சைவ வைஷ்ணவ கோவில்களையெல்லாம் தகர்த்துவிட்டனன் அன்றோ? பறங்கியர் மனச்சான்றுக்கு வலுவந்தஞ்செய்யவில்லை எனில், ஒலிவேருவினது இவ்வொழுக்கம் அக்கூற்றுக்கு எதிர்மறையன்றோ? எனக் கேட்பின், இதிலும் அக்காலத்துக் காணியாட்சிமுறையை நாம் அறிந்துகொள்வதுண்டாயின் உண்மை வெளிப்படும். தமிழரசர்காலத்தில் தேசம்முழுதும் அரசனுடைய காணியேயென்றிருந்தது. குடிகள் அரசனுடைய வாரக்காரர்போலக் காணிகளை ஆட்சிப்பண்ணினரன்றிச் சொந்தக்காரரெனவன்று. இதன்நிமித்தமே அரசன் சகல நிலப்பலன்களிலும் ஆறிலொன்றுக்கு உரிமைபூண்டவனானான். வாரமாகக் காணியை ஆண்டனுபவித்த குடியானவன் ஆண்சந்ததியின்றி இறந்தவுடனே அக்காணி அரசனுக்குரியதாகும். சந்ததியாருள் பிறர் அதனை ஆண்டனுபவிக்க விரும்பின் அரசனுக்கு ஒருசிதம் இறுத்து அதனை மீண்டும் வாரமாகப் பெற்றுக்கொள்வது கடன். இம்முறை சிங்களத்தில் மருள எனப்படும். இம் மருள ஒழுக்கம் தற்காலம் அற்றுப்போய் குடிகள் காணிகளை நித்தமாய் ஆண்டுவரினும், முந்தி இது நின்றுபோன அடிச்சுவட்டை, உரிமைத்தத்துவத்துக்கென அரசாட்சியாருக்கு இன்றைக்கும் இறுக்கப்படும் வரியிற் கண்டுகொள்க. இவ்வாறு நாடுமுழுதும் அரசனின் நித்தக்காணியாமென்றிருந்த அக்காலத்தில், பறங்கியர் தங்காணியில் பிரசித்தமாய்ப் பிறசமய வழிபாடு நடப்பதை ஒப்பாமல் அப்பிரசித்த வழிபாட்டுத் தலங்களாகிய கோவில்களை இடித்தொழிப்பதே தக்கது என எண்ணினர். இவ்வெண்ணம் அக்காலத்துப் பழக்கவழக்கங்களை ஒட்டிப் பார்க்குமிடத்து நீதியானதே எனக் காணப்படாமலிராது. இராசவிசுவாசமுள்ளவன் தன்னுடைய நிலத்திற் சத்துருவின் கோட்டை இருக்க ஒட்டான். அதுபோல பறங்கியர் தம் நிலமென வெற்றிகொண்ட தேசத்திலே "பொய்த்தெய்வங்கள்" என்று தாங்கள் (சரியாகவோ பிழையாகவோ, ஆயின் மனதார) கருதியோரின் ஆலயங்களிருக்கவிடாது அழிப்பது அவசியமெனக் கொண்டார். ஆயின் மறுபக்கத்தில், எவருடைய மனச்சாட்சியையாவது நெருக்கி மாற்றுதல் அவர்களது சமயத்துக்கு மாறாயிருந்தமையால் அவ்வாறுசெய்யாது, குடிகள் குருமாருடைய போதகங்களைக் கேட்-

டுத் தாங்கள் விரும்பிய காலத்தில் தஞ்சமயத்தைக் கைப்பற்ற விட்டிட்டார்.

இராசகுடும்பத்தார்

ஒலிவேரு இராசகுடும்பத்தில் மீந்திருந்தோரை வெகு கண்ணியமாய் உபசரித்து நடத்தினன். கத்தோலிக்க குருமாரும் அன்னோருக்கு ஓயாது சமய உபதேசஞ் செய்துகொண்டிருந்தனர். இவற்றின்பயனாகக் காலகதியில் அவரெல்லாம் சத்தியவேதத்திற் சேர்ந்துகொண்டார். யாழ்ப்பாண ராச்சியம் பறங்கியர்கைப்பட்டதற் கடுத்தவருஷம் (?) ஆகுஸ்துமாதம் முதற்றிகதி இராசகுமாரர் குமாரத்திகளும் பிறருமாக 300 பேர் அரசவரிசைகளோடு ஞானஸ்நானம் பெற்றார்கள். முன்பு பிரான்சிஸ்கசபைக் கன்னியாஸ்திரிமாரிடம் ஒப்பிக்கப்பட்டிருந்த வாலப்பிராயமுள்ள பரராசசேகரன் மனைவிமாரிருவரும் பன்னிரண்டு பதின்மூன்று வயதுள்ள ஒரு குமாரத்தியும் பட்டுப் பட்டாவளிகளால் அலங்கரிக்கப்பட்ட பல்லக்குகளில் சுமந்து ஆலயத்துக்குக் கொண்டுவரப்பட, ஒலிவேரு அவர்களை வாயிலில்நின்று எதிர்கொண்டு அழைத்துச்சென்று தானே ஞானத்தந்தையாய்நின்று தீட்சைவைப்பித்தான். பின்பு இராணிமாரின் சகோதரனுக்கும் அவன் மனைவிபுதல்வர்களுக்கும் ஞானஸ்நானம் அருளப்பட்டது. அவ்வேளை ஆனந்தமான வாச்சியமுழக்கும் வெடிதீருதல் ஆயுதங்களை ஓச்சுதல் ஆகிய போர்மரியாதைகளும் மிகப் பிரபலமாய் நிகழ்ந்தன. அப்பால் மூதலியார் Branco ஆகிய தொம் பேதுறு தெ பெற்றன்கோவின் மனைவியும், இருவர் புதல்வரும் ஒருத்தி புதல்வியும், பின் தொம் பிறுஞ்சிஸ்கோ தெ பெற்றன்கோர் ஆராய்ச்சி அல்லது தனப்புலி ஆராய்ச்சியின் மனைவியும், நவாலியின் தலையாரியும் மனைவி மக்களும் கிறீஸ்தவரானார்கள்.

எம்காட்டைக் கடைசியாய்ஆண்டவனான பரராசசேகரனின் மகனும் அரசுரிமை பூண்டவனுமாகிய இளவரசன், அக்காலம் ஏழுவயதுள்ளவனை, சங்கிலிகுமாரனின் கலகநாளில் பிரான்சிஸ்கசபைக் குருமார் காப்பாற்றிவந்தனர் எனக் கண்டோம் அன்றோ. அவனை இனி யாழ்ப்பாணத்திலே வைத்திருப்பது நன்றன்றெனத்தேர்ந்து போர்த்துக்கேயர் அவனைத்தாயாகிய இராணியோடும் கிறீஸ்தவர்களாகிவிட்ட மற்றை இருவர் இராணியார் இளவரசி என்னுமிவர்களோடும் கொழும்புக்கு அனுப்பிவிட்டனர். அங்கு அவன் சந்தத்தோனியு எனும் மடத்தில் கல்வி பயிற்றப்படலாயினன். இதற்கிடையில் சேனவிரூட் எனும் கண்டியரசன் யாழ்ப்பாண இளவரசியைத் தன்

மகளுகும் ஊவாகாட்டு யுவாசனுக்கு நாயகியாக்கத் தேடித் தூதுபோக்கினன். இச்சம்மந்தம் தமது யாழ்ப்பாண அரசுரிமைக்குப் பங்கமாகுமென்றுகண்ட பறங்கியர் இதற்கு உடன்படவில்லை. (செனவிரட்டின் முந்தியதார மைந்தரிருவர் சின்ன Migapule தஞ்சாவூர் நாயக்கனிடம் ஒப்புவித்த இருவர் யாழ்ப்பாண இராசகுமாரத்திகளை அங்குச்சென்று வதுவையயர்ந்தனர் எனத்தோன்றும். Sa y Menezes.)

பரராசசேகரனின் பாலகனது ஞானஸ்நானச் சடங்கு 1623-ம் ஆண்டு யூன் மாதம் 18-ந் திகதி மிகு ஆனந்தப் பிரதாப வைபவங்களோடு நடைபெற்றது. கொழும்புநகர் ஆலய மணிகளெல்லாம் ஆரவாரிக்க, பிராஞ்சிஸ்கசபைக் குருமார், போர்த்துக்கேய தேசாதிபதியும் சேனாபதிகள் படைவீரராதியோரும் சகிதமாய், நடுத்தெருவால் அணியணியாய்ப் புறம்போந்து இளவரசன் இராணித்தாயோடும் எழுபத்தைவர் பரிவாரத்தவர்களோடும் இருந்த மாளிகையை அடைந்தனர். அங்கு இளவரசன் விலையுயர்ந்த அலங்கார ஆடை ஆபரண மேனியனாய் நிற்கத் தேசாதிபதி அவன்கழுத்தில் ஓர் பொற்சரப்பணியும் பதக்கமுமிட்டு உபசரித்தபின், அனைவரும் ஊர்வலஞ்செய்து பலவர்ணக் கம்பளங்களால் விசித்திரமாய்ச் சோடித்திருந்த வீதிகளால் கடந்து தேசோமயமாய் ஒளிரும்படி நிர்மாணித்திருந்த சந்தந்தோனியு ஆலய பீடத்தண்டை வந்துசேர்ந்தனர். அங்கு தேசாதிபதி தன் நாமமாகிய தொம் கொன்ஸ்தந்தீனு எனும் பெயரை இராசகுமாரனுக்குச்சூட்டி அவனுக்கு ஞானத்தகப்பனாய் நிற்க, பிராஞ்சிஸ்க சபையின் முதற்குரு தீட்சையளித்தார். இராணித்தாய் தோனா கிளாரு எனும் நாமத்தைப் பெற்றாள். இளவரசியின் சகோதரிகள் இருவரும் முறையே தோனா மரியா என்றும் தோனா இசவேல் என்றும் நாமகரணஞ் செய்யப்பட்டனர். சங்கிலியாற் கண் தோண்டப்பட்டோனான பரராசசேகரன் மைத்துனன் தொம் தியோகு என்றும், பரராசசேகரனின் சகோதரியாகிய இவன் மனைவி தோனா மரியா என்றும், புத்திரர்கள் மூவரும் முறையே தொம் பிலிப்பு, தொம் பிராஞ்சிஸ்கு, தொம் பெர்ணதீனு என்றும், புத்திரி தோனா ஈனெஸ் என்றும் பெயர் தரித்தார்கள். இவர்களோடு பரிவாரம் முழுதும் ஸ்நாபிக்கபபட்டது. இவ்வாறே அடுத்த அடுத்த வருஷங்களில் முதலிமார், ஆராய்ச்சிமார், அதிகாரிகள், பட்டங்கட்டிகள், வன்னியர் ஆதியோர் சகிதமாய் இராசகுடும்பத்தோடு தொடர்புள்ள குமாரர்கள் குமாரத்திகள் பலரும் யாழ்ப்பாணத்தில் குருமாருடைய

போதனைகளினால் கத்தோலிக்க திருச்சபையிற் சேர்ந்துபோவோரானார்கள்.

அப்பால் பரராசசேகரனின் மக்களது கதியைச் சொ[illegible] முடிப்போம். இராசகுடும்பத்துக்குச் சேர்ந்த ஏனையோர் [illegible]ம்பினின்றும் யாழ்ப்பாணத்துக்கு மீள, தொம் கொன்[illegible]தீனு, தோனா மரியா, தோனா இசபேல் என்னும் பரராசசேகரனின் பிள்ளைகளும், தொம் பேர்ணந்தீனு எனும் சகோதரி பிள்ளையும் கோவைக்கு அனுப்பப்பட்டு அங்கு இராசமான்மியங்கள்பெற்று சகல கலைக்கியானங்களிலும் தேறியபின் இராசகுமாரரிருவரும் போர்த்துக்கால்தேசஞ்சென்று முடிச் சுதந்தரத்தை வெறுத்து பிரான்சிஸ்கசபைச் சந்நியாசிகளாகி தேவதொண்டில் ஈடுபட்டு இன்புற்று வாழ்ந்தனர். இராசகுமாரத்திகளிருவரும் கோவையிலேதானே வங்கிஷபதிகளான ஐரோப்பியரும் இந்தியரும் உறைகின்ற சந்த மொனிக்கா என்னும் கன்னியர் இராசமடத்தில் உட்பட்டார். மூத்தகுமாரத்தி 1637-ம் ஆண்டு கன்னியாஸ்திரியாகித் தன் புண்ணிய முன்மாதிரிகைகளின் விசேடத்தால் அவ்விராசமடத்திற்குச் சிரேஷ்டையாயும் விளங்கி 1682-ம் ஆண்டு பரமபதமடைந்தனள். இளையகுமாரத்தி 1638-ம் ஆண்டு பூரண துறவுபூண்டு 1645-ம் ஆண்டு மரித்தாள். (Hist. da Fond. de Real Conv. de S. Mon. p. 232) எங்குலத்து அரசிளங்குமாரி தலைவியாயிருந்து ஆண்டதும் மூன்று மெத்தையோடுகூடிய அலங்கார மாளிகையுமான சாந்த மொனிக்காமடமானது தற்காலம் கைவிடப்பட்டதாய் அழிந்துபடும் நிலையிலிருக்கின்றது. சங்கிலி எனுஞ் செகராசசேகரன்காலத்தில் யாழ்ப்பாணத்தைத் தரிசித்த சவேரியாரென்னும் குரு சிரேஷ்டரின் திருமேனி கோவையிலே அழியாமல் விளங்குகின்ற அற்புதத்தை யான் 1922-ம் ஆண்டினீற்றிற தரிசிக்கப்போன தருணத்திலே, வேறொரு சங்கிலியின் அபராதத்தால் அப்பட்டணத்துக்கு இட்டுக்கொண்டுவரப்படுவோராகித் தங் கன்னிகா சீவியப் பிரதாபத்தினால் அலங்கரித்து அர்ச்சித்துவைத்த அந்தப் பிரமாண்டமான மடத்தின் அறைகளுளொன்றில் சிலநாட்தங்கி எமமரசர்கள் காலத்து உயர்வு தாழ்வுகளை உற்றுநோக்கித் தியானிக்கும் சிலாக்கியம் எனக்குக் கிடைப்பதாயிற்று.

பதினைந்தாம் அதிகாரம் முற்றும்

யாழ்ப்பாண வைபவ விமர்சனம்:
தமிழரசர் உகம் முற்றிற்று.